ഗ്രീൻബുക്സ്

മൃത്യൂപനിഷത്ത്

ചന്ദ്രശേഖർ നാരായണൻ

തൃശ്ശൂർ ജില്ലയിലെ അറിമ്പൂരിൽ ജനനം.
മലയാള സാഹിത്യത്തിൽ ബിരുദാനന്തര ബിരുദം,
പത്രപ്രവർത്തനത്തിലും നിയമത്തിലും ബിരുദം.
അദ്ധ്യാപകനായും പത്രപ്രവർത്തകനായും ജോലി
ചെയ്തിട്ടുണ്ട്. ദീപിക ദിനപത്രത്തിൽ ന്യൂസ് ഫോട്ടോ
ഗ്രാഫറായിരുന്നു. കഥാസമാഹാരങ്ങളും നോവലുകളും
രചിച്ചിട്ടുണ്ട്. 2004ലെ പ്രഥമ പൊൻകുന്നം വർക്കി നവലോകം
കഥാപുരസ്കാരം, 2005ലെ തകഴി സ്മാരക കഥാപുരസ്കാരം,
2012ലെ പ്രഥമ മൊയ്തു പടിയത്ത് നോവൽ അവാർഡ്.
തുടങ്ങി നിരവധി പുരസ്കാരങ്ങൾ ലഭിച്ചിട്ടുണ്ട്.
ഇപ്പോൾ തൃശ്ശൂർ ജില്ലാ കോടതിയിൽ അഭിഭാഷകൻ.

മൃത്യൂപനിഷത്ത്

ഭഗവദ്ഗീതയിലേയും കഠോപനിഷത്തിലേയും
താത്ത്വിക ദർശനങ്ങളെ തന്നിലേക്കുതന്നെ
സ്വാംശീകരിച്ചിട്ടുള്ള മൃത്യുസംഹിതയാണ് ഈ നോവൽ

ചന്ദ്രശേഖർ നാരായണൻ

ഗ്രീൻ ബുക്സ്

green books private limited
little road, ayyanthole, thrissur- 680 003
ph: 0487-2361038
website: www.greenbooksindia.com
e-mail: info@greenbooksindia.com

mruthyoopanishath
(novel)
by
chandrasekhar narayanan

first published july 2015

cover design : rajesh chalode

printed in india
repro india ltd

branches:
thrissur 0487-2422515
palakkad 0491-2546162
kannur 0497-2763038
Thiruvananthapuram 9846670899

isbn : 978-81-8423-421-3

₹ 115.00

GBPL/668/2015

മുഖക്കുറി

സർവ്വചരാചരങ്ങളിലുള്ള ആത്മാവ് അനന്തസത്യം.
ശരീരം തുച്ഛം. സുഖവും ദുഃഖവും ആത്മനിഷ്ഠം.
കാമം വിഷയധ്യാനത്തിന്റെ അനന്തരഫലം.
ക്രോധത്തിൽനിന്ന് വ്യാമോഹം, സ്മൃതിഭ്രംശം.
ബുദ്ധിനാശത്തിൽനിന്ന് സർവ്വനാശം.
ഹേ, അർജ്ജുനാ, കർമ്മങ്ങൾ അനുഷ്ഠിക്കാൻ
തയ്യാറാവുക! നിനക്ക് കർമ്മത്തിൽ
തന്നെയാണ് അധികാരം. എല്ലാ കാമനകളും
ഒഴിയുമ്പോഴാണ് ഒരുവനിൽ മൗനം
നിറയുന്നത്. അദ്ദേഹം തന്നെ മുനി.
സ്ഥിതഃപ്രജ്ഞൻ. മാധവനും അർജ്ജുനനും
(ബുദ്ധിയും മനസ്സും) തമ്മിലുള്ള സംവാദമാണ്
ഈ നോവലിന്റെ താത്ത്വികമായ ഉള്ളടക്കം.

കൃഷ്ണദാസ്
മാനേജിങ് എഡിറ്റർ

യാത്രയ്ക്കു മുമ്പ്

സ്കൂൾ പഠനകാലത്ത് കാർഷികാവശ്യങ്ങൾക്കായി അച്ഛന്റെ നിർദ്ദേശപ്രകാരം കുന്നത്തങ്ങാടിയിലുള്ള കൃഷ്ണൻകുട്ടി മേനോന്റെ രാസവളക്കടയിലേക്ക് പണിക്കാരേയും കൊണ്ട് വളം മേടിക്കാൻ പോകാൻ ഒരു പ്രത്യേക ഇഷ്ടമായിരുന്നു. പ്രത്യേകിച്ചും കോൾപാടത്ത് വിത തുടങ്ങുന്ന വൃശ്ചികം, ധനു, മകരം എന്നീ മാസങ്ങളിലാണെങ്കിൽ പറയുകയും വേണ്ട. അതിനുള്ള പ്രധാന കാരണം ഈ മാസങ്ങളിലാണ് തമിഴ് നാട്ടിലുള്ള വലിയ വളം-കീടനാശിനി കമ്പനികൾ ബഹുവർണ്ണ പേജുകളോടുകൂടിയ ദേവീദേവന്മാരുടെ കലണ്ടറുകൾ ഇറക്കുന്നത്. കടയിൽ ചെന്ന് വളം വാങ്ങി കഴിഞ്ഞാൽ ഒന്നോ രണ്ടോ വർണ കലണ്ടറുകൾ മേനോൻ എന്റെ സൈക്കിളിന്റെ ക്യാരിയറിന്മേൽ വെച്ചു തരും. ഇതു ഞാൻ അവിടെ വെച്ചുതന്നെ നാലഞ്ചുവട്ടം നോക്കി ആവും വിധം ആസ്വദിച്ചിട്ടാണ് വീട്ടിലേക്കു മടങ്ങുക.

ഇനി വീട്ടിലെത്തിയാലും ആദ്യത്തെ പണി ഇതൊക്കെ ചുമരിൽ ആണിയടിച്ച് തൂക്കിയിടുക എന്നതാണ്. അങ്ങനെ വീട്ടിൽ ഇത്തരം കലണ്ടറുകളുടെ ഒരു നീണ്ട നിര തന്നെ ഉണ്ടായിരുന്നു. ഇവയുടെ കൂട്ടത്തിൽ ഞാൻ ഏറ്റവും ഇഷ്ടപ്പെട്ടിരുന്നതും ആരാധിച്ചിരുന്നതും ഒരു ശിവകാശി കലണ്ടറായിരുന്നു മഹാഭാരതത്തിലെ "യഥായഥാഹി ധർമ്മസ്യ..." എന്നു തുടങ്ങുന്ന ഗീതോപദേശം ആലേഖനം ചെയ്ത കൃഷ്ണന്റെയും അർജുനന്റെയും കലണ്ടർ. അഞ്ച് വെള്ളക്കുതിരകളെ പൂട്ടിയ സ്വർണത്തേരിൽ ഭഗവാൻ ശ്രീകൃഷ്ണൻ കുതിരകളുടെ കടിഞ്ഞാൺ പിടിച്ചുകൊണ്ട് സാരഥിയായി ഇരിക്കുന്നതും അർജുനൻ യുദ്ധോത്സുകനായി വില്ലു കുലച്ചുകൊണ്ട് രണഭൂമിയിലേക്കു കുതിച്ചു പായുന്നതുമായ ആ കാഴ്ച എന്നെ വല്ലാതെ സ്വാധീനിച്ചിരുന്നു. അതിലേക്കു നോക്കിയിരിക്കുമ്പോൾ കുരുക്ഷേത്രവും കൗരവ

പാണ്ഡവരും അസംഖ്യം യോദ്ധാക്കളും ഏതോ നാടകത്തിലും ബാലേയിലുമെന്നപോലെ എന്റെ മനസ്സിൽ മിന്നിമറയും.

അന്ന് വീട്ടിലും തറവാട്ടിലുമുള്ള മുതിർന്നവരോടൊക്കെ ചോദിച്ച് കലണ്ടറിൽ കാണുന്ന ചിത്രങ്ങളുടെ കഥകൾ ഏതാണ്ട് ഗ്രഹിച്ചിരുന്നു. എന്റെ വീട്ടിൽ രാമായണം പാരായണം ചെയ്യാറുണ്ടെങ്കിലും മഹാഭാരതം പാരായണം ചെയ്യാൻ പാടില്ലെന്ന് ശാഠ്യം പിടിക്കുന്നവരായിരുന്നു. അതിനു കാരണമായി പറഞ്ഞിരുന്നത്, ഭാരതം പാരായണം ചെയ്താൽ കുടുംബത്തിൽ കലഹമുണ്ടാവുമെന്നാണ്! ഭാരതം പാരായണം ചെയ്യാതിരുന്നിട്ടും കുടുംബ കലഹത്തിന് ഒട്ടും കുറവുണ്ടായിരുന്നില്ലെന്നുള്ളത് വേറെ ചരിത്രം.

അന്നൊക്കെ വായനശാലകളെ ആശ്രയിച്ച് പുസ്തകമെടുക്കലും വായനയും ഉണ്ടായിരുന്നതുകൊണ്ട് സ്കൂൾ കാലഘട്ടത്തിൽ തന്നെ ഏറക്കുറെ സംഗൃഹീത രൂപത്തിലാണെങ്കിലും ഭാരതവും കൃഷ്ണഗാഥയും രാമായണവും കുറേശ്ശെയെങ്കിലും ഞാൻ മനസ്സിലാക്കിയിരുന്നു. കൂടാതെ ഗ്രാമക്ഷേത്രത്തിലെ സായാഹ്നങ്ങളും പാരമ്പര്യമായി നിലനിന്നിരുന്ന ചിന്താധാരകളുമൊക്കെയായി കൃഷ്ണനും അർജുനനും ഗീതോപദേശവും ഏതൊരാളേയും പോലെ എന്നിലും ഭക്തിയും ആരാധനയും വല്ലാത്തൊരു പരിവേഷത്തോടെ തന്നെയാണ് നിലനിന്നിരുന്നത്. ഈ ഭക്തിയും ആരാധനയും ക്ഷേത്രവും ചിത്രങ്ങളുമൊക്കെ കൂടിയതാണ് അധ്യാത്മികത എന്നും ഞാൻ ധരിച്ചു പോന്നു.

പിന്നീട് കോളേജ് പഠനകാലമായപ്പോഴേക്കും കഥ, കവിത എന്നിവയിലേക്കും രാഷ്ട്രീയ നാടക സംഘങ്ങളിലേക്കും ഇടതുപക്ഷ സർഗ്ഗാത്മക സാഹിത്യത്തിലേക്കും ഞാൻ ചിന്നിച്ചിതറുകയും വായനയുടെയും കാഴ്ചപ്പാടിന്റെയും ദിശ മറ്റൊരു തരത്തിലായിത്തീരുകയും ചെയ്തു. എന്നാലും ഇക്കാലത്തും ചെറിയ തോതിലാണെങ്കിലും നിത്യചൈതന്യയതി, ജിദ്ദു കൃഷ്ണമൂർത്തി തുടങ്ങിയ ഉൽപതിഷ്ണുക്കളുടെ ലേഖനങ്ങളും യാത്രകളും മറ്റും ഉൾക്കൊള്ളാനും ശ്രമം നടത്തിയിരുന്നു എന്നു വേണം പറയാൻ.

കോളേജ് പഠനമെല്ലാം കഴിഞ്ഞ് ജോലി തേടിയുള്ള നീണ്ട യാത്രകളും അലച്ചിലുകളും വ്യത്യസ്ത തൊഴിലിടങ്ങളുമൊക്കെയായി പിന്നീട് കുറെ കാലം കഴിഞ്ഞപ്പോഴും ആദ്ധ്യാത്മികത എന്ന എന്റെ പണ്ടത്തെ കലണ്ടർ കാഴ്ചപ്പാടിന് വലിയ മാറ്റമൊന്നും വന്നിരുന്നില്ല. അങ്ങനെയിരിക്കെ മറ്റൊരു ദുരന്തം കൂടി സംഭവിച്ചു. അതായിരുന്നു തികച്ചും അപ്രതീക്ഷിതമായ എന്റെ അഭിഭാഷക ജീവിതം. അദ്ധ്യാപകനോ, സിനിമാപ്രവർത്തകനോ ആവാൻ താത്പര്യപ്പെട്ട് പത്രപ്രവർത്തനം പഠിച്ച് പ്രസ്സ് ഫോട്ടോഗ്രാഫറായി

ജോലി ചെയ്തുകൊണ്ടിരിക്കേ ഇവയൊന്നുമായി യാതൊരു ബന്ധവുമില്ലാത്ത കറുത്ത കോട്ടിന്റെ ഉള്ളിലേക്കുള്ള കൂപ്പു കുത്തൽ. പിന്നെ അതിൽ പിടിച്ചുനിന്നേ പറ്റൂ എന്ന അവസ്ഥയു മായുള്ള താദാത്മ്യപ്പെടലും ഒതുങ്ങിക്കൂടലുകളും. വിവാഹവും കുട്ടി കളും മറ്റു ജീവിത പ്രാരബ്ധങ്ങളുമൊക്കെ അതിനു കാരണമായി വർത്തിച്ചിട്ടുണ്ടാവാം. വെറുതെ പുറകിലേക്ക് തിരിഞ്ഞുനോക്കു മ്പോൾ ജീവിതയാത്രയുടെ എത്രയെത്ര ചിത്രങ്ങളാണ് തെളിഞ്ഞു വരുന്നത്.

വർഷങ്ങൾ പിന്നേയും കഴിഞ്ഞു. ഞാൻ പഴയ കലണ്ടർ കാഴ്ച പ്പാടും എഴുത്തും വായനയും വക്കീൽപണിയുമായി മുമ്പോട്ട് നീങ്ങിക്കൊണ്ടിരുന്നു. അതിനിടയിൽ നാലഞ്ച് കഥാസമാഹാര ങ്ങളും നോവലുകളും എഴുതി പ്രസിദ്ധീകരിക്കുകയും അതിന്റെ ലോകത്ത് ചർച്ചകളും സംവാദങ്ങളും ചിന്തകളുമായി ദിവസങ്ങൾ തള്ളിനീക്കുകയും ചെയ്തു. ഇതെല്ലാം പലപ്പോഴും നിരർത്ഥകവും അരക്ഷിതവും ആണെന്ന് സ്വയം തോന്നിയിരുന്നെങ്കിലും അതൊക്കെതന്നെയാണ് എന്നെ നിലനിർത്തിപോന്നിരുന്നതെന്നും പറയാതെ വയ്യ.

അങ്ങനെയിരിക്കെ 2007-2008 കാലത്താണ് വൈയക്തികവും മൃത്യുസമാനവുമായ ഒരുപാട് അസ്വസ്ഥതകൾ എന്റെ ജീവിത ത്തിന്റെ മുമ്പോട്ടുള്ള ഗതിവിഗതികളെ വല്ലാതെ ക്ലേശിപ്പിക്കാൻ തുടങ്ങിയതും ഞാൻ എന്നൊക്കെയോ വായനയിൽ ഉപേക്ഷിച്ചു പോന്ന ഗീതയും ഉപനിഷത്തുക്കളും ഇതിഹാസങ്ങളും അപ്രതീ ക്ഷിതമായി വീണ്ടും വായിക്കാനും കേൾക്കാനും മനനം ചെയ്യാനും തുടങ്ങിയത്. ഈയൊരു രണ്ടാം വായന യഥാർത്ഥത്തിൽ അതു വരെ ഞാൻ പുലർത്തിപോന്നിരുന്ന എന്റെ കലണ്ടർ കാഴ്ചപ്പാടു കളെയെല്ലാം കീഴ്മേൽ മറിക്കുന്നതായിരുന്നു. അദ്ധ്യാത്മികം എന്ന വാക്കിന്റെ യഥാർത്ഥ അർത്ഥം തന്നെ അപ്പോഴാണ് എനിക്ക് കുറച്ചെങ്കിലും ഉൾക്കൊള്ളാനായത്. അതെന്റെ ചുട്ടുപൊള്ളുന്ന ഹൃദയത്തിലേക്ക് കാരുണ്യത്തിന്റെ കുളിര് കോരിയിടുകയും ചെയ്തു.

പിന്നീട് നീണ്ട വായനയുടേയും അന്വേഷണത്തിന്റേയും യാത്രകളുടെയുമൊക്കെ സമയമായിരുന്നു. ശ്രീനാരായണഗുരു, രമണമഹർഷി, നിത്യചൈതന്യയതി, തപോവനന്ദസ്വാമികൾ, ശ്രീബുദ്ധൻ, രമേഷ് ജി ജയിൻ, വിദ്വാൻ കെ.പ്രകാശം, മൃഡാനന്ദ സ്വാമി, പി. ശേഷാദ്രി അയ്യർ തുടങ്ങി ഈ പട്ടിക അവസാനിക്കു ന്നേയില്ല.

നന്നേ കുഞ്ഞുനാളിലെ മരണം എനിക്ക് ഉത്തരമില്ലാത്ത ഒരു ചോദ്യമായിരുന്നു. ഒരുപാട് മരണങ്ങൾ ഞാൻ തൊട്ടടുത്തുനിന്ന്

കാണുകയും അനുഭവിക്കുകയും ചെയ്തിട്ടുണ്ട്. പക്ഷേ, അപ്പോഴൊന്നും എത്ര കരഞ്ഞുവിളിച്ചിട്ടും ഒരു ദൈവവും വന്ന് ആരേയും രക്ഷിക്കുന്നത് ഞാൻ കണ്ടിട്ടുമില്ല. അതുകൊണ്ടുതന്നെ ഗീതയിലേക്കും കഠോപനിഷത്തിലേക്കുമൊക്കെ കടന്നപ്പോഴും ഞാൻ അന്വേഷിച്ചതും ഇതൊക്കെതന്നെയായിരുന്നു.

കഠോപനിഷത്തിൽ യമധർമ്മർ ബാലനായ നചികേതസ്സിനോട് പറയുന്ന "ആത്മാനം രഥിനം വിദ്ധി..." എന്നു തുടങ്ങുന്ന രഥകല്പനയിലൂടെ സഞ്ചരിച്ചപ്പോഴാണ് എനിക്ക് വർഷങ്ങൾക്ക്മുമ്പ് വള പീടികയിൽനിന്നും കിട്ടിയ ഗീതോപദേശകലണ്ടർ ഓർമ്മവന്നത്. ആ കലണ്ടറിലെ അന്നത്തെ ബഹുവർണ്ണചിത്രങ്ങൾ ഓരോന്നും എന്റെ മനസ്സിൽ നിറഞ്ഞു നിന്നു. ആ കലണ്ടറിൽ ഞാൻ അന്നു കണ്ട രഥംതന്നെയാണ് എന്റെ ശരീരമെന്നും, ആ ശരീരത്തിലെ ശരീരിയായ ആത്മാവിന്റേത് തന്നെയാണ് ഈ രഥമെന്നും, രഥമാകുന്ന ശരീരത്തിൽ സാരഥിയായി വർത്തിക്കുന്നത് ബുദ്ധിയാണെന്നും, ബുദ്ധിയുടെ കൈയിലാണ് മനസ്സെന്ന അർജ്ജുനനെ കടിഞ്ഞാണിട്ട് മുറുക്കിയിരിക്കുന്നതെന്നും, കടിഞ്ഞാണിലകപ്പെട്ട പഞ്ചേന്ദ്രിയങ്ങളാണ് (ചെവി, ത്വക്ക്, കണ്ണ്, നാക്ക്, മൂക്ക്) അഞ്ച് വെള്ളക്കുതിരകളെന്നും, കുതിരകൾക്ക് സഞ്ചിക്കാനുള്ള വഴിയാണ് ഇന്ദ്രിയ വിഷയങ്ങളായ ശബ്ദസ്പർശരൂപരസഗന്ധാതികളെന്നും എനിക്ക് മനസ്സിലായത്. ഈയൊരറിവിൽ രമിച്ചപ്പോൾ വിശ്വപ്രകൃതിയിൽനിന്ന് വേറിട്ടൊരു ചൈതന്യമല്ല ഈശ്വരനെന്നും എനിക്ക് ബോധ്യമായി. വ്യാസർ മഹാചരിത്രരൂപേണ വരച്ചിട്ടിരിക്കുന്ന ഭാരതകാവ്യത്തിന്റെ ആന്തരികസത്ത നമ്മളിൽ തന്നെ സൂക്ഷ്മമായി അടങ്ങിയിട്ടുണ്ട്. അത് അറിയാനായി ഉള്ളിലേക്ക് നോക്കാനുള്ള ഒരു സൂക്ഷ്മദൃഷ്ടി മാത്രമെ നമുക്കാവശ്യമുള്ളൂ.

ഒന്നൊന്നായെണ്ണിയെണ്ണി
തൊട്ടെണ്ണും പൊരുളൊടുങ്ങിയാൽ
നിന്നിടുംദൃക്കുപോലുള്ളം
നിന്നിലസ്പന്ദമാകണം

എന്ന് ഗുരുദേവനും 'അഹം ബ്രഹ്മാസ്മി'യെന്ന് പറയുന്ന ഉപനിഷത്തും ഋഷിമാരും ഇതുതന്നെയല്ലെ നമ്മോട് പറഞ്ഞിട്ടുള്ളത്.

അതുകൊണ്ട് ഗീത എനിക്ക് ബുദ്ധിയും മനസ്സും തമ്മിലുള്ള (എന്നിൽത്തന്നെയുള്ള) ഒരു സംവാദമായി മാറുകയായിരുന്നു.

ഈ കൃതി വായിച്ചുകഴിഞ്ഞ് പലരും എന്നോട് ചോദിക്കുകയുണ്ടായി, എന്താണിത് ഒരു നോവൽ രൂപത്തിൽ എഴുതിയതെന്ന്?

അതിനെനിക്കുള്ള ഒരെയൊരു ഉത്തരം എഴുത്തിൽ എനിക്കേറ്റവും ഇഷ്ടപ്പെട്ട, എനിക്ക് എഴുതാൻ കുറച്ചെങ്കിലും കഴിയുമെന്ന് ആത്മാവിശ്വാസമുള്ള മാധ്യമം നോവലും കഥയും മാത്ര മാണെന്നാണ്. ഞാനൊരു ദാർശനിക ചിന്തകനോ, പണ്ഡിതനോ ഒന്നുമല്ല. വായിക്കാനും എഴുതാനും യാത്ര ചെയ്യാനും സംവദി ക്കാനും ആഗ്രഹിക്കുന്ന നന്നേ ചെറിയൊരു....

ക്ഷമാപൂർവ്വം, സ്നേഹപൂർവ്വം

ചന്ദ്രശേഖർ നാരായണൻ

■

ജീവന്മരണപ്രശ്നം

സി. രാധാകൃഷ്ണൻ

എത്ര ചർച്ചചെയ്താലും തീരുമാനമാകാത്ത, മുന്നോട്ടു പോകുന്തോറും പുതിയ ഭൂവിഭാഗങ്ങൾ പരിചയപ്പെടാനിടയാക്കുന്ന, പ്രശ്നമാണ് ഈ കൃതി കൈകാര്യം ചെയ്യുന്നത്: എന്താണ് ജീവിതം, എന്താണ് മരണം എന്ന വിസ്മയം തന്നെ. വളരെ പഴയതാണ് സംഗതി. എന്തിനിത് വീണ്ടും വീണ്ടും അയവിറക്കാനെടുക്കുന്നു എന്ന സന്ദേഹം സ്വാഭാവികം. പക്ഷേ, തീർത്തും ദഹിക്കാത്തതുകൊണ്ടു തന്നെ എന്ന ഉത്തരവും അത്രയും സ്വാഭാവികം

മനുഷ്യജീവിതത്തിന് ഭൗതികമായ ഒരു തലത്തിൽ മാത്രമേ അസ്തിത്വമുള്ളൂ എന്നു കരുതിയാൽ ജീവിതത്തിനും മരണത്തിനും നിശ്ചിതങ്ങളായ അതിരുകൾ കിട്ടും. യാഥാർത്ഥ്യത്തിന് അക്ഷരം, അക്ഷരാതീതം എന്നിങ്ങനെ രണ്ടുതലങ്ങളിൽകൂടി, സൂക്ഷ്മതരവും സൂക്ഷ്മതമവുമായി, ഉണ്ട് എന്ന അറിവിന്റെ വെളിച്ചത്തിൽ, പക്ഷേ, ഈ നിർണീതങ്ങളായ അതിരുകൾ അപ്രസക്തങ്ങളാവുന്നു. സ്ഥൂലശരീരത്തിനു സമാന്തരവും അതിനോടു സംയോജിതവുമായി സൂക്ഷ്മശരീരവും കാരണശരീരവും നിലനിൽക്കുന്നു എന്ന് വേദാന്തപക്ഷം, കൂടുതൽ സൂക്ഷ്മമായ ആ രണ്ട് ഉത്തരാവസ്ഥകളുടെയും ആവിഷ്കാരങ്ങളെ ചിന്താവിഷയങ്ങളാക്കുന്നു. ഉപനിഷത്തുകളിലെ പാഠ്യവിഷയം ഇതാണ് എന്ന് ഏവർക്കും അറിയാം.

ഏട്ടിലുണ്ടായാൽ പോരല്ലോ, നാട്ടിലും വീട്ടിലും കൂടി വേണ്ടേ? ധാരണകൾ പ്രതിജനഭിന്നമായതിനാൽ ആശയപുനരവതരണം തുടർക്കഥയായേ തീരൂ. അത്തരമൊരു കഥയാണ് ഈ മൃത്യൂപനിഷത്ത്.

എല്ലാ ഉപനിഷത്തുക്കളുടെയും സാരസർവ്വസ്വമാണ് ഭഗവദ്ഗീത. എന്തിനുമേതിനും അതു ധാരാളം മതി. അതു പക്ഷേ,

ആത്യന്തികമായ അറിവിന്റെ സൂക്ഷ്മശരീരവും കാരണശരീരവുമാണ്. അതിന് മജ്ജയും മാംസവും ലാവണ്യവും ഇല്ല - സ്ഥൂലമായ പ്രകൃതിപോലും ഇല്ല.

നമ്മുടെ പ്രത്യേകസാഹചര്യത്തിന് ഉതകും വിധം ഗീതയെ അറിയാൻ നാമതിന് സ്ഥൂലപ്രകൃതി ഉണ്ടാക്കിയെടുക്കണം. എളുപ്പമുള്ള ഒരു വഴി മറ്റൊരു ഉപനിഷത്തിന്റെ വെളിച്ചം കൂടി ഉപയോഗിച്ച് നോക്കിക്കാണുകയാണ്.

ഉദാഹരണത്തിന്, അർജ്ജുനനെ നചികേതസ്സിന്റെ ചേതനയിലേയ്ക്ക് ആവാഹിക്കുക. അഥവാ, നചികേതസ്സിനെ അർജ്ജുനനിലേയ്ക്ക് സന്നിവേശിപ്പിക്കുക.

മൃത്യുവിനെ ജയിക്കാനുള്ള ഒരേ ഒരു വഴി പ്രപഞ്ചത്തിന്റെ അടിസ്ഥാനയാഥാർത്ഥ്യം തിരിച്ചറിയുക മാത്രം. ദുർവ്വാരമായ കാലം തന്നെയാണ് മൃത്യു. എല്ലാ അച്ഛന്മാരും അമ്മമാരും എല്ലാ മക്കളെയും കാലത്തിനാണ് സമർപ്പിക്കുന്നത്. കാലക്രമത്തിൽ അന്തിമയാഥാർത്ഥ്യം തിരിച്ചറിയുമ്പോഴാണ് കാലത്തെ അതിജീവിക്കാനാവുക. അപ്പോഴേ കഴിയൂ.

ഗീത കേട്ടതുകൊണ്ടായില്ല. അതുപയോഗിച്ച് കാലത്തെ അതിജീവിക്കുകയും വേണം. ബുദ്ധികൊണ്ടിത് എങ്ങനെ സാധിക്കാം എന്ന് ആവും വിധം ഈ കൃതി അനുഭവിപ്പിക്കുന്നുണ്ട്.

ഈ അനുഭവരസം ഇതു വായിക്കുന്നവർക്കെല്ലാം അനുഗ്രഹമാകട്ടെ എന്നു പ്രാർത്ഥിക്കാം.

■

മൃത്യുപഞ്ചകം

അർജ്ജുനൻ ചോദിച്ചു: അല്ലയോ മാധവാ, എനിക്കിനി ഇവിടെ അറിയേണ്ടതായി എന്തെങ്കിലുമുണ്ടോ?

മരണത്തെ മാത്രമേയുള്ളൂ. മരണത്തെ അറിയുന്നതോടെ നീ അമരനായിത്തീരും അർജ്ജുനാ.

മഹായോഗിയും നിന്റെ പിതാമഹനും സത്യവതീപുത്രനുമായ വ്യാസർ പറഞ്ഞ അശുഭനിമിത്തങ്ങൾ പൂർവ്വകാലേതന്നെ നീയ്യും ശ്രവിച്ചതല്ലേ?

പശുവിനെ കഴുതകളാണ് രമിക്കുന്നത്. മക്കൾ അമ്മയെ സംഭോഗം ചെയ്യുന്നു. പൂവ്വും കായും വൃക്ഷങ്ങളിൽ അകാലങ്ങളിലാണ് ഉണ്ടാവുന്നത്. കണ്ടാൽ ഭയം തോന്നുന്നവിധം രൗദ്രമായ സന്താനങ്ങളെ നാരിമാർ പ്രസവിക്കുന്നു. കുറുക്കനും കാട്ടുകോഴികളും പരസ്പരം ഇണങ്ങിനിന്നു തിന്നുന്നു. മൂന്നു കൊമ്പ്, നാലു കണ്ണ്, അഞ്ച് കാല്, രണ്ട് ലിംഗങ്ങൾ, രണ്ട് വാല്, രണ്ട് തല, ദുഷ്ടമായ ദംഷ്ട്രങ്ങൾ, ഇവയൊക്കെകൂടിയുള്ള മൃഗങ്ങൾ പിറന്നു വീഴുന്നു. പ്രസവിച്ച ഉടനെ കുഞ്ഞുങ്ങൾ ചിരിച്ചുതുള്ളുകയും ചാടുകയും പാടുകയും ചെയ്യുന്നു. നീചയോനിയിലുണ്ടാകുന്ന ക്ഷുദ്ര സന്താനങ്ങൾ ഭയപ്പെടുത്തുമാറ് നൃത്തം വെക്കുകയും ഉച്ചത്തിൽ കുറുനരികളെപ്പോലെ ഓരിയിടുകയും ചെയ്യുന്നു.

പുഴകൾ മേലോട്ടാണ് ഒഴുകുന്നത്. രക്തം കലങ്ങിയപോലെ നദികൾ തിളച്ചു പൊന്തുന്നു. കുട്ടികൾ കുടിക്കുമ്പോൾ പശുക്കൾ രക്തമാണ് ചുരത്തുന്നത്. ഒറ്റക്കണ്ണും ഒറ്റക്കാലും ഒറ്റച്ചിറകുമുള്ള പക്ഷികൾ രാത്രിയിൽ രൗദ്രമായി ചിലച്ച് ആകാശത്ത് വട്ടം ചുറ്റുന്നു.

ആയുധപ്പുരകളുടെ വാതിലുകളിൽ താനേ അഗ്നി ജ്വലിക്കുന്നു. ഭൂകമ്പത്തിൽ കൊടുമുടികൾ പോലും ഇടിഞ്ഞു വീഴുന്നു. കടൽ ഉൾവലിഞ്ഞ് കരയുടെ ആകൃതി മാറുന്നു. കാറ്റ് കനത്ത് കൊടുങ്കാറ്റായി മാറുന്നു. നിലയ്ക്കാത്ത പേമാരിയിൽ സർവ്വതും നശിക്കുന്നു. പൊടിപടലം മൂലം ദിക്കുകൾ മങ്ങുന്നു. രൗദ്രമായി ഉൽപാതമേഘങ്ങൾ രാത്രിയിൽ ചോര വർഷിക്കുന്നു.

വിപ്രന്മാർ ഹോമിക്കുന്ന അഗ്നിയിൽ നിന്നും വമിക്കുന്ന ചുവന്നും നീലച്ചും മഞ്ഞച്ചുമുള്ള ജ്വാലകൾ ദുർഗന്ധം പുറപ്പെടുവിക്കുകയും പൊട്ടിത്തെറിക്കുകയും ചെയ്യുന്നു. ശബ്ദം, സ്പർശം, രൂപം, രസം, ഗന്ധം ഇവയൊക്കെ മാറുന്നു. കൊടിമരങ്ങൾ ഇളകുകയും പുകയുകയും ചെയ്യുന്നു. വലിയ മരങ്ങളുടെ ഉച്ചിയിൽ നിന്ന് ഉഗ്രമായ ശബ്ദത്തോടുകൂടി അഗ്നിയും പുകയും ഉദ്ഗമിക്കുന്നു. പക്ഷികൾ ഘോരമായി ശബ്ദിച്ച് പരക്കം പായുന്നു. മത്തഗജങ്ങളും കുതിരകളും വ്യാളങ്ങളും ഇടതടവില്ലാതെ കരഞ്ഞാർക്കുന്നു.

കാലം ലോകത്തെ മുടിച്ചുകൊണ്ടിരിക്കുകയാണ്. അതുകൊണ്ട് ഈ രാത്രി തീർന്നാൽ അത്യാപത്ത് തീർച്ചയാണ്....

എന്നിട്ടും നീ, നീമാത്രം! എന്താണ് അർജ്ജുനാ ഇത്?

അർജ്ജുനൻ നടന്നുകൊണ്ടേയിരുന്നു...

നദിയിലൂടെ

നദിക്കരയിലൂടെ

കരയിലുറഞ്ഞ ചതുപ്പിലൂടെ

ചതുപ്പിലമരുന്ന നഗ്നപാദങ്ങൾ

വിരൽത്തുമ്പുകളിലെ തണുത്ത ജലസ്പർശം

ഒരു മാത്ര ധ്യാനനിരതനായി....

എങ്ങും ആർത്തലയ്ക്കുന്ന ഹിരണ്വതിനദി. കറുത്ത കരിമ്പാറക്കൂട്ടങ്ങൾ. പുകയുതിർക്കുന്ന പർവ്വതങ്ങൾ. കാറ്റിന് ശവത്തിന്റെ ഗന്ധമാണ്. അകലെയുള്ള ശ്മശാനങ്ങളിൽ ഇപ്പോഴും ചിതകൾ കത്തിക്കൊണ്ടിരിക്കുന്നു.

വെളിംപുറങ്ങളിൽ തമ്പടിച്ചിരിക്കുന്ന വണ്ടികളും വാണിഭക്കാരും വൈദ്യന്മാരും വേശ്യകളും പരിചാരകരും അമാലന്മാരും അമാത്യന്മാരും പെരുമ്പറകൾ കൊട്ടി രാത്രിയുടെ വന്യതയിൽ ചുവടുവെക്കുന്നതിന്റെ ശബ്ദവീചികൾ അരിച്ചെത്തുന്നുണ്ട്.

അർജ്ജുനൻ നടന്നുകൊണ്ടേയിരുന്നു...

നദിയിലൂടെ

നദിക്കരയിലൂടെ

കരയിലുറഞ്ഞ ചതുപ്പിലൂടെ

ചതുപ്പിലമരുന്ന നഗ്നപാദങ്ങൾ.

പെട്ടെന്ന്,

ആരോ തന്നെ വിളിച്ചപോലെ

'ഹേ കൗന്തേയാ....'

ആരാണത്?!

പിൻതിരിഞ്ഞു നോക്കിയപ്പോൾ നോക്കെത്താദൂരത്തോളം പരന്നുകിടക്കുന്ന മണൽത്തിട്ടകളിൽ മുഴുവൻ മനുഷ്യരെക്കാൾ കൂടുതൽ ചെന്നായ്ക്കളും കുറുനരികളും കഴുതപ്പുലികളുമാണ്. അവ ഉമിനീരിറ്റുവീഴുന്ന പെരുംനാക്കുകൾ പുറത്തേക്കു നീട്ടി, ഒട്ടിയ വയറുകളോടെ കിഴക്കോട്ടു മുഖം തിരിച്ച് അക്ഷമരായി കിടക്കുന്നു.

ആകാശത്തിലാണെങ്കിൽ ഈ രാത്രിയിലും കഴുകന്മാരും കാകന്മാരുമാണ് വട്ടമിട്ട് പറന്നുകൊണ്ടിരിക്കുന്നത്. ശവംതീനികളായ അവയുടെ പ്രാണരോദനങ്ങൾക്ക്, കുരുക്കൾക്കു മുമ്പിൽ തീണ്ടാരിയായിരിക്കേ ഉടുതുണിയുരിയേണ്ടിവന്ന യജ്ഞസേനിയുടെ നിസ്സഹായമായ നിലവിളികളുടെ വിദൂര ഛായപോലെ.

വല്ലാത്ത കാഴ്ചകൾതന്നെ!

ഒന്നു പിൻതിരിഞ്ഞു

നോക്കുവാൻ പോലും

ആവുന്നില്ല.

അതിഘോരവും അതിശയകരവുമായ കാഴ്ചകൾ!

അർജ്ജുനൻ നടന്നുകൊണ്ടേയിരുന്നു.

നദിയിലൂടെ

നദിക്കരയിലൂടെ

കരയിലുറഞ്ഞ ചതുപ്പിലൂടെ

ചതുപ്പിലമരുന്ന നഗ്നപാദങ്ങൾ...

അർജ്ജുനൻ ചുറ്റും കണ്ണോടിച്ചു. താനിപ്പോൾ എവിടെയാണ്? ശരീരം വല്ലാതെ തളർന്നുപോകുന്ന പോലെ. പേശികൾ വലിഞ്ഞുമുറുകുന്നു. കൈകാലുകൾ കുഴഞ്ഞുപോയിരിക്കുന്നു. ഇനി ഒരടിപോലും നടക്കാൻ വയ്യ!

മണൽത്തിട്ടകൾക്കപ്പുറത്ത് പെരുംപാമ്പുകളെപ്പോലെ വളഞ്ഞു പിരിഞ്ഞുകിടക്കുന്ന ഏതോ വടവൃക്ഷത്തിന്റെ വേരുകളിലേക്ക് അർജ്ജുനൻ സൂക്ഷിച്ചുനോക്കി.

അജ്ഞാതവാസക്കാലത്ത് തന്റെ ഗാണ്ഡീവവും അമ്പൊടുങ്ങാത്ത ആവനാഴിയും ഒളിപ്പിച്ചുവെച്ച യമുനാതീരത്തുള്ള വിരാടപുരിയിലെ ശമീവൃക്ഷമല്ലേയിത്?

കുന്നിൻമുകളിലെ ചുടുകാടിനടുത്തുള്ള ചമതവൃക്ഷം!

ജ്യേഷ്ഠനല്ലേ ഈ വൃക്ഷം ചൂണ്ടിക്കാണിച്ചുതന്നത്?

എവിടെ ഇതിന്റെ കോടരത്തിൽ നകുലൻ കെട്ടിത്തൂക്കിയ ശവശരീരം?

വിരാടനഗരത്തിന്റെ ഏതോ പ്രാന്തപ്രദേശത്താണോ താനിപ്പോൾ എത്തിപ്പെട്ടിരിക്കുന്നത്?

ആരോ തന്നെ പിന്നേയും വിളിച്ചപോലെ...

'ഹേ, കൗന്തേയാ....'

പരിചയമുള്ള ശബ്ദം!

കേട്ടുപഴകിയ സ്വരം!

തന്റെ തന്നെ ശബ്ദം പോലെ!

ആരാണത്? അതും പേരെടുത്തുവിളിച്ചുകൊണ്ട്? നാമരൂപാദികൾ അജ്ഞാതമായ ഈ മൃത്യുഗഹ്വരത്തിനുള്ളിൽ ആർക്കാണ് തന്റെ പേരറിയുന്നത്?

മനസ്സ് അന്നമയമല്ലാതായിത്തീരുമ്പോൾ മൃത്യുവിനെ അടുത്തറിയാനാവുമെന്ന് ജ്യേഷ്ഠനായ ധർമ്മപുത്രർ പറയാറുണ്ട്. അങ്ങനെയാണെങ്കിൽ വിജനവും ഇരുൾ മൂടിയതുമായ ഈ മണൽപരപ്പിൽ മൃത്യുവിന്റെ കാലൊച്ചയായിരിക്കണം കേട്ടത്.

മൃത്യു തന്റെ അരികിലെത്തിയിരിക്കുന്നു.

നനഞ്ഞ ചിറകുകളൊതുക്കി

ചുവന്ന ചുണ്ടുകളുരസി

പതുങ്ങിയ ചുവടുകളോടെ.

ഒരു മാത്ര!

ദിക്കുകളെല്ലാം നിശ്ശബ്ദമായി.

ദിഗന്തങ്ങളും ചലനമറ്റു.

ദിനാന്ത്യത്തിന്റെ വരവോതിക്കൊണ്ട്

കാലവൈരികൾ കൂവാൻ തുടങ്ങി.

എങ്ങും മൃത്യുഗന്ധം...

സാവധാനം ഞെട്ടറ്റ ഒരു കരിയിലപോലെ,

അർജ്ജുനൻ മണ്ണിന്റെ നനവുകളിലേക്ക് ഊർന്നിറങ്ങി.

അവിടെ,

അർജ്ജുനൻ മാത്രം.

ആദിബീജമായി

അന്നമായി

പർജ്ജന്യമായി

ആകാശവും അക്ഷരവുമായി...

'ഹേ, കൗന്തേയാ...' അർജ്ജുനൻ കാതോർത്തു. ആരോ തന്നെ വിളിച്ചുകൊണ്ടിരിക്കുന്നുണ്ട്.

നീ ആരാണ് സുഹൃത്തേ?

ഞാൻ നീ തന്നെയാണ് ധനഞ്ജയാ.

ഞാനോ?!

നീ തന്നെ. നിന്നിലെ നീ.

എന്നിലെ ഞാനോ?!

അതെ. എല്ലാറ്റിനും സാക്ഷിമാത്രമായി വർത്തിച്ച നിന്നിലെ നീ. നിനക്കിതുവരേയും കണ്ടെത്താൻ കഴിയാത്ത, നീയ്യിതുവരേയും അന്വേഷിക്കാതിരുന്ന നിന്നിലെ നീ.

ശുദ്ധനുണ!

ഒരിക്കലുമല്ല ധനഞ്ജയാ. നീ നിന്റെ അഹംബോധത്തിന്റെ ആഴങ്ങളിലേക്ക് ആഴ്ന്നാഴ്ന്നുവരും തോറും നിനക്കെന്നെ വെളിപ്പെട്ടുകിട്ടും.

എനിയ്ക്കൊന്നും മനസ്സിലാകുന്നില്ല. നീയാരാണെന്ന് തെളിയിച്ച് പറഞ്ഞാലും സുഹൃത്തേ?

ഞാൻ പറഞ്ഞല്ലോ ധനഞ്ജയാ, ഞാൻ നീ തന്നെയാണെന്ന്.

എങ്കിൽ പറയൂ, നീ എവിടെയാണ്? എനിക്കു നിന്നെ കാണാൻ കഴിയുന്നില്ലല്ലോ?

ഞാൻ നിന്നിൽതന്നെയാണ് ധനഞ്ജയാ. അതുകൊണ്ടാണ് നിന ക്കെന്നെ ബാഹ്യനേത്രങ്ങൾകൊണ്ടൊന്നും കാണാൻ കഴിയാത്തത്.

അങ്ങ് മൃത്യുദേവനാണോ?

ഹേ, നചികേതാ, ഞാൻ മൃത്യുദേവനുമാണ്.

എങ്കിൽ അങ്ങയുടെ ആ അദൃശ്യകരങ്ങൾകൊണ്ട് എന്നെയൊന്ന് സ്പർശിച്ചുകൂടെ?

മൃത്യു എന്നത് പൂർണ്ണസ്വാതന്ത്ര്യത്തിലേക്കുള്ള ആവിഷ്കാരമാണ് ധനഞ്ജയാ. മുളപൊട്ടുന്ന ഒരു വിത്ത് മരിക്കുകയല്ല. മറിച്ച് പരിപൂർണ്ണ മായി ആവിഷ്കരിക്കപ്പെടുകയാണ് ചെയ്യുന്നത്. അതുകൊണ്ട് നീ എന്തിന് വെറുതെ മരണത്തെക്കുറിച്ച് മാത്രം ചിന്തിക്കുന്നു?

കാരണമില്ലാത്ത സന്തോഷമാണ് എനിക്കിപ്പോൾ മരണം.

ആ മരണസമാനമായ സന്തോഷം ജാഗ്രതവസ്ഥയിൽ നീ അന്വേഷി ക്കാത്തതെന്ത്?

മൃത്യു മാത്രമേ ആശ്രയമുള്ളൂവെന്ന് കണ്ടെത്തിയതുകൊണ്ട്.

മൃത്യു ആരേയും ഇല്ലാതാക്കുന്നില്ല ധനഞ്ജയാ. അത് താൽക്കാലിക മായൊരു നിദ്രമാത്രമാണ്. അതിൽ നിന്ന് നിനക്ക് ഉണരേണ്ടതുണ്ട്. അതു കൊണ്ടുതന്നെ അതൊരിക്കലും ഒരാശ്രയവുമല്ലെന്നറിയുക.

അതു തീർത്തുപറയാൻ നീയ്യാരാണ്? മൃത്യുവാണോ? അതോ കുരു ക്കളുടെ മിത്രമോ?

ഞാനത് ആദ്യമേ പറഞ്ഞുവല്ലോ, ഞാൻ നീ തന്നെയാണെന്ന്.

എനിക്കൊന്നും മനസ്സിലാകുന്നില്ല. എന്റെ കരചരണങ്ങളെല്ലാം തളർന്നുപോകുന്നു. വാക്കുകൾ പോലും എനിക്ക് നഷ്ടപ്പെടുകയാണ്.

വിചാരങ്ങളാണ് വാക്കുകളായി പരിണമിക്കുന്നത് ധനഞ്ജയാ. അതി നാൽ ആദ്യം നീ നിന്റെ വിചാരങ്ങളിൽനിന്നും മൃത്യുമുക്തനായിത്തീർ ന്നാലും.

എനിക്കതിനു കഴിയുന്നില്ല.

തീർച്ചയായും കഴിയും. മൃത്യുവിനെ സ്വയം വരിക്കാൻ നിന്നെ പ്രേരി പ്പിക്കുന്നത് ആരാണ്? ചോദിക്കുക.

ആരോട്?

നിന്റെ മനസ്സെന്ന കടിഞ്ഞാൺ പിടിച്ചിരിക്കുന്ന ബുദ്ധിയോടുതന്നെ ചോദിക്കുക. നീ ബുദ്ധിയെയാണ് ശരണം പ്രാപിക്കേണ്ടത്.

ഞാൻ....

ധനഞ്ജയാ, നിന്നിലെ മനസ്സാണിപ്പോൾ കാര്യങ്ങൾ നിയന്ത്രിക്കുന്നത്. അതുകൊണ്ടാണ് കേവലം മൃത്യുവിൽനിന്നുപോലും നിനക്ക് രക്ഷപ്പെടാൻ കഴിയാത്തത്. നിനക്കിപ്പോൾ നിന്റെ മനസ്സിനേയും ബുദ്ധിയേയും

വേർതിരിച്ച് കാണുവാൻ പോലും കഴിയുന്നില്ല. നിന്നിൽ ബുദ്ധിയുടെ സ്ഥാനത്ത് മനസ്സാണ് വേഷം മാറി വന്നുനിൽക്കുന്നതെന്ന് നീ അറിഞ്ഞാലും. അതിനാൽ സമൂലനാശം മാത്രമായിരിക്കും ആത്യന്തികഫലം. നിന്റെ കാര്യങ്ങളെ നിയന്ത്രിക്കേണ്ടത് ബുദ്ധിയാണെന്നറിയുക. നീ ബുദ്ധിയെ മാത്രമാണ് ശരണം പ്രാപിക്കേണ്ടത്.

വേഷപ്രച്ഛന്നനായി വന്നുനിൽക്കുന്ന മനസ്സിനെ ഞാനെങ്ങനെയാണ് തിരിച്ചറിയുക?

ആകാശത്തിലെ മേഘങ്ങൾ ഒരിക്കലും സ്ഥായിയല്ല. അതുപോലെയാണ് ചിന്തകളുടെ കൂട്ടമായ മനസ്സും. അതെപ്പോഴും മാറിക്കൊണ്ടിരിക്കും.

എനിക്കൊന്നും തിരിച്ചറിയുവാൻ കഴിയുന്നില്ല. എത്രയോ കലുഷിതമാണ് എന്റെ മനസ്സ്. അതിനുള്ളിൽ രക്തരൂഷിതമായ ഏതൊക്കെയോ ഘോരയുദ്ധങ്ങൾ നടക്കുന്നപോലെ.

എല്ലാ യുദ്ധങ്ങളുടേയും ആരംഭവും അവസാനവും നിശ്ചയിക്കുന്നത് മനുഷ്യമനസ്സാണ് ധനഞ്ജയാ. അതുകൊണ്ട് നിന്റെ മനസ്സിനെ ബാധിച്ചിരിക്കുന്ന എല്ലാ മുറിവുകളിൽനിന്നും മുക്തനായി നീയിപ്പോൾ ശാന്തസുന്ദരമായ നിദ്രയിലേക്ക് വിലയം പ്രാപിക്കുക.

ശാന്തമായ നിദ്ര എനിക്ക് എന്നോ നഷ്ടപ്പെട്ടു.

അത് നിന്റെ മനസ്സിന്റെ വെറും തോന്നൽ മാത്രമാകുന്നു. നിദ്ര നഷ്ടപ്പെട്ടാൽ എല്ലാം നഷ്ടപ്പെടണമായിരുന്നു. പക്ഷേ, നിനക്ക് നീ നഷ്ടപ്പെട്ടിട്ടില്ലെന്ന് തിരിച്ചറിയുക.

എങ്ങനെയാണു സുഹൃത്തേ?

നീ മനസ്സിനെ ശാന്തമാക്കി നിദ്രയിലേക്ക് ആഴ്ന്നിറങ്ങുക.

എനിക്കതിന് കഴിയുമെന്ന് തോന്നുന്നില്ല. എല്ലാം നഷ്ടപ്പെട്ടവനാണ് ഞാൻ. എപ്രകാരമാണോ കുട്ടിക്കാലത്ത് കടൽത്തീരത്തെ മണൽപ്പരപ്പിൽ ഉണ്ടാക്കിയ കളിവീടുകൾ തിരമാലകൾ കടലിലേക്ക് കൊണ്ടുപോയത് അതുപോലെ ക്രൂരമായ വിധി എന്നിൽനിന്ന് എല്ലാം തട്ടിപ്പറിച്ചുകൊണ്ടുപോയി. ഇനി ശേഷിക്കുന്ന മുഷിഞ്ഞ ഈ ശരീരംകൊണ്ട് എനിക്ക് യാതൊരു പ്രയോജനവുമില്ല.

അജ്ഞാനത്തിൽ നിന്നുകൊണ്ടാണ് നീയിതെല്ലാം സംസാരിക്കുന്നത് ധനഞ്ജയാ. ഇപ്പോൾ ഈ മൃത്യുമുഖത്തേക്കുള്ള യാത്രപോലും തികഞ്ഞ അജ്ഞതയിലാണെന്ന് തിരിച്ചറിയുക നീ.

എനിക്കിനിയും ഒരുപാട് സംസാരിക്കാനുണ്ട്. അതു കൂടി കേൾക്കുക.

ഉള്ളിൽ ഒരുപാട് യുദ്ധങ്ങൾ നടക്കുന്നതുകൊണ്ടാണ് ധനഞ്ജയാ നിനക്ക് ഒരുപാട് സംസാരിക്കേണ്ടിവരുന്നത്. ഹൃദയം ശാന്തമായാൽ അധരങ്ങളും ശാന്തമാകും.

മൃത്യുമുഖത്ത് എത്തിനിൽക്കുന്ന ഒരാൾക്ക് ഇങ്ങനെയൊക്കെയേ സംസാരിക്കാനാവൂ.

മൃത്യു നിന്നിൽനിന്ന് വേറിട്ടൊന്നല്ലെന്ന് അറിയുക നീ. ജനനത്തോടെ തന്നെ മരണത്തിലേക്കുള്ള ദൂരവും നിശ്ചയിച്ചുകഴിഞ്ഞിട്ടുണ്ട്. അതുകൊണ്ട് മൃത്യു നിന്നോട് സദാ ചേർന്നുനിൽക്കുന്ന ഒന്നുതന്നെയാണ്. അതിൽ നിന്നൊരിക്കലും നിനക്ക് രക്ഷപ്പെടാനും ആവില്ലെന്നറിയുക.

അതുതന്നെയാണ് എനിക്കു വേണ്ടതും.

ഏത്?

മൃത്യുവിൽനിന്ന് രക്ഷപ്പെടാതിരിക്കൽ. പ്രശ്നസങ്കീർണ്ണമായ ജീവിതത്തിൽ ഒരിക്കലെങ്കിലും ആത്മഹത്യയെക്കുറിച്ച് ചിന്തിക്കാത്തവർ ഉണ്ടായിരിക്കില്ല

ധനഞ്ജയാ, നീ കരുതുന്ന സ്വയംമൃത്യുവിന് നമ്മൾ പറഞ്ഞുവന്നതുമായി യാതൊരു ബന്ധവുമില്ല. ആത്മഹത്യ എന്നത് ആത്മാവിന്റെ ഹത്യയല്ല. അത് ശരീരത്തിന്റെ മാത്രം ഹത്യയാണ്. നീ ആദ്യം നിന്നിലെ നിന്നെ തിരിച്ചറിയുക.

എന്നിലെ ഞാൻ എവിടെയാണ്? നീണ്ട യാത്രകൾകൊണ്ട് തളർന്നു വിവശനായ എന്റെ പഞ്ചേന്ദ്രിയങ്ങൾകൊണ്ടൊന്നും എന്നിലെ എന്നെ എനിക്ക് തിരിച്ചറിയാൻ ആവുന്നില്ലല്ലോ.

ബാഹ്യേന്ദ്രിയങ്ങൾക്കും അപ്പുറത്താണ് ധനഞ്ജയാ നിന്നിലെ നീ. ഈ പഞ്ചഭൂതങ്ങളിൽ എന്തൊക്കെയുണ്ടോ അതെല്ലാം നിന്നിലെ നീയിലാണ്. എന്നാൽ അതിലൊന്നും നിന്നിലെ നീ ഉണ്ടായിരിക്കണമെന്നില്ല ധനഞ്ജയാ.

നീ എവിടെയാണ് സുഹൃത്തേ?

അറിവിന്റെ രൂപത്തിലായി ഞാനെപ്പോഴും നിന്നോടുകൂടെതന്നെയുണ്ട് ധനഞ്ജയാ.

എവിടെ?

എവിടേയും...

എപ്പോൾ?

എപ്പോഴും...

എന്നാൽ ഞാനിപ്പോൾ എവിടെയാണ് എത്തിപ്പെട്ടിരിക്കുന്നത്?

അന്തർയാമിയായ അഹംബോധത്തോട് ഈ ഏകാന്തമായ ധ്യാനാവസ്ഥയിൽ നീ സംസാരിച്ചുനോക്കുക. ഉത്തരങ്ങൾ താനേ കിട്ടും.

എന്റെ കാഴ്ച താനേ മങ്ങുന്നു. എന്റെ കേൾവി താനേ ഇല്ലാതാവുന്നു. ശബ്ദസ്പർശരൂപരസഗന്ധാദികളൊന്നും എനിക്ക് അനുഭവിക്കാനേ

കഴിയുന്നില്ല. ഞാനിപ്പോൾ മൃത്യുസമാനമായ സൂക്ഷ്മസുഷുപ്തിയിലേക്ക് ആഴ്ന്നിറങ്ങുന്നപോലെ. ഞാനും നീയുമെന്നുള്ള വ്യാവഹാരിക ലോകത്തു നിന്നു ഞാൻ മാത്രമായ പാരമാർത്ഥിക ലോകത്തിലേക്ക് എത്തിപ്പെട്ടിരിക്കുന്നതു പോലെ.

വരിക. സാവധാനം വരിക. നിദ്രാസമാനമായ ധ്യാനാവസ്ഥിതമനസ്സിന്റെ നിർമമതയിലേക്ക് സാവധാനം വരിക. ഇവിടെ സമുദ്രസമാനമായ ശാന്തത മാത്രമാണുള്ളത്. ഇവിടെ നിനക്ക് എല്ലാം വെളിപ്പെട്ടുകിട്ടും. ഉണ്ടായി, വളർന്ന്, പരിണമിച്ച്, നിലനിന്ന്, ക്ഷയിച്ച്, നശിച്ചുപോകുന്ന ശരീരത്തിൽ നിന്ന് അശരീരത്തിലേക്കാകട്ടെ ഇനി നിന്റെ യാത്ര. അവിടെ ആ ഒന്നുമാത്രമേയുള്ളൂ. ആ സത്‌വസ്തു. അത് ആരുടേയുമല്ല. അതിനു മദ്ധ്യേ സംഭവിച്ചതെല്ലാം നല്ലതിനു മാത്രമാകട്ടെ. കാരണം അതിലൊന്നും നിനക്ക് പങ്കില്ല ധനഞ്ജയാ. നീ കേവലം ഒരു സാക്ഷിമാത്രമാണ്.

ശരിയാണ്. ഞാൻ ഓർക്കുന്നു. എന്റെ ഇന്നലെകൾ മാതാവ്, പിതാവ്, പിതാമഹന്മാർ, ആചാര്യന്മാർ, മാതുലന്മാർ, സഹോദരങ്ങൾ, പുത്രന്മാർ, പൗത്രന്മാർ, സ്നേഹിതന്മാർ, ശ്വശുരന്മാർ, പത്നിമാർ, സ്നുഷമാർ, അവരുടെ മക്കൾ, അങ്ങനെ എല്ലാം, എല്ലാം....

വരിക, സാവധാനം വരിക... നിദ്രാസമാനമായ ധ്യാനാവസ്ഥിത മനസ്സിന്റെ നിർമമതയിലേക്ക്.... വരിക... സാവധാനം വരിക.....

ധ്രുവം ജന്മ മൃതസ്യ ച

ഓരോ ഉറക്കവും
ഉണർച്ചയോടെ അവസാനിക്കുന്നു.
ഓരോ മരണവും
ജനനത്തോടെയും.....

അർജ്ജുനാ, എഴുന്നേറ്റാലും. നിന്നെ ഉയർത്താൻ നിന്നിലെ നിനക്കു മാത്രമേ കഴിയൂ. നിന്നിലെ നീ തന്നെയാണ് നിന്റെ ബന്ധുവും ശത്രുവും. നിന്നിലെ നിന്നെ നിനക്ക് ജയിക്കാൻ കഴിഞ്ഞാലേ നിന്നിലെ നീ നിന്റെ ബന്ധുവാകൂ. നിന്നിലെ നിന്നെ നിനക്ക് ജയിക്കാൻ കഴിയാത്തിടത്തോളം നിന്നിലെ നീ നിനക്ക് ശത്രുവായി വർത്തിക്കും. അതുകൊണ്ട് എഴുന്നേറ്റാലും. മഹാഭാരതയുദ്ധത്തിന്റെ രക്താഭമായ പ്രഭാതം കിഴക്കിതാ ഉദിച്ചുയരുന്നു.

പുക വമിക്കുന്ന പർവ്വതനിരകളുടെ ഉച്ചിയിൽനിന്നും കനൽച്ചീളുകൾ പോലെ ശോണരശ്മികൾ കത്തിപ്പടർന്നു തുടങ്ങി.

മഞ്ഞുറഞ്ഞ വന്മരങ്ങളുടെ ശിഖിരങ്ങളിൽ അഗ്നിച്ഛവി പടർന്നുപിടിക്കുന്നു.

കരിമേഘങ്ങൾ കനൽ തീണ്ടിയ കണ്ണുകളോടെ കാറ്റിലുലഞ്ഞു തുടങ്ങി.

പൂർവ്വാചലത്തിൽനിന്നും പക്ഷിമൃഗാദികൾ കൂട്ടത്തോടെ ആർത്തു കരഞ്ഞ് ദിക്കുകൾ തെറ്റി പലായനം ചെയ്യുകയാണ്.

ആകാശച്ചെരുവിൽ കാലംതെറ്റിയ വർഷപാതങ്ങളുടെ ഇടിമിന്നലുകൾ ഉരുവംകൊണ്ടുതുടങ്ങി.

ഹേ, ഭാരതാ, ജന്മജരാമരണാദിബഹുവിധദുഃഖസമുദ്രത്തിൽ മുങ്ങിപ്പൊങ്ങിക്കൊണ്ടിരിക്കുന്ന ജീവനെ വിവേകവൈരാഗ്യസഹിതനായ ആത്മാവിനെക്കൊണ്ടുതന്നെ ഉയർത്തണം. എന്തെന്നാൽ ആത്മാവുതന്നെയാണ് അത്മാവിന്റെ ബന്ധുവും, അതേ ആത്മാവുതന്നെയാണ് ആത്മാവിന്റെ ശത്രുവും.

ഇന്ദ്രിയവിഷയസംബന്ധമായ മനസ്സിനെ ബുദ്ധികൊണ്ട് നിയന്ത്രിക്കാൻ കഴിയുന്ന ഒരുവന് സ്വന്തം അന്തഃകരണം ഒരുറ്റ ബന്ധുവിനെപ്പോലെ സഹായിയായി എപ്പോഴും വർത്തിക്കും. എന്നാൽ ബുദ്ധികൊണ്ട് മനോനിയന്ത്രണം സാദ്ധ്യമാകാത്ത ഒരുവന് സ്വന്തം അന്തഃകരണം ഒരു ശത്രുവിനെപ്പോലെ എതിരായി വർത്തിക്കുകയും ചെയ്യും.

അതുകൊണ്ട് അർജ്ജുനാ, ആത്മബോധം സമ്പാദിച്ച് സംസാരസമുദ്രത്തിൽനിന്നും സ്വയമേവ രക്ഷപ്പെടാനായി നീ എഴുന്നേറ്റാലും... അതാ മഹാഭാരതയുദ്ധത്തിന്റെ രക്താഭമായ പ്രഭാതം കിഴക്കുദിച്ചുയരുന്നു.

യുദ്ധസന്നാഹങ്ങൾ

കുരുക്ഷേത്രയുദ്ധം സമാഗതമായി. ഇരുസൈന്യങ്ങളും വ്യൂഹങ്ങൾ ചമച്ച് കിഴക്കും പടിഞ്ഞാറും ദിക്കുകളിലേക്ക് അഭിമുഖമായി നിലയുറപ്പിച്ചു. പാണ്ഡവസൈന്യം സൂര്യോദയവും കൗരവസൈന്യം സൂര്യാസ്തമയവും കാണുന്ന തരത്തിലാണ് അണിനിരന്നിരിക്കുന്നത്.

രാജ്യത്തിലുള്ളിടത്തോളം ആനകളും തേരുകളും ആളുകളും കുതിരകളുമൊക്കെ യുദ്ധക്കളത്തിലെത്തി.

ഓരോ രാജ്യങ്ങളിലേയും സൈന്യങ്ങൾ തങ്ങളുടെ കൂറുകൾക്കനുസൃതമായി ദുര്യോധനന്റേയും ധർമ്മപുത്രരുടെയും പാർശ്വവർത്തികളായി യുദ്ധക്കളത്തിൽ ഇടം നേടി. കുരുക്ഷേത്രഭൂമിയിലെ കാടും മേടും നാടും നദിയുമൊക്കെ വന്നുകൂടിയ സൈന്യങ്ങളെക്കൊണ്ട് നിറഞ്ഞിരുന്നു. ആയുധമേന്തുന്നവർ ആയുധങ്ങൾ സൂക്ഷിക്കാനായി കുന്നിൻചെരുവുകൾ നോക്കി വലിയ വലിയ തുരങ്കങ്ങളും ആയുധപ്പുരകളും കെട്ടിപ്പൊക്കി. ആനകൾക്കും കുതിരകൾക്കുമായി പടുകൂറ്റൻ പന്തികൾ ഉയർന്നു.

പടയാളികൾക്ക് ഭക്ഷണം കഴിക്കുന്നതിനായി നദികളുടെ തീരം നോക്കി വമ്പൻ ഊട്ടുപുരകൾ പണികഴിപ്പിച്ചു. മണൽക്കാറ്റ് ഏൽക്കാതിരിക്കാനായി കാലാളുകൾക്ക് പടച്ചട്ടകൾ നൽകി. സൈനികരേയും സാമഗ്രികളേയും തിരിച്ചറിയുന്നതിനായി മുദ്രകളും അടയാളങ്ങളും ആയുധം സൂക്ഷിക്കുന്നതിനായി ഉറകളും നൽകിയിരുന്നു. യോദ്ധാക്കൾക്ക് യുദ്ധക്കലി പകരാനായി പെരുമ്പറമുഴക്കക്കാരേയും ഭേരിവാദ്യക്കാരേയും കൊമ്പൂത്തുകാരേയും ഇരുസൈന്യങ്ങളും പ്രത്യേകം പ്രത്യേകം ദിശകളിലായി സജ്ജീകരിച്ചിരുന്നു. അവരുടെ വാദ്യഘോഷങ്ങളും കൊമ്പുവിളികളും യുദ്ധഭൂമിയെ സദാ കലുഷിതമാക്കിക്കൊണ്ടിരുന്നു. ഇടിവെട്ടുന്നതുപോലെയുള്ള പെരുമ്പറമുഴക്കങ്ങൾ ദിക്കുകളെപ്പോലും പ്രകമ്പനം കൊള്ളിച്ചു. കൊമ്പുവിളികൾ കൊലവിളിപോലത്തെ കരച്ചിലുകളായി മാറി.

പാണ്ഡവസൈന്യം വീരനായ ധൃഷ്ടദ്യുമ്നന്റെ കീഴിലാണ് അണിനിരന്നിരിക്കുന്നത്. പതിനായിരം കുതിരകളും പതിനായിരം ആനകളും പതിനായിരം കാലാളും പതിനായിരം രഥങ്ങളും ധർമ്മപുത്രർ സൈന്യാധിപനു മാത്രമായി നൽകിയിരുന്നു.

ഭീമകർമ്മം അനുഷ്ഠിക്കുന്നതിനായി ഗദയേന്തി നിൽക്കുന്ന ദുർദ്ധർഷനായ ഭീമസേനനെ സഹായിക്കുന്നതിനായി ദ്രൗപദേയന്മാരേയും അഭിമന്യുവിനേയും മാദ്രീപുത്രന്മാരേയും പ്രഭദ്രികന്മാരേയും ധർമ്മപുത്രർ നിയോഗിച്ചു.

പാണ്ഡവപക്ഷത്ത് നിലയുറപ്പിച്ചിരിക്കുന്ന വിരാടൻ, ദ്രുപദൻ, പാഞ്ചാലൻ, തുടങ്ങിയവരെല്ലാം പതിനായിരക്കണക്കിന് സൈനികവ്യൂഹങ്ങളുടെ മദ്ധ്യേ കടൽപോലെ ശോഭിച്ചു. വീരന്മാരും ഗദാചാപധരന്മാരും യോഗ്യരുമായ ജയസേനാദികളേയും മത്സ്യനെയും, യുധാമന്യു, ഉത്തമൗജസ്സ് എന്നീ പാഞ്ചാലവീരന്മാരേയും പിൻതുടർന്ന് സൈനികവ്യൂഹങ്ങളുടെ മുമ്പിലായി മാധവനും അർജ്ജുനനും അഗ്നിപോലെ കത്തിജ്ജ്വലിച്ചുനിന്നു.

കൗരവപക്ഷത്ത് പിതാമഹനായ ഭീഷ്മരുടെ സേനാധിപത്യത്തിനു കീഴിലായിരുന്നു ദുര്യോധനന്റെ പതിനൊന്ന് അക്ഷൗഹിണിസൈന്യങ്ങൾ വ്യൂഹം ചമച്ച് നിന്നിരുന്നത്. ആചാര്യനായ ദ്രോണർ, കൃപർ, ശല്യർ എന്നിവർ കുരുസൈന്യത്തിന്റെ മുമ്പിൽ തന്നെയുണ്ട്. അവർക്കു പുറകിലായി പതിനായിരക്കണക്കിന് ആന, പതിനായിരക്കണക്കിനു കുതിര, പതിനായിരക്കണക്കിനു തേര്, പതിനായിരക്കണക്കിനു കാലാൾ, എന്നിവയുമായി വിന്ദാനുവിന്ദർ, അവന്ത്യന്മാർ, കേകയന്മാർ, ബാൽഹീകന്മാർ എന്നിങ്ങനെയുള്ളവർ അണിനിരന്നിരിക്കുന്നു.

അശ്വത്ഥാമാവ്, ഗാംഗേയൻ, സിന്ധുരാജാവായ ജയദ്രഥൻ, ദാക്ഷിണാത്യർ, പ്രതീച്യന്മാർ, പാർവ്വതീയന്മാരായ രാജാക്കന്മാർ, ഗാന്ധാരരാജാവായ

ശകുനി, പ്രാച്യരും ഉദീച്യരുമായ എല്ലാവരും, ശകന്മാർ, കൈരാതന്മാർ, യവനന്മാർ, ശിബിമാർ, വസാതികൾ എന്നിവരെല്ലാം അവരവരുടെ പടകളോടുകൂടി പിതാമഹനുചുറ്റും മേഘമാലകൾപോലെ അണിനിരന്നിട്ടുണ്ട്.

ധാർത്തരാഷ്ട്രനായ ദുര്യോധനനെ വലയം ചെയ്ത് ഗർത്തൻ, കൃതവർമ്മാവ്, ശലൻ, യുപദ്ധ്വജൻ, ശല്യൻ, കോസലേന്ദ്രൻ ബൃഹദ്രഥൻ എന്നിവർ വലിയ വ്യൂഹം ചമച്ച് നിലകൊള്ളുന്നു.

യുദ്ധഭൂമി ലോകാന്ത്യത്തിലെ കൊടുങ്കാറ്റിൽപ്പെട്ട സമുദ്രംപോലെ ഇരമ്പുകയാണ്. സൃഗാലന്മാർ ഘോരമായി ഓരിയിടാനും ഒറ്റക്കണ്ണും ഒറ്റക്കാലും ഒറ്റച്ചിറകുമുള്ള വർത്തികകൾ കത്തുന്ന സൂര്യനെനോക്കി ഉത്കടമായി ചോര കക്കാനും തുടങ്ങി. ചരൽപ്പൊടി പറപ്പിച്ചു രൂക്ഷമായി ചുഴലിക്കാറ്റാഞ്ഞടിച്ചു. മൃഗങ്ങളും പക്ഷികളും ആർത്തു കരഞ്ഞു. കരിങ്കാക്കകൾ 'പോക!' 'പോക'! എന്ന് കൂവിക്കൊണ്ട് ആകാശത്തിൽ വട്ടമിട്ടുപറന്നു.

അതാ, ഇരുസൈന്യങ്ങളുടെയും സൈന്യാധിപന്മാർ തങ്ങളുടെ സൈനികവ്യൂഹങ്ങൾക്ക് പുറപ്പെടാനുള്ള കല്പനകൾ നൽകുന്ന ഉദ്യമങ്ങളിൽ വ്യാപൃതരായിത്തുടങ്ങി.

ജീവിതരഥഘോഷയാത്ര

ആത്മാനാം രഥിനം വിദ്ധി
ശരീരം രഥമേവച
ബുദ്ധിംതു സാരഥിംവിദ്ധി
മനഃപ്രഗ്രഹമേവച
ഇന്ദ്രിയാണിഹയാനാഹു
വ്വിഷയാംസ്തേഷുഗോചരൻ
ആത്മേന്ദ്രിയ മനോയുക്തം
ഭോക്തേ ത്യാഹുർമ്മനീഷിണഃ

"**ഹേ**നചികേതസ്സേ," യമധർമ്മൻ പറഞ്ഞു, "ഞാൻ പറഞ്ഞുതരുന്നത് നീ ശ്രദ്ധയോടെ കേട്ടാലും...."

വാനരധ്വജത്തോടുകൂടിയതും അഞ്ച് ശ്വേതാശ്വങ്ങളെ പൂട്ടിയതും മാധവൻ തേരാളിയായിട്ടുള്ളതുമായ രഥത്തിൽ കയറുന്നതിനുമുമ്പ് അർജ്ജുനൻ തന്റെ രഥത്തെ അഗ്നിനമസ്കാരം ചെയ്തു.

യമധർമ്മൻ തുടർന്നു. "നിന്റെ നശ്വരമായ ശരീരത്തെ രഥമായിട്ടും നിന്നിലെ അനശ്വരമായ ആത്മാവിനെ ഈ രഥത്തിന്റെ ഉടമസ്ഥനായിട്ടും അറിയുക. ബുദ്ധിയെ തേരാളിയായിട്ടും മനസ്സിനെ ഇതിലെ കുതിരകളെ നിയന്ത്രിക്കാനുള്ള കടിഞ്ഞാണായിട്ടും അറിയണം. പഞ്ചേന്ദ്രിയങ്ങൾ തന്നെയാണ് അഞ്ച് വെള്ളക്കുതിരകൾ. ശബ്ദം, സ്പർശം,

രൂപം, രസം, ഗന്ധം മുതലായവയാണ് നിന്റെ ശ്വേതാശ്വങ്ങൾക്ക് സഞ്ചരിക്കാനുള്ള മാർഗ്ഗങ്ങൾ. ശരീരം, ഇന്ദ്രിയങ്ങൾ, മനസ്സ് ഇവയോടുകൂടിയ ആത്മാവുതന്നെയാണ് കർമ്മഫലങ്ങൾ അനുഭവിക്കുന്ന സംസാരബന്ധിതമായ ജീവിതം.

അർജ്ജുനൻ നമ്രശിരസ്കനായി.

"ഓം സർവ്വഭൂതായ... "

ഓർമ്മകളിൽ ബാലനായ നചികേതസ്സ് വിശ്വജിത്ത് യാഗം ചെയ്യുന്ന അച്ഛനരികിലേക്ക് നടന്നു.

അച്ഛൻ സർവ്വസ്വവും ഋത്വിക്കുകൾക്ക് ദാനമായി സമർപ്പിക്കുകയാണ്.

രാജ്യം, സൈന്യം, ധനം, ബന്ധുമിത്രാദികൾ, അവസാനം തന്നെത്തന്നെയും...

നചികേതസ്സ് ആരാഞ്ഞു.

"അച്ഛാ, എന്നെ ആർക്കാണ് അച്ഛൻ ദാനമായി നൽകുന്നത്?"

അച്ഛൻ പറഞ്ഞു: "മകനേ നചികേതസ്സേ, യമനാണ് നിന്നെ ഞാൻ ദാനമായി കൊടുക്കുന്നത്."

നചികേതസ്സ് നിർമ്മമനായി അച്ഛനെ വണങ്ങി.

"അച്ഛന് എന്നെ പ്രതി യാതൊരു മനഃക്ലേശങ്ങൾക്കും ഇടവരാതെ സുഖമായിരിക്കട്ടെ."

അച്ഛൻ ഉരുവിട്ടുകൊണ്ടിരുന്നു.

ഇദം ന മമ...

യുദ്ധമുഖത്തേക്ക്

അർജ്ജുനാ, നിന്റെ ശരീരമാകുന്ന രഥത്തിലെ
ബുദ്ധിസ്ഥാനീയനാകുന്ന സാരഥിയായി
വർത്തിക്കുന്നത് മാധവനാണെന്ന് അറിഞ്ഞാലും.

മാധവാ, അങ്ങ് എന്റെ രഥം രണ്ട് സേനകളുടെയും മദ്ധ്യത്തിൽ കൊണ്ടുപോയി നിർത്തിയാലും. യുദ്ധതത്പരന്മാരായി നിലയുറപ്പിച്ചിരിക്കുന്നവരെ എല്ലാം ഞാനൊന്ന് വിശദമായി നോക്കിക്കണ്ടുകൊള്ളട്ടെ. ഈ കുരുക്ഷേത്രഭൂമിയിൽ എനിക്ക് ആരോടൊക്കെയാണ് യുദ്ധം ചെയ്യേണ്ടിവരുന്നതെന്ന് അറിയണമല്ലോ.

എന്തിനാണർജ്ജുനാ ഈ സാഹസം? നിനക്കറിയാത്തവരായി ഇവിടെ ഈ യുദ്ധഭൂമിയിൽ ആരുണ്ട്? ഇവിടുത്തെ ഓരോ പുൽക്കൊടിയെപ്പോലും നിനക്കറിവുള്ളതല്ലേ? നിന്റെ പാദസ്പർശമേൽക്കാത്ത ഒരു മൺതരിപോലും ഇവിടെയുണ്ടോ?

എന്നാലും യുദ്ധത്തിനുമുമ്പേ ഈ യോദ്ധാക്കളെയൊക്കെ എനിക്കൊന്ന് കാണണം മാധവാ.

യുദ്ധം എന്നും നിന്നിൽ ഉണ്ടായിരുന്നില്ലേ ധനഞ്ജയാ? യുദ്ധവും യുദ്ധക്കോപ്പുകളും നിനക്കൊരിക്കലും അന്യമായിരുന്നില്ലല്ലോ? അജ്ഞാത വാസക്കാലത്ത് വിരാടപുരിയിൽവെച്ച് വിരാടന്റെ പശുസമ്പത്തിനെ അപഹരിച്ച ഈ ധാർത്തരാഷ്ട്രന്മാരെ ഒന്നടങ്കം നീ തനിച്ചല്ലേ യുദ്ധം ചെയ്ത് തോൽപ്പിച്ചത്?

ശരിയാണ് മാധവാ. പക്ഷേ, അന്നൊന്നുമില്ലാത്ത ഒരു ഉൽക്കണ്ഠ എന്നെ വല്ലാതെ അസ്വസ്ഥനാക്കുന്നപോലെ.

ഏതൊരു ഘോരകർമ്മമാണോ നീയിപ്പോൾ അനുവർത്തിക്കാൻ പോകുന്നത്, അതിനുമുമ്പ് ഒരു ധ്യാനാവസ്ഥിതമായ മനസ്സിനെ രൂപപ്പെടുത്തേണ്ടതുണ്ട്. കാട്ടിൽ ഇരതേടുന്ന വ്യാഘ്രം പോലും ഇര പിടിക്കുന്നതിനുമുമ്പ് ധ്യാനാവസ്ഥിതമായി മനസ്സിനേയും ശരീരത്തേയും സജ്ജമാക്കുന്നുണ്ട് അർജ്ജുനാ.

മാധവാ, എന്തുതന്നെ പറഞ്ഞാലും ശരി, എന്റെ രഥം രണ്ട് സേനകളുടേയും മദ്ധ്യത്തിൽ കൊണ്ടുപോയി ഒന്ന് നിർത്തിയാലും. യുദ്ധതത്പരന്മാരായി നിലയുറപ്പിച്ചിരിക്കുന്നവരെ എല്ലാം ഞാനൊന്ന് നോക്കിക്കാണട്ടെ. ഈ കുരുക്ഷേത്രഭൂവിൽ എനിക്ക് ആരോടൊക്കെയാണ് യുദ്ധം ചെയ്യേണ്ടിവരുന്നതെന്നറിയാതെ ഞാൻ അവശനായിരിക്കുന്നു.

അർജ്ജുനാ, നിന്റെ ശാഠ്യം മൗഢ്യമാണെന്നറിഞ്ഞാലും.

മാധവാ !!

അവസാനം അർജ്ജുനന്റെ ആഗ്രഹപ്രകാരം മാധവൻ രഥം കുരുക്ഷേത്രഭൂമിയിലെ ഇരുസൈന്യങ്ങളുടേയും മദ്ധ്യേ കൊണ്ടുപോയി സ്ഥാപിച്ചു.

അർജ്ജുനാ, യുദ്ധം ചെയ്യാൻ സന്നദ്ധരായി ഇരുഭാഗത്തും അണിനിരന്നിരിക്കുന്ന യോദ്ധാക്കളെയെല്ലാം നീ കൺനിറയെ കണ്ടുകൊൾക.

അർജ്ജുനൻ തേർത്തട്ടിൽനിന്നും എഴുന്നേറ്റ് നോക്കെത്താ ദൂരെത്തോളം സൈന്യങ്ങളെ വിന്യസിച്ചിരിക്കുന്ന ഇരുപക്ഷത്തേക്കും മാറിമാറി ശ്രദ്ധയോടെ വീക്ഷിക്കാൻ തുടങ്ങി.

തന്റെ പക്ഷത്ത് ധൃഷ്ടദ്യുമ്നനാൽ അണിനിരത്തിയിരിക്കുന്ന സൈനികവ്യൂഹത്തിന്റെ മുമ്പിൽതന്നെ ജ്യേഷ്ഠന്മാരായ യുധിഷ്ഠിരനും ഭീമസേനനും അനുജന്മാരായ നകുലസഹദേവന്മാരും സായുധരായി നിലകൊള്ളുന്നു. ഒപ്പം അവരോട് തുല്യന്മാരായ അനേകം മഹാരഥന്മാർ. സാത്യകി, വിരാടൻ, ദ്രുപദൻ, ധൃഷ്ടകേതു, ചേകിതാനൻ, കാശീശൻ, പുരുജിത്ത്, കുന്തിഭോജൻ, ശൈബ്യൻ, യുധാമന്യു, ഉത്തമൗജസ്സ്, തന്റെ പ്രിയപുത്രൻ

അഭിമന്യു, ദ്രൗപദേയന്മാരായ പ്രതിവിന്ധ്യൻ, സുതസോമൻ, ശ്രുത കീർത്തി, ശതാനീകൻ, ശ്രുതകർമ്മാവ് തുടങ്ങി എത്രയോ പേർ.

കൗരവപക്ഷത്ത് ധാർത്തരാഷ്ട്രന്മാർ ആചാര്യ ഭീഷ്മരാൽ സൈന്യത്തെ അണിനിരത്തിയിരിക്കുന്നു. ഭീഷ്മരോടു ചേർന്ന് ഗുരുവായ ദ്രോണാചാര്യർ, ഗുരുപുത്രനായ അശ്വത്ഥാമാവ്, ജ്യേഷ്ഠസമാനനായ ദുര്യോധനനും അനുജന്മാരായ നൂറ്റുവരും, രാധേയനായ കർണ്ണൻ, സൗബലനായ ശകുനി, അവന്ത്യൻ, ജയദ്രഥൻ, വിന്ദാനുവിന്ദർ, കേകയന്മാർ, കാംബോജൻ, വികർണ്ണൻ, ഭൂരിശ്രവസ്സ്, സുദക്ഷിണൻ, ശ്രുതായുധൻ, കലിംഗൻ, ജയ ത്സേനൻ, ബൃഹത്ബലൻ, കോസലൻ, സാത്വരൻ, കൃതവർമ്മൻ തുടങ്ങി യവർ പതിനൊന്ന് അക്ഷൗഹിണിപ്പടകളോടുകൂടി നിലകൊള്ളുന്നു.

പ്രളയകാലത്തെ പ്രക്ഷുബ്ധമായ രണ്ടു മഹാസമുദ്രങ്ങൾ പോലെ യാണ് ഇരുസൈന്യങ്ങളുമെന്ന് അർജ്ജുനന് തോന്നി. ആനകളും കാലാളും തേരുകളും കുതിരകളും തീനാളം പോലെ ജ്വലിക്കുന്ന അസംഖ്യം ധ്വജ ങ്ങളും അർജ്ജുനൻ കണ്ടു. ഇരുതലവാൾ, വില്ല്, ശരങ്ങൾ, തോമരം, വേൽ, ഗദ, കുന്തം തുടങ്ങി എണ്ണിയാലൊടുങ്ങാത്ത ആയുധങ്ങളും അവ സൂക്ഷി ക്കുന്നതിനുള്ള അനേകായിരം ശാലകളും അർജ്ജുനൻ കണ്ടു.

കൈയുറയിട്ട കൈകളിൽ വില്ലുധരിച്ച് ആവനാഴിയുമായി പടത്തല യ്ക്കൽ അശ്വാരൂഢരായ നരേശ്വരന്മാർ ശോഭിക്കുന്നു. വെള്ളത്തലപ്പാവു ധരിച്ച്, വെള്ളക്കുതിരകളെ പൂട്ടിയ വെള്ളത്തേരിൽ, വെള്ളച്ചട്ടയണിഞ്ഞു നിൽക്കുന്ന ഭീഷ്മപിതാമഹൻ. ശംഖിന്റേയും ദുന്ദുഭിയുടേയും ഘോഷങ്ങൾ, യോദ്ധാക്കളുടെ സിംഹനാദങ്ങൾ, അശ്വങ്ങളുടെ ചിനക്കലുകൾ, തേർചക്രങ്ങളുടെ ഇരമ്പലുകൾ. കാലാളുടെ അട്ടഹാസങ്ങൾ. പെരുമ്പറ കളുടെ പൊട്ടിത്തെറികൾ.

സിംഹലാംഗുലകേതനനായ ദ്രൗണി, ശ്രുതായുധൻ, ചിത്രസേനൻ, പുരുമിത്രൻ, വിവിംശതി, ശല്യൻ, ഭൂരിശ്രവസ്സ്, വികർണ്ണൻ, ദ്രോണപുത്രൻ എന്നീ ഒമ്പത് വില്ലാളിവീരന്മാർ തങ്ങളുടെ മണിവർണ്ണത്തേരുകളിൽ സർവ്വ സൈന്യാധിപനായ ഭീഷ്മരുടെ മുൻഭാഗത്തുവന്ന് അണിനിരന്നുനിൽക്കു ന്നു. അവരുടെ പൊന്നിൻതോൾവളകൾ, കേയൂരങ്ങൾ, വില്ലുകൾ, കൊടി ക്കൂറകൾ എന്നിവ അഗ്നിപർവ്വതങ്ങൾപോലെ ഉജ്ജ്വലിക്കുന്നു. ജ്യേഷ്ഠ ദുര്യോധനന്റെ മണിനാഗധ്വജം ചെറുകാറ്റിൽ പറന്നുകളിക്കുന്നു. അതിന ടുത്ത് വിലയേറിയ ഋഷഭധ്വജമുള്ള തേരുമായി മാഗധപ്പടയോടെ മാഗധൻ പ്രശോഭിക്കുന്നു. കൊടിയിൽ അഗ്നിയുമായി കലിംഗരാജാവും വെള്ളി പ്പത്തിക്കൊടിയുമായി കീർത്തിശാലിയായ ജയദ്രഥനും മിന്നിത്തിളങ്ങുന്നു.

ദുശ്ശാസനൻ, ദുർവ്വിഷഹൻ, ദുസ്സഹൻ, ദുർമ്മുഖൻ, വിവിംശതി, ചിത്ര സേനൻ, വികർണ്ണൻ, പുരുമിത്രൻ, ജയൻ, സത്യവ്രതൻ, യൂപധ്വജൻ, ശലൻ എന്നിവരുടെ രഥചക്രധ്വനികൾ ഭൂമി പിളർക്കുകയാണോ എന്ന് തോന്നി പ്പോകുമാറ് ഭയങ്കരമായ ശബ്ദമുയർത്തുന്നു. പൊന്നണിഞ്ഞ ധാർത്ത

രാഷ്ട്രന്മാരുടെ പെരുംപടകൾ പരസ്പരം അടുക്കുന്ന സമയത്ത് മിന്നലണിഞ്ഞ മഴമേഘങ്ങൾപോലെ തോന്നിക്കുന്നു.

വല്ലാത്ത കാഴ്ചകൾ തന്നെ!

ദുരന്തപൂരിതമായ കാഴ്ചകളുടെ

പ്രളയവാരിധിപോലെ,

ഒന്നല്ല;

ഒരായിരം പേർ.

അവർ തന്റെ ആരൊക്കെയാണ്?

പിതാമഹന്മാർ!

ആചാര്യന്മാർ!

ഗുരുക്കന്മാർ!

മാതുലന്മാർ!

സഹോദരന്മാർ!

പുത്രന്മാർ!

പൗത്രന്മാർ!

ശ്വശുരന്മാർ!

സ്നേഹിതന്മാർ!

തനിക്ക് കൊല്ലേണ്ടവരല്ലേ ഇവരെല്ലാം?!!

അതെ. തീർച്ചയായും!!

പൊടുന്നനെ നെഞ്ചു പിളർക്കുന്ന ചില വികാരവിചാരങ്ങൾ അർജ്ജുനന്റെ ചിന്തകളെ വരിഞ്ഞുമുറുക്കാൻ തുടങ്ങി.... വല്ലാത്ത ദൃശ്യങ്ങൾ തന്നെ!!

ഭാരതവംശത്തിന്റെ പിതാമഹനായ ഭീഷ്മർ, ഗുരുവായ ദ്രോണർ, ആചാര്യന്മാരായ കൃപരും മാതുലനായ ശല്യരും, സഹോദരന്മാരായ ദുര്യോധനാദികൾ, കർണ്ണൻ...

താനൊരു അസ്ത്രമെയ്താൽ അത് ഇവർ ആരുടെയെങ്കിലുമൊക്കെ പ്രാണനെയായിരിക്കും കവർന്നെടുക്കുക.

പിതാമഹന്മാരുടെ,

ഗുരുക്കന്മാരുടെ,

ആചാര്യന്മാരുടെ,

മാതുലന്മാരുടെ,

സഹോദരന്മാരുടെ.

സ്വജനങ്ങളും സംപൂജ്യരുമായ തന്റെ ഗുരുജനങ്ങളെ എങ്ങനെയാണ് കൊല്ലുന്നത്?

എന്തൊരു നീചമായ മഹാപാപവും മഹാപരാധവുമാണ് താൻ ചെയ്യാൻ പോകുന്നത്?

എതിർപക്ഷത്തു നിൽക്കുന്ന ഗംഗേയനായ ഭീഷ്മർ തന്റെ പിതാമഹനാണ്. ഭരദ്വാജപുത്രനായ ദ്രോണർ ധനുർവ്വേദത്തിന്റെ ഗുരുവും ബ്രാഹ്മണസത്തമനുമാണ്. കൃപാചാര്യരുടെ വിരൽത്തുമ്പുകളിൽ പിടിച്ചാണ് ആയുധവിദ്യയുടെ ആദ്യപാഠങ്ങൾ അഭ്യസിച്ചത്. മാദ്രി ചെറിയമ്മയുടെ സഹോദരനും തന്റെ മാതുലനുമാണ്. ഉഗ്രപ്രതാപിയായ ശല്യർ, ദുര്യോധനാദികൾ, തനിക്ക് സ്വന്തം കൂടപ്പിറപ്പുകളാണ്.

ഇവരോടെല്ലാം എങ്ങനെയാണ് യുദ്ധം ചെയ്യുക?!

ഇവരുടെ പ്രാണൻ ലക്ഷ്യമാക്കി എങ്ങനെയാണ് അസ്ത്രമെയ്യുക?!

ദുരന്തപങ്കിലമായ കാഴ്ചകളുടെ പ്രളയവാരിധി തന്നെ.

ഒന്നല്ല!

ഒന്നൊന്നായി എണ്ണിയാൽ ഒടുങ്ങാത്ത അത്രയും നെഞ്ചുപിളർക്കുന്ന കാഴ്ചകൾ!

മരണം മണക്കുന്ന

മനം പിളർക്കുന്ന,

മനുഷ്യരക്തത്തിലുറഞ്ഞ

വല്ലാത്ത കാഴ്കൾ തന്നെ!!

മാധവാ, ... അർജ്ജുനൻ മെല്ലെ വിളിച്ചു.

എന്താണർജ്ജുനാ? മാധവൻ അർജ്ജുനനെ സാകൂതം നോക്കി.

ഈ കുരുക്ഷേത്രഭൂമിയിൽ ആരോടൊക്കെയാണ് എനിക്ക് യുദ്ധം ചെയ്യേണ്ടതെന്ന് ഇപ്പോൾ ബോദ്ധ്യമായി.

ആരോടൊക്കെയാണ് അർജ്ജുനാ?

മാധവൻ പുഞ്ചിരിച്ചുകൊണ്ട് ചോദിച്ചു.

പിതാക്കളോട്, പിതാമഹന്മാരോട്, ആചാര്യന്മാരോട്, മാതുലന്മാരോട്, സഹോദരന്മാരോട്, പുത്രന്മാരോട്, പൗത്രന്മാരോട്, സ്നേഹിതന്മാരോട്, ശ്വശുരന്മാരോട്, ബന്ധുജനങ്ങളോട്. ഞാൻ ഒരസ്ത്രം പ്രയോഗിച്ചുകഴിഞ്ഞാൽ അത് സ്വന്തം ബന്ധുജനങ്ങളിൽ ഒരുവന്റെ രക്തത്തെയോ പ്രാണനേയോ ആയിരിക്കും അപഹരിക്കുന്നത്.

ഹേ, അർജ്ജുനാ, നീ കണ്ട കാഴ്ചകൾ കുറേക്കൂടി ആഴത്തിൽ കാണേണ്ടതുണ്ട്.

വേണ്ട മാധവാ. ഇപ്പോൾത്തന്നെ എന്റെ പ്രാണൻ കിതയ്ക്കുവാൻ തുടങ്ങിയിരിക്കുന്നു.

മനസ്സിൽ സംഘർഷമുണ്ടാകുമ്പോഴാണ് പ്രാണൻ കിതയ്ക്കുന്നത്. പ്രാണനും മനസ്സും പരസ്പരം ബന്ധപ്പെട്ടിരിക്കുന്നു.

മാധവാ, യുദ്ധതത്പരരായി ഇവിടെ വന്നുചേർന്നിരിക്കുന്നവരെല്ലാം നമ്മുടെ സ്വന്തം ആളുകൾ തന്നെയാണല്ലോ? സ്വജനങ്ങളോട് എങ്ങനെയാണ് യുദ്ധം ചെയ്യുക? എനിക്കവരെ കണ്ടതോടുകൂടി എന്റെ ശരീരമാസകലം തളരുകയാണ്. വായ വരണ്ടുപോകുന്നു. ദേഹം വിറകൊള്ളുന്നു. ഗാണ്ഡീവം കൈയിൽ നിന്നും പിടിമുറുകാതെ വീണുപോകുമോ എന്നു തോന്നുന്നു. നെഞ്ചകം ചുട്ടുനീറുന്നതുപോലെ. ഈ തേരിൽ ഒന്നിരിക്കുവാൻ പോലും എനിക്ക് പറ്റുന്നില്ല. കണ്ണുതുറന്നാൽ ദുർനിമിത്തങ്ങൾ മാത്രമാണിപ്പോൾ ഞാൻ കാണുന്നത്.

ഈ യുദ്ധം നടത്തി സ്വജനങ്ങളെ മുഴുവൻ കൊന്ന് വിജയം നേടിയാൽത്തന്നെ അതുകൊണ്ട് എന്തു ശ്രേയസ്സാണ് ലഭിക്കുവാൻ പോകുന്നത്? അതുകൊണ്ടുതന്നെ ഈ യുദ്ധം വേണമെന്നും അതിൽ ജയിക്കണമെന്നും, രാജ്യം വേണമെന്നും, സുഖം വേണമെന്നും ഞാൻ ആഗ്രഹിക്കുന്നില്ല മാധവാ. അധർമ്മ പൂരിതമായ രാജ്യം കൊണ്ടോ, ഭോഗം കൊണ്ടോ, ജീവിതം കൊണ്ടോ എന്തു പ്രയോജനമാണ് ഉണ്ടാകാൻ പോകുന്നത്? ഇല്ല ഒന്നും ഉണ്ടാകുന്നില്ല. ഈ യുദ്ധം ചെയ്യുന്ന പക്ഷം എനിക്ക് സ്വജനങ്ങളെ മുഴുവൻ കൊല്ലേണ്ടതായി വരും. സ്വജനങ്ങളെ കൊല്ലുന്നത് പാപമല്ലേ മാധവാ? പാപം മാത്രം പുരണ്ട പ്രവൃത്തി എങ്ങനെയാണ് ശ്രേയസ്കരമായിത്തീരുന്നത്?

അവനവനെ സ്വയം അറിയായ്കയാണ് പാപം അർജ്ജുനാ.

ആയിരിക്കാം മാധവാ. ഇനി എന്തുതന്നെ പറഞ്ഞാലും സ്വന്തം ബന്ധുജനങ്ങളെ കൊന്നുമൂടികൊണ്ടുള്ള ഈ യുദ്ധം എനിക്ക് ചെയ്യാനാവില്ല. അതുകൊണ്ടൊരു ശ്രേയസ്സും ഉണ്ടാകുമെന്നും എനിക്ക് തോന്നുന്നില്ല. ഇനി അവർ എന്നെ കൊല്ലുന്നതാണെങ്കിലും അവരെ കൊല്ലുവാൻ ഞാൻ ആഗ്രഹിക്കുന്നില്ല. ത്രിലോകങ്ങളുടേയും ആധിപത്യം ലഭിക്കുമെന്നു വന്നാൽ പോലും ഞാൻ ഈ യുദ്ധം ചെയ്യുകയില്ല. പിന്നെ ഞാൻ ഈ അല്പമായ ഹസ്തിനപുരത്തെ പകുതി രാജ്യത്തിനുവേണ്ടിയോ അങ്ങനെ ചെയ്യുന്നു? ധാർത്തരാഷ്ട്രന്മാരെ വധിച്ചാൽ അത് പാപമായതുകൊണ്ട് മരണം വരേയും സുഖമെന്നൊന്ന് ലഭിക്കുകയുമില്ല.

യമന്റേതാണ് ഈ വിശ്വം അർജ്ജുനാ.

ആയിരിക്കാം മാധവാ. എന്നാലും എനിക്ക് ഈ യുദ്ധം ചെയ്യാൻ കഴിയില്ല. സ്വന്തം ഗൃഹത്തിന് തീ വെക്കുന്നവർ, ഭക്ഷണത്തിൽ വിഷം ചേർക്കുന്നവർ, ഒളിഞ്ഞുനിന്ന് കൊല്ലാൻ നോക്കുന്നവർ, ധനം, ഭൂമി, പത്നി ഇവയൊക്കെ അപഹരിക്കുന്നവർ ഇവരൊക്കെയാണ് ആതതായികൾ. ആ ആതതായികളെ കൊല്ലുന്നത് പാപമല്ലെന്ന് അർത്ഥശാസ്ത്രം പോലും പറയുന്നുമുണ്ട്. ധാർത്തരാഷ്ട്രന്മാർ ഒന്നടങ്കം ആതതായികളാണെന്ന് എനിക്കറിയാം. അതുകൊണ്ട് അവരെ കൊല്ലുന്നത് പാപമല്ലെന്നും അറിയാം. എന്നാൽ കുലനാശം വരുത്തുന്നവൻ പാപിയാണെന്ന് ധർമ്മശാസ്ത്രം പറയുന്നുണ്ട്. അതിൽ പക്ഷാന്തരവുമില്ല.

അർത്ഥശാസ്ത്രത്തേക്കാൾ മേലെ ധർമ്മശാസ്ത്രമാണ്. അതുകൊണ്ട് സ്വജനങ്ങളെ കൊല്ലുന്നത് എങ്ങനെയായാലും ദുരിതഹേതുതന്നെയാണ്. ഒരുപക്ഷേ, ദുരാഗ്രഹികളായ കുരുക്കൾക്ക് ഈ വക കാര്യങ്ങളിൽ ചിന്തയുണ്ടാവാനിടയില്ല. അതുകൊണ്ട് ഇതെല്ലാമറിഞ്ഞ് പാപകരമായ ഈ യുദ്ധത്തിന് ഒരുങ്ങുന്നത് അത്യന്തം ഹീനമായിട്ടാണ് എനിക്ക് തോന്നുന്നത്.

അർജ്ജുനാ, ഈ യുദ്ധത്തിൽ നിനക്ക് ജയിക്കേണ്ടത് ക്രോധത്തേയും ഭയത്തേയുമാണ്. ഭീഷ്മർ ഭയത്തേയും ദ്രോണർ രണ്ടെന്ന ഭാവത്തേയും പ്രതിനിധാനം ചെയ്യുന്നു. രണ്ടെന്ന ഭാവത്തിൽ നിന്നാണ് ക്രോധം സമുത്ഭവിക്കുന്നതെന്നറിഞ്ഞാലും.

ആയിരിക്കാം മാധവാ. പക്ഷേ, സ്വജനങ്ങളെ കൊല ചെയ്തുകൊണ്ടുള്ള ഈ യുദ്ധം ആർക്കുവേണ്ടിയാണ് ഞാൻ ചെയ്യേണ്ടത്? എനിക്കുവേണ്ടിയാണെങ്കിൽ വേണ്ട. യുദ്ധമുണ്ടാവുമ്പോൾ സ്വജനങ്ങളുടെ കുലം മുഴുവൻ ഒന്നടങ്കം നശിക്കും. കുലം നശിച്ചാൽ കുലധർമ്മവും നശിക്കും. അതോടെ ആ കുലം മുഴുവൻ അധർമ്മത്തിനു കീഴിലാകും. കുലസ്ത്രീകൾ അതിവേഗം ദുഷിക്കും. കുലസ്ത്രീകൾ ദുഷിച്ചാൽ അവർ സ്വൈരിണികളാവും. അവർ വിരുദ്ധസംസ്കാരങ്ങളിലുള്ള പുത്രന്മാരേയാകും ജനിപ്പിക്കുക. ഈ സംസ്കാരവൈരുദ്ധ്യം സമൂഹത്തെ മുഴുവൻ ദുഷിപ്പിക്കും. ഈ പുത്രന്മാർ മാതാപിതാക്കളെ സ്നേഹിക്കുകയോ ശുശ്രൂഷിക്കുകയോ ചെയ്യുകയില്ല. അവർ ചെയ്യുന്ന പിതൃക്രിയ പോലും ഫലിക്കുകയില്ല. അങ്ങനെ കുലനാശത്തിന് ഇടവരുത്തുന്നവർ വലിയ ധർമ്മനാശമാണ് ഉണ്ടാക്കുന്നത്. അവർക്ക് നരകമാണ് വിധിച്ചിട്ടുള്ളത്. അതുകൊണ്ടുതന്നെ ഞാൻ ഈ മഹാപാപം ചെയ്യാൻ ഒരുങ്ങിയതോർത്ത് സ്വയം ചിന്താധീനനാകുന്നു. എനിക്ക് മതിയായി മാധവാ. ആലോചിക്കുംതോറും ഉത്തരമില്ലാത്ത ഒരു വലിയ ചോദ്യംപോലെ യുദ്ധം എന്റെ മുമ്പിൽ കിടക്കുകയാണ്. എന്റെ ശരീരത്തിലെ ഓരോ നാഡികളെപ്പോലും തളർച്ച ബാധിച്ചിരിക്കുന്നതായി ഞാൻ മനസ്സിലാക്കുന്നു. അതിനാൽ ഞാൻ എന്റെ ആയുധം ഉപേക്ഷിക്കുകയാണ്. ആയുധരഹിതനായിരിക്കുന്ന എന്നെ ധാർത്തരാഷ്ട്രന്മാർ കൊല്ലുന്നുവെങ്കിൽ കൊന്നുകൊള്ളട്ടെ. അത് ക്ഷേമകരമായ ഒന്നായിട്ടേ ഞാൻ കരുതൂ.

അർജ്ജുനാ എന്തൊക്കെയാണ് നീ പറയുന്നത്? നാവിന്റെ അഗ്രത്തിലാണ് നിന്റെ ബന്ധുവും ശത്രുവും ഇരിക്കുന്നത്.

ആയിരിക്കാം മാധവാ. എന്നാലും അന്ധനായ ധൃതരാഷ്ട്രരേയും സ്വജനങ്ങളായ ധാർത്തരാഷ്ട്രന്മാരേയും ഈ കുരുക്ഷേത്രത്തേയും കുറിച്ചോർക്കുമ്പോൾ...

കേവലം ധൃതരാഷ്ട്രരിൽനിന്നുപോലും മോചിതനല്ല അർജ്ജുനാ നീ. എപ്പോഴാണോ ശരീരമനോബുദ്ധിയുപാധികളല്ല ഞാനെന്ന് സ്വയം തിരിച്ചറിയുന്നത് അപ്പോൾ മാത്രമേ നീ കേവലം ധൃതരാഷ്ട്രരിൽനിന്നുപോലും

മോചിതനാകൂ. പിന്നെ, കുരുക്ഷേത്രം! ക്ഷയിക്കുന്നതാണ് അർജ്ജുനാ ക്ഷേത്രം. നിന്റെ ശരീരം പോലെ തന്നെ. ഇനി സ്വജനങ്ങളോ? ഹേ, അർജ്ജുനാ, സ്വജനങ്ങളാകുന്ന ബന്ധുക്കളെ എണ്ണുമ്പോൾ അറിയാതെ നീ നിന്റെ ശത്രുക്കളേയും എണ്ണുകയാണ്. ഒരുപക്ഷേ, നാം പലർക്കും ശത്രുവായിരിക്കാം. പക്ഷേ, നമുക്ക് ആരും ശത്രുവായിരിക്കരുത്. നാം എപ്പോഴും അജാതശത്രുവായിരിക്കണം. കർണ്ണന് നീ ശത്രുവായിരിക്കാം. പക്ഷേ, കർണ്ണൻ ഒരിക്കലും നിന്റെ ശത്രുവായിരിക്കരുത്. എന്റെ അമ്മാവനായ കംസന് ഞാൻ ശത്രുവായിട്ടുണ്ടായിരിക്കാം. പക്ഷേ, കംസൻ ഒരിക്കലും എനിക്ക് ശത്രുവായിരുന്നില്ല.

മാധവാ, എനിക്കിനി യാതൊന്നും കേൾക്കണമെന്നില്ല.

അതുകേട്ട് മാധവൻ പുഞ്ചിരിതൂകി.

അർജ്ജുനൻ അമ്പും വില്ലും യുദ്ധഭൂമിയിൽ കൈവെടിഞ്ഞ് തേർത്തട്ടിൽ നിശ്ചലനായി ഇരുന്നു.

മനോമയം

യസ്ത്വവിജ്ഞാനവാൻ ഭവ-
ത്യയുക്തേന മനസാ സദാ
തസ്യേന്ദ്രിയാണ്യവശ്യാനി
ദുഷ്ടാശ്വ ഇവ സാരഥേഃ

യുദ്ധഭൂമിയിലെ ഇരുസൈന്യങ്ങളുടെ പോർവിളികളും വാക്ധോരണികളും സമുദ്രത്തിൽനിന്നും കരയിലേക്ക് വീശാനായുന്ന കൊടുങ്കാറ്റുപോലെ ഇരമ്പിയടുക്കുകയാണ്. കൗരവപക്ഷത്തെ ശംഖധ്വനികൾ ആ കൊടുങ്കാറ്റിനുള്ളിലെ ചുഴലിപോലെ കാതുകളിൽ വന്നടിക്കുന്നു. മത്തഗജങ്ങളുടേയും ദുഷ്ടാശ്വങ്ങളുടേയും ആർത്തനാദങ്ങൾ ദിക്കുകൾ എട്ടും പൊട്ടുമാറുച്ചത്തിൽ മുഴങ്ങിക്കൊണ്ടിരിക്കുന്നു. ഏതു നിമിഷവും ഈ ഘോരയുദ്ധം തുടങ്ങാം. ഈ ഭൂമി രക്തക്കളമാകാം. കരചരണങ്ങൾ വേറിട്ട യോദ്ധാക്കളുടെ ദീനരോദനങ്ങൾ ആർത്തലയ്ക്കാം. കാകനും കഴുകനും പച്ചമാംസങ്ങൾ കൊത്തിവലിക്കാം. ആയുധങ്ങൾ തറച്ച മണ്ണിൽ തൃണവർഗ്ഗങ്ങൾപോലും ഇനിയൊരിക്കലും മുളയ്ക്കുകയില്ലായിരിക്കാം.

അർജ്ജുനന് സ്വന്തം മനസ്സിനെ നിയന്ത്രിക്കാനായില്ല. തേരാളിക്കു വശംവദരാവാത്ത ദുഷ്ടാശ്വങ്ങൾ എപ്രകാരമാണോ തേരിനെ ഓരോരോ ദിക്കുകളിലേക്ക് വലിച്ചുകൊണ്ടുപോകുന്നത്, അതുപോലെ നിയന്ത്രണമില്ലാത്ത തന്റെ മനസ്സിനെ ഇന്ദ്രിയങ്ങൾ ഓരോരോ സ്ഥലങ്ങളിലേക്ക് വലിച്ചുകൊണ്ടുപോയിക്കൊണ്ടിരിക്കുകയാണ്.

“ഹേയ്, അർജ്ജുനാ, എവിടേയ്ക്കാണീ യാത്രാ?”

ആരോ ചോദിക്കുന്നതുപോലെ.

ആരായിരിക്കാം?

ആരുമില്ല!

തോന്നിയതാവാം.

തോന്നലുകളാണിപ്പോൾ കൂടുതലും. ഒന്ന് രണ്ടെന്ന തോന്നൽ. രണ്ട് നാലെന്ന തോന്നൽ. നാല് എട്ടെന്ന തോന്നൽ. ഇനി ഇതിൽ ഏതാണ് ശരി? ശരിയും തെറ്റും ഏതാണെന്നുപോലും തിരിച്ചറിയാനാവുന്നില്ല.

തന്റെ എതിർപക്ഷത്ത് നിൽക്കുന്നവർ മുഴുവൻ തന്റെ ബന്ധുക്കളാണ്. അതിൽ ഒരു തർക്കവുമില്ല. ഇനി ശങ്കയ്ക്കും ഇടമില്ല. തന്റെ ബുദ്ധിപോലും സമ്മതിച്ച കാര്യമാണത്.

ആണോ?

അതേ. തീർച്ചയായും അതേ.

അല്ലെങ്കിൽ മാധവൻ തന്നെ പറയട്ടെ. കുരുക്ഷേത്രഭൂമിയിലെ എതിർ ചേരിയിൽ നിൽക്കുന്നവരെല്ലാം അന്യന്മാരാണെന്ന്. ഇല്ല. പറയില്ല. പറ യാൻ കഴിയില്ല. കാരണം അനിവാര്യമായ ഈ യുദ്ധംപോലെതന്നെ അതും യാഥാർത്ഥ്യമാണ്.

ഇതാ, ഭീഷ്മപിതാമഹനും ദ്രോണാചാര്യരും ശത്രുപക്ഷത്തിന്റെ നേതൃത്വം കൈക്കൊണ്ട് യുദ്ധസന്നദ്ധരായി നിൽക്കുന്നു. പൂജ്യന്മാരായ ആ ഗുരുജനങ്ങളുടെ നേരെ എങ്ങനെയാണ് അസ്ത്രം പ്രയോഗിക്കുക? മഹാനുഭാവന്മാരായ ഗുരുജനങ്ങളെ കൊന്ന് അവരുടെ രക്തം പുരണ്ട ഭോഗ ങ്ങൾ അനുഭവിക്കുന്നതിനേക്കാൾ ഭേദം ഭിക്ഷാടനം ചെയ്തു കാലം കഴി ക്കുന്നതാണ്!

ഭാരതവംശത്തിന്റെ പിതാമഹനാണ് ഗംഗേയനായ ഭരതർഷഭൻ. ഹസ്തിനപുരത്തിന്റെ രാജകീയതണലിൽ താനും സഹോദരങ്ങളും പിതാ മഹനായ മുത്തശ്ശന്റെ കൈകളിൽ പിടിച്ചാണ് പിച്ചവെച്ച് നടക്കാൻ പഠി ച്ചത്. ശതശൃംഗവനത്തിൽ വെച്ച് മൃതനായ തന്റെ പിതാവിന് പിതാമഹ നായിരുന്നു ജലാഞ്ജലി അർപ്പിച്ചതും ശ്രാദ്ധം കഴിപ്പിച്ചതും. തങ്ങളുടെ അസ്ത്രാഭ്യാസത്തിനായി ദ്രോണാചാര്യരെ നിയമിച്ചതും തങ്ങൾക്ക് പകുതി രാജ്യം കൊടുക്കണമെന്ന് കുരുസഭയിൽ വെച്ച് പരസ്യമായി ദുര്യോധന നോട് ആദ്യം പറഞ്ഞതും ഈ പിതാമഹനായിരുന്നില്ലേ? അങ്ങനെയൊക്കെ യുള്ള ഈ പിതാമഹന്റെ നേർക്ക് എങ്ങനെയാണ് താൻ അസ്ത്രമെയ്യുന്നത്?

ദ്രോണാചാര്യർ തന്റെ ധനുർവ്വേദ ഗുരുവാണ്. ആചാര്യരുടെ അദ്വിതീയ ശിഷ്യനായ തനിക്കു മാത്രമാണ് സ്വന്തം മകനായ അശ്വത്ഥാമാവിനു പോലും ഉപദേശിച്ചു കൊടുക്കാത്ത ധനുർവ്വേദ വിദ്യകൾ പഠിപ്പിച്ചുതന്നി ട്ടുള്ളത്. തനിക്കു വേണ്ടിയിട്ടായിരുന്നു ആചാര്യർ ഏകലവ്യന്റെ പെരു വിരൽ പോലും ഗുരുദക്ഷിണയായി ആവശ്യപ്പെട്ടത്. ഗംഗാനദിയിൽ വെച്ച് ആചാര്യരുടെ കാലിൽ മുതല കടിച്ചപ്പോൾ അതിൽ നിന്നും രക്ഷപ്പെടു ത്താനായി തന്നോടു മാത്രമാണ് ആചാര്യർ അപേക്ഷിച്ചതും ബ്രഹ്മാസ്ത്രം

ഉപദേശിച്ചുതന്നതും. അങ്ങനെയുള്ള ഈ പൂജ്യ ഗുരുസ്ഥാനീയനായ ആചാര്യരുടെ നേർക്ക് എങ്ങനെയാണ് താൻ അസ്ത്രമെയ്യുന്നത്?

കഴിയില്ല. തനിക്കതിനു കഴിയുമെന്ന് ഒരിക്കലും തോന്നുന്നില്ല. അപ്ര കാരം ചെയ്യുന്നതിനേക്കാൾ നല്ലത് സകാമമൃത്യുവാണ്.

ഈ യുദ്ധം ജയിക്കണമെങ്കിൽ തന്റെ എതിരാളികളായ ധാർത്തരാ ഷ്ട്രന്മാരെല്ലാവരേയും വധിക്കേണ്ടതായിവരും. സ്വജനങ്ങളെ വധിച്ചാൽ പിന്നെ തനിക്കു ജീവിക്കണമെന്നുള്ള ആഗ്രഹം ഉണ്ടാകയില്ല. അതു കൊണ്ടുതന്നെ ഈ യുദ്ധത്തിൽ അവരെ ജയിക്കേണ്ട ആവശ്യവുമില്ല. ജയം ആവശ്യമില്ലാത്തിടത്ത് പിന്നെ എന്തിനാണ് താൻ യുദ്ധം ചെയ്യു ന്നത്?

കൗരവപക്ഷത്ത് യുദ്ധസന്നദ്ധനായി നിൽക്കുന്ന കൃപാചാര്യർ തന്റെ ബാല്യകാലഗുരുവാണ്. ധനുർവ്വേദത്തിന്റെ ആദ്യപാഠങ്ങൾ തന്നെക്കൊണ്ട് ഉരുവിട്ടുരുവിട്ട് അഭ്യസിപ്പിച്ചത് കൃപാചാര്യരായിരുന്നു. വാത്സല്യനിധിയായ ആചാര്യർ തന്നെയായിരുന്നു താനൊരു ധനുർധരനായിത്തീരുമെന്ന് പറഞ്ഞ് ആദ്യമായി ആശിർവദിച്ചതും. വലുതായി അസ്ത്രവിദ്യകൾ അഭ്യസിച്ച് ഹസ്തിനപുരിയിൽ വെച്ചു നടത്തപ്പെട്ട ആയുധപരീക്ഷയിൽ കർണ്ണൻ പോരിനു വന്നപ്പോൾ പരസ്യമായി കർണ്ണന്റെ കുലം ഏതാണെന്ന് ആചാര്യർ ചോദിച്ചതും തനിക്കുവേണ്ടിയായിരുന്നു. ആ ആചാര്യരോടാണ് തനിക്കിപ്പോൾ യുദ്ധം ചെയ്യേണ്ടത്.

യുദ്ധമുഖത്ത് ഒരക്ഷൗഹിണിപ്പടയുമായിനിൽക്കുന്ന ശല്യധിപർ ബാൽഹികദേശത്തിന്റെ അധിപതിയും മാദ്രി ചെറിയമ്മയുടെ സഹോ ദരനും തന്റെ സ്വന്തം മാതുലനുമാണ്. ജ്യേഷ്ഠനായ ധർമ്മപുത്രർ നട ത്തിയ രാജസൂയയജ്ഞത്തിൽ ശല്യധിപർ മക്കളായ രുക്മാംഗദനോടും രുക്മരഥനോടുമൊപ്പം അവസാനം വരേയും പങ്കെടുത്തിരുന്നു. അങ്ങനെ യുള്ള ശല്യധിപരോട് എങ്ങനെയാണ് യുദ്ധം ചെയ്യുക?

എതിർപക്ഷത്ത് നിലയുറപ്പിച്ചിരിക്കുന്ന അശ്വത്ഥാമാവിന്റെ മുഖത്തേ ക്കുതന്നെ നോക്കാൻ കൂടി തനിക്കു കെല്പില്ല. പ്രിയ ഗുരുവിന്റെ ഒരേ യൊരു പുത്രനും തന്റെ സഹപാഠിയുമാണ്. ഗുരുപുത്രൻ എത്രയായാലും ഗുരുവിനു തുല്യൻ തന്നെയല്ലേ? ഹസ്തിനപുരിയിൽ ആചാര്യരുടെ കീഴിൽ അസ്ത്രവിദ്യ അഭ്യസിക്കുന്ന കാലത്ത് വരുണാസ്ത്രംകൊണ്ട് ശീഘ്രം വെള്ളം കോരി അശ്വത്ഥാമാവിന്റെ കൂടെ ആചാര്യരുടെ അടുത്തേക്ക് ഓടി യെത്താറുള്ളത് ഇപ്പോഴും മനസ്സിൽ തെളിഞ്ഞുവരികയാണ്. ആ അശ്വ ത്ഥാമാവിനെ ലക്ഷ്യമാക്കി താൻ എങ്ങനെയാണ് അസ്ത്രം തൊടുക്കുന്നത്? ഭൂമിയിൽ ഏകാധിപത്യം തന്നെ ലഭിച്ചാലും താൻ യുദ്ധം ചെയ്യാൻ ആഗ്രഹിക്കുന്നില്ല. ദുര്യോധനപക്ഷത്തുനിൽക്കുന്ന കർണ്ണൻ എപ്പോഴും തന്നെ പോരുവിളിക്കുകയും തരം കിട്ടുമ്പോഴൊക്കെ കൂട്ടംകൂടി ആക്രമി ക്കുകയും ചെയ്തിട്ടുള്ളവനാണെങ്കിലും കൂടി അവനേയും താൻ കൊല്ലാൻ

ആഗ്രഹിക്കുന്നില്ല. രാധാത്മജൻ അതെല്ലാം അനുവർത്തിച്ചത് സ്വന്തം ആത്മസഖാവായ ദുര്യോധനനുവേണ്ടി മാത്രമായിരുന്നു.

കർണ്ണനോടു ചേർന്നുനിൽക്കുന്ന ദുര്യോധനനും സഹോദരങ്ങളും തന്റെ പിതൃതുല്യനായ ധൃതരാഷ്ട്രമന്നവന്റെ അരുമസന്താനങ്ങളാണ്. അവരെ നിഗ്രഹിക്കുന്നത് തന്റെ പിതൃതുല്യനായ ധൃതരാഷ്ട്രരെ നിഗ്രഹിക്കുന്നതിന് സമം തന്നെയല്ലേ? അങ്ങനെ സംഭവിച്ചാൽ അന്ധനായ ആ കുരുമന്നവന്റേയും അമ്മയായ ഗാന്ധാരിയുടേയും അണപൊട്ടിയൊഴുന്ന ദുഃഖാഗ്നിയിൽപ്പെട്ട് താനും വെന്തുവെണ്ണീറായി പോകാതിരിക്കുമോ? പോകുമെന്നത് തീർച്ചയാണ്. സ്വന്തം കൂടപ്പിറപ്പുകളാണ് കുരുക്കളെല്ലാം. സ്വന്തം ബുദ്ധിമോശംകൊണ്ട് അവർ പലതും ചെയ്തിരിക്കാം. പക്ഷേ അതിനൊക്കെയുള്ള പരിഹാരം ഘോരമായ ഈ യുദ്ധമാണെന്ന് തനിക്കൊരിക്കലും തോന്നുന്നില്ല.

കുരുക്കളുടെ ഏക സഹോദരി ദുശ്ശളയുടെ നാഥനാണ് ജയദ്രഥൻ. യുദ്ധമുഖത്ത് നിലയുറപ്പിച്ചിരിക്കുന്ന അയാളുടെ നേർക്ക് എങ്ങനെയാണ് അസ്ത്രമെയ്യുക? ദുശ്ശള തന്റെ കൂടി സഹോദരിയല്ലേ? സ്വന്തം സഹോദരിയുടെ ഭർത്താവിനെ യുദ്ധത്തിൽ കൊന്നിട്ട് എന്ത് ഭോഗമാണ് അനുഭവിക്കാൻ പോകുന്നത്? കൊടും ശാപം മാത്രമായിരിക്കും ഫലം. ഒരു കാലത്തും മോക്ഷം ലഭിക്കാത്ത ശാപം.

ദുശ്ശളയുടെ വിലാപത്തിന്റെ സ്വരങ്ങൾ ഇപ്പഴേ തനിക്കു കേൾക്കാൻ കഴിയുന്നുണ്ട്. സ്വന്തം മകനായ സുരഥനേയും നെഞ്ചോടു ചേർത്ത് അലമുറയിട്ടു കരയുന്ന ദുശ്ശളയുടെ കണ്ണുനീരിനു എന്തു പ്രതിവിധിയാണ് ചെയ്യുക? ഇല്ല! തനിക്കതിന് ഒരിക്കലും കഴിയില്ല.

കൗരവപക്ഷത്ത് ഒരൊറ്റ അക്ഷൗഹിണിപ്പടയുമായി യുദ്ധസന്നദ്ധനായി നിൽക്കുന്ന ഭൂരിശ്രവസ്സ് കുരുവംശരാജാവായ സോമദന്റെ പുത്രനാണ്. തന്റെ ജ്യേഷ്ഠൻ നടത്തിയ രാജസൂയ യജ്ഞത്തിൽ ഭൂരിശ്രവസ്സ് തന്റെ പിതാവിനോടും സഹോദരന്മാരോടും കൂടി പങ്കെടുത്തതിന്റെ നിറമാർന്ന ഓർമ്മകൾ മനസ്സിൽനിന്നും മാഞ്ഞുപോയിട്ടില്ല. അതെല്ലാം ഇന്നലെ കഴിഞ്ഞുപോയതുപോലെയാണ് തോന്നുന്നത്.

അങ്ങനെയുള്ള ഇവരുടെയെല്ലാം നേർക്ക് എങ്ങനെയാണ് ഞാൻ ആയുധമെടുക്കുന്നത്? സംപൂജ്യരായ ഇവരുടെയെല്ലാം നേർക്ക് ആയുധമെടുക്കുന്നതിനെക്കാൾ ഭേദം താൻ തന്നെ സ്വയം തന്റെ ആയുധത്തിന് ഇരയായിത്തീരുന്നതല്ലേ? ബന്ധുജനങ്ങളുടെ നേർക്ക് ആയുധമെടുത്തിട്ട് കിട്ടുന്ന രാജ്യത്തിനും പ്രതാപത്തിനും തനിക്ക് ലവലേശം ആഗ്രഹമില്ല. അതുകൊണ്ടുതന്നെ ഈ യുദ്ധം അന്യായവും അധർമ്മ്യവുമാണ്.

യുദ്ധശ്രേണിയിൽ നിരനിരയായി നിൽക്കുന്ന കോമളന്മാരായ ദുര്യോധനപുത്രൻ ലക്ഷ്മണനും, കർണ്ണപുത്രന്മാരായ ചിത്രസേനനും, സത്യസേനനും, സുഷേണനുമെല്ലാം തന്റെ മകനായ അഭിമന്യുവിന് സമന്മാരും

പൂജനീയരുമാണ്. സ്വന്തം മക്കളുടെ നേർക്ക് എങ്ങനെയാണ് താൻ അസ്ത്ര മെടുക്കുന്നത്? തനിക്കതിന് ഒരിക്കലും കഴിയില്ല. അതുകൊണ്ടുതന്നെ ഈ കുരുക്ഷേത്രയുദ്ധം താൻ ഉപേക്ഷിക്കുകയാണ്. ആയുധം ഉപേക്ഷിക്കുക യാണ്. ഖാണ്ഡവദാഹത്തിനായി അഗ്നിഭഗവാൻ ആശിർവദിച്ചുനിൽകിയ ഗാണ്ഡീവവും, വെള്ളിക്കുതിരകളും, മയൻ തന്ന ദേവദത്തമെന്ന ശംഖും, കപിവരൻ കൊടിയടയാളമായ തന്റെ ഈ വെള്ളക്കുതിരകൾ പൂട്ടിയ രഥവും അങ്ങനെ എല്ലാമെല്ലാം ഉപേക്ഷിക്കുകയാണ്.

നിരായുധനായ തന്നെ ഇനി ആർക്കുവേണമെങ്കിലും കൊല്ലാം. കൊന്നുകൊള്ളട്ടെ. ഘോരമായ ഈ യുദ്ധത്തേക്കാൾ നല്ലത് അതു തന്നെ യാണ്. തന്റെ മരണം സംഭവിച്ചാൽ ഈ യുദ്ധം അവസാനിക്കുമെങ്കിൽ അതെത്രയോ ഉൽകൃഷ്ടമായിരിക്കും. അതു തന്നെ നടക്കട്ടെ.

മനോമയ കോശങ്ങളുടെ യാത്രകൾ

യസ്ത്വവിജ്ഞാനവാൻ ഭവ-
ത്യമനസ്കഃ സദാ ശുചിഃ
ന സ തത് പദമാപ്നോതി
സംസാരം ചാധിഗച്ഛതി.

"ഹേ നചികേതസ്സേ," യമധർമ്മൻ പറഞ്ഞു. "മനസ്സെന്ന കടിഞ്ഞാണു കൊണ്ട് നിയന്ത്രിക്കുവാൻ കഴിയാത്തവരുടെ പഞ്ചേന്ദ്രിയങ്ങളാകുന്ന കുതിരകൾ ഒരിക്കലും ബുദ്ധിസ്ഥാനീയനായ സാരഥിക്കു കീഴടങ്ങുക യില്ല. ആ കുതിരകൾ കടിഞ്ഞാണറ്റ ദുഷ്ടാശ്വങ്ങളായി വിഷയങ്ങളിൽ രമിച്ചുകൊണ്ടേയിരിക്കും. അങ്ങനെയുള്ള മനസ്സിന്റെ ഉടമകൾക്ക് ഒരി ക്കലും ലക്ഷ്യമെന്ന പരമപദത്തെ പ്രാപിക്കുവാൻ സാധ്യമല്ലെന്നറിയുക. അയാൾ ജനനമരണരൂപമായ ഈ സംസാരത്തിൽ തന്നെ ഉഴലേണ്ടി വരുന്നു."

"ഏതൊക്കെയാണ് യമധർമ്മരെ ഇന്ദ്രീയങ്ങളാകുന്ന കുതിരകൾക്ക് അലയാനുള്ള വിഷയങ്ങൾ?"

"ശബ്ദം, സ്പർശം, രൂപം, രസം, ഗന്ധം ഇതാണ് ലോകാനുഭവങ്ങൾ. ഇതിലൂടെയാണ് നാം ഈ ലോകത്തെ അനുഭവിക്കുന്നത്. പഞ്ചേന്ദ്രിയ ങ്ങളാകുന്ന നേത്രേന്ദ്രിയം, ശ്രോത്രേന്ദ്രിയം, ഘ്രാണേന്ദ്രിയം, രസനേന്ദ്രിയം, ത്വഗിന്ദ്രിയം എന്നിവയെ പ്രതിഷ്ഠിച്ചിരിക്കുന്ന നമ്മുടെ ദൃശ്യാവയവങ്ങളാണ് കണ്ണ്, ചെവി, മൂക്ക്, നാക്ക്, തൊലി എന്നിവ. ഈ പഞ്ചേന്ദ്രിയങ്ങളാകുന്ന കുതിരകൾക്ക് അലയാനുള്ള പഞ്ചേന്ദ്രിയങ്ങളുടെതന്നെ വിഷയങ്ങളാണ് രൂപം, ശബ്ദം, ഗന്ധം, രസം, സ്പർശം. ഈ ഓരോ ഇന്ദ്രിയങ്ങളും അതാ തിന്റെ വിഷയങ്ങളിൽ ഏതു നേരത്തും നമ്മുടെ ആശകൾക്കും ആഗ്രഹ ങ്ങൾക്കും അനുസരിച്ച് അനുസ്യൂതം വ്യാപൃതരായിക്കൊണ്ടിരിക്കും.

നേത്രേന്ദ്രിയം കാഴ്ചകളിലാണെങ്കിൽ ശ്രോത്രേന്ദ്രിയം ശബ്ദങ്ങളുടെ ലോകത്തായിരിക്കും.

ഘ്രാണേന്ദ്രിയം ഗന്ധമാസ്മരികതയുടെ തലത്തിലാണെങ്കിൽ രസനേന്ദ്രിയം വൈവിദ്ധ്യമാർന്ന രസങ്ങളുടെ ഭൂമികയിലായിരിക്കും.

ത്വഗിന്ദ്രിയം അനുഭൂതികളുടെ മറ്റൊരു സ്പർശവിതാനത്തിലും.

ഓരോ വിഷയങ്ങളും അതാതിന്റെ വിഷയങ്ങളിൽ കാമപൂരിതമായിക്കഴിഞ്ഞാൽ അതിൽനിന്നും പിൻവലിക്കുന്നതിന് അസാമാന്യമായ കരുത്ത് തന്നെ വേണം. സ്ത്രീയുടെ നഗ്നത എത്രകണ്ടാലും മതിവരാത്ത നേത്രേന്ദ്രിയത്തെയും, മൃഷ്ടാന്നത്തിന്റെ രസം എത്ര നുകർന്നാലും പോരാ എന്നു തോന്നുന്ന രസനേന്ദ്രിയത്തേയും, യുദ്ധത്തിന്റെ ശബ്ദം എത്ര കേട്ടാലും തൃപ്തിവരാത്ത ശ്രോത്രേന്ദ്രിയത്തേയും, മരണത്തിന്റെ ഗന്ധം എത്ര രസിച്ചാലും പോരായെന്നു തോന്നുന്ന ഘ്രാണേന്ദ്രിയത്തേയും, വേശ്യയുടെ സ്പർശം എപ്പോഴും വേണമെന്നു കൊതിക്കുന്ന ത്വഗിന്ദ്രിയത്തേയും അതാതു വിഷയങ്ങളിൽ നിന്നും പിൻവലിപ്പിക്കണമെങ്കിൽ അതാതിനെക്കുറിച്ചുള്ള അറിവൊന്നുകൊണ്ടു മാത്രമേ കഴിയൂ."

കുന്തിയുടെ-ശബ്ദം

മാതാവ് എപ്പോഴും പറയുമായിരുന്നു; തന്റെ ജനനസമയത്ത് ഒരു അശരീരി ഉണ്ടായത്രെ!

'അല്ലയോ കുന്തി, നിന്റെ പുത്രൻ ശിവതുല്യപരാക്രമിയും ഇന്ദ്രനെപ്പോലെ അജയ്യനും ആവും, ഇവന്റെ ഭുജവീര്യംകൊണ്ട് അഗ്നിദേവൻ ഖാണ്ഡവ വനത്തെ ആഹാരമാക്കും. സകലരാജാക്കന്മാരേയും ജയിച്ച ശേഷം മൂന്നുരു അശ്വമേധം നടത്തും. ശിവനെ പ്രസാദിപ്പിച്ച് പാശുപതാസ്ത്രം വാങ്ങും. ഇന്ദ്രന്റെ കല്പനപ്രകാരം നിവാചകവചന്മാരെ വധിക്കും.'

ഈ വാക്കുകൾ കേട്ട് ദേവന്മാർ വാദ്യങ്ങൾ മുഴക്കിയെന്നും, ആകാശത്തുനിന്നും പുഷ്പവർഷമുണ്ടായെന്നും, സപ്തർഷിമാരും പ്രജാപതികളും മറ്റും മുനിമാരും ആകാശത്തിൽ അണിനിരന്നുവെന്നും ദേവസ്ത്രീകൾ നൃത്തം ചെയ്തുവെന്നും മാതാവ് പറയുമായിരുന്നു.

പാവം മാതാവ്! മാതാവിനെന്നും ദുരിതങ്ങൾ മാത്രമായിരുന്നു കൂട്ട്. സന്തോഷമെന്നത് എന്താണെന്ന് മാതാവ് ജീവിതത്തിലൊരിക്കലും അറിഞ്ഞിട്ടില്ല. എന്നാൽ തന്റെ തീരാവ്യഥകളെക്കുറിച്ച് മാതാവ് ആരോടും പറയാറില്ലായിരുന്നു. മാതാവിന് ആരോടും ഒരു പരാതിയും ഉണ്ടായിരുന്നില്ല. സഹനത്തിന്റേയും ക്ഷമയുടേയും ഒരു മൂർത്തിമത്ഭാവമായിരുന്നു തന്റെ മാതാവ്.

പ്രതാപൈശ്വര്യങ്ങൾ നിറഞ്ഞ യാദവവംശജനായ ശൂരസേനരാജാവിന്റെ മകളായിട്ടായിരുന്നു ജനനമെങ്കിലും തന്റെ മാതാവിന്റെ ജനനത്തിനു മുമ്പേതന്നെ ശൂരസേനരാജാവ് തന്റെ സഹോദരിയുടെ പുത്രനായ കുന്തിഭോജരാജാവിന് മക്കളില്ലാത്തതിനാൽ തനിക്കുണ്ടാകുന്ന ആദ്യത്തെ പുത്രിയെ ദത്തായി കൊടുക്കാമെന്ന് വാഗ്ദാനം ചെയ്തിരുന്നു. അതുകൊണ്ടുതന്നെ ജനിച്ചയുടനെ സ്വഗൃഹം ഉപേക്ഷിക്കേണ്ടിവന്നവളാണ് തന്റെ മാതാവ്. പിതാവിന്റേയും മാതാവിന്റേയും സ്നേഹവാത്സല്യങ്ങൾ എന്താണെന്നറിയാൻ പോലും മാതാവിനൊരിക്കലും സാധിച്ചില്ല.

വൃതശാലിയായ കുന്തീഭോജന്റെ കൊട്ടാരത്തിലുള്ള മാതാവിന്റെ ജീവിതവും ഒരു രാജകുമാരിയുടേതായ പകിട്ടിനും പന്തിക്കും ഒരിക്കലും ചേർന്നതായിരുന്നില്ല. കുന്തീഭോജന്റെ കൊട്ടാരത്തിൽ ആഗതരാകുന്ന ബ്രാഹ്മണാദികളെ ഉപചരിക്കലായിരുന്നു മാതാവിന്റെ മുഖ്യമായ കർമ്മം.

അങ്ങനെയുള്ള ഒരു നീണ്ട പരിചരണത്തിന്റെ വരദാനമാണ് താനും ജ്യേഷ്ഠന്മാരും അനുജന്മാരും. മഹാകോപിഷ്ഠനായ ദുർവ്വാസാവ് മഹർഷിയുടെ ദുർവ്വാശിക്കു മുമ്പിൽ മാതാവിന് സ്വന്തം ശരീരം തന്നെ പൊള്ളുന്ന ഭോജനപാത്രം വെക്കാൻ കാണിച്ചു കൊടുക്കേണ്ടി വന്നതിന്റെ അനുഗ്രഹ വരദാനങ്ങൾ...

ചന്ദ്രവംശരാജാവായ ഹസ്തിനപുരത്തിലെ തന്റെ പിതാവായ പാണ്ഡുവുമൊത്തുള്ള ജീവിതവും മാതാവിന് ദുരിതപൂർണ്ണം തന്നെയായിരുന്നു. പാണ്ഡു രാജാവായിരുന്നെങ്കിലും അത് നാമമാത്രമായിരുന്നല്ലോ! ഹസ്തിനപുരത്തിന്റെ അധികാരാവകാശങ്ങൾ മുഴുവൻ കയ്യാളി രാജപദവിയിൽ വിരാജിച്ചിരുന്നത് ധൃതരാഷ്ട്രരായിരുന്നു. കൂടാതെ പിതാവിന് മാദ്രി ചെറിയമ്മയുമായുള്ള വിവാഹജീവിതവും ഇതിനൊരു കാരണമായി വർത്തിച്ചിട്ടുണ്ട്.

അങ്ങനെയിരിക്കെയാണ് പിതാവിന് നായാട്ടിനുപോയ സമയത്ത് ഒരു കൊടിയ ശാപം പേറി ശേഷിക്കുന്ന കാലം മുഴുവൻ തന്റെ സപത്നിമാരെ ഒന്നു സ്പർശിക്കാൻ പോലും കഴിയാതെ ജീവിക്കേണ്ടി വന്നത്. ഇതോടെ മാതാവിന്റെ, തന്റെ പിതാവുമൊത്തുള്ള ഭൗതിക ജീവിതത്തിന് വിരാമവുമായി.

പിതാവ് നായാട്ടിനായി കാട്ടിൽ ചുറ്റിക്കറങ്ങുന്ന സമയം മാനിന്റെ വേഷത്തിൽ ഭാര്യയുമായി ക്രീഡിച്ചുകൊണ്ടിരുന്ന കിന്ദമഹർഷിയെ അറിയാതെ അമ്പെയ്തുകൊല്ലുവാൻ കാരണമായിത്തീർന്നതിനാലാണ് ഇത്രയും വലിയൊരു ശാപമേറ്റ് ശേഷിക്കുന്ന കാലം കഴിച്ചുകൂട്ടേണ്ടി വന്നത്. ശാപഗ്രസ്തനായിത്തീർന്നതിനുശേഷം പിതാവ് രാജകീയ ഭോഗങ്ങളെല്ലാം ത്യജിച്ച് ശതശൃംഗവനത്തിൽ തപസ്സിനായി സപത്നിമാരോടൊപ്പം പോവുകയാണ് ചെയ്തത്. അവിടെ വെച്ചാണത്രെ തങ്ങൾ അഞ്ചു പാണ്ഡവന്മാർ പിറക്കുന്നതും പിതാവ് ശാപമേറ്റുവാങ്ങി മൃതനായിത്തീരുന്നതും.

പിതാവിന്റെ മരണശേഷവും കൈക്കുഞ്ഞുങ്ങളായ തങ്ങളെ വളർത്താനുള്ള ഭാരം മുഴുവനും മാതാവിന് തനിച്ച് ചുമക്കേണ്ടിവന്നു. അതിനു കാരണമായിത്തീർന്നത് ചെറിയമ്മയായ മാദ്രിയുടെ തന്റെ പിതാവിന്റെ കൂടെയുള്ള അഗ്നിപ്രവേശമായിരുന്നു. തന്റെ പിതാവിന്റെ അതേ ചിതയിൽ മാതാവും അന്ന് അഗ്നിപ്രവേശം ചെയ്യാൻ പോയതാണ്. പക്ഷേ, വിധിയെന്നല്ലാതെ എന്തുപറയാൻ? മഹത്തുക്കളും പുരോഹിതന്മാരും മാതാവിനെ ഉടലോടെ തടഞ്ഞുനിർത്തി. മാതാവുകൂടി ഇല്ലാതായാൽ അഞ്ച് കൈക്കുഞ്ഞുങ്ങളും അനാഥരായിത്തീരുമെന്ന് അവർ ആണയിട്ടു. അവസാനം അവരുടെ വാക്കുകൾക്കുമുമ്പിൽ മാതാവിന് അഗ്നിപ്രവേശം ഉപേക്ഷിക്കേണ്ടിവന്നു.

പറക്കമുറ്റാത്ത തങ്ങൾ അഞ്ചു പേരേയും കൊണ്ട് മാതാവ് വീണ്ടും ഹസ്തിനപുരത്തിൽ തന്നെ ഒതുങ്ങിക്കൂടി. ഒരു ദാസിക്കും അവരുടെ മക്കൾക്കും നൽകുന്ന പരിഗണനപോലും കുരുക്കൾ മാതാവിനും തങ്ങൾക്കും നൽകിയിരുന്നില്ല. എന്നാലും തങ്ങൾ അഞ്ചു പേരുടേയും രക്ഷ മാത്രമായിരുന്നു മാതാവിന്റെ പരമലക്ഷ്യം.

ഹസ്തിനപുരിയിൽ കുറച്ചെങ്കിലും മാതാവിന് തന്റെ വേപഥുകൾ പങ്കുവെക്കാൻ പറ്റിയ ഒരു സാന്നിദ്ധ്യമുണ്ടായിരുന്നത് ചെറിയച്ഛനായ വിദുരരുടേത് മാത്രമായിരുന്നു. അദ്ദേഹത്തിനെയാണെങ്കിൽ രാജാധികാരം കയ്യാളുന്നവർക്ക് ഒട്ടും ബോദ്ധ്യമായിരുന്നില്ലതാനും. അതുകൊണ്ടുതന്നെ അധികാരസ്ഥാനങ്ങളിൽ അദ്ദേഹത്തിന്റെ വാക്കുകൾക്ക് യാതൊരു വിലയും ഇല്ലായിരുന്നു.

ജ്യേഷ്ഠനായ ഭീമൻ കുരുക്കൾക്ക് എന്നും മുഖ്യശത്രുവും പ്രതിബന്ധവുമായിരുന്നു. അതുകൊണ്ടു തന്നെ കുരുക്കൾ ജ്യേഷ്ഠനെ വകവരുത്താനുള്ള ഓരോ കുത്സിതനീക്കങ്ങളും നടത്തിക്കൊണ്ടിരുന്നത് എപ്പോഴും മാതാവിന്റെ ചെവിയിലെത്തുമായിരുന്നു. പക്ഷേ, മാതാവ് അതെല്ലാം കേട്ടിട്ടും കണ്ടിട്ടും നിസ്സഹായമായ മൗനം ദീക്ഷിച്ചുപോന്നു. അങ്ങനെ അവസാനം പൊറുതിമുട്ടിയപ്പോഴാണ് തങ്ങൾക്കായി വാരണാവതത്തിൽ നിർമ്മിക്കപ്പെട്ട അരക്കില്ലത്തിലേക്ക് താമസം മാറ്റിയത്. എന്നാൽ അവിടത്തെ സമാധാനവും മാതാവിനെ സംബന്ധിച്ചിടത്തോളം താല്ക്കാലികം മാത്രമായിരുന്നു. കുരുക്കൾ അരക്കില്ലത്തിന് തീ കൊളുത്തിയപ്പോൾ രായ്ക്കുരാമാനം ഗുഹാമാർഗ്ഗത്തിലൂടെ രക്ഷപ്പെട്ട് കൊടുംകാട്ടിൽ അലയേണ്ടി വന്നു.

മാതാവിന്റെ രണ്ടാമത്തെ വനവാസമായിരുന്നു അത്. ആദ്യം തന്റെ പിതാവിനൊപ്പമായിരുന്നുവെങ്കിൽ പിന്നീടത് മക്കളോടൊപ്പമായി എന്ന വ്യത്യാസമേ ഉണ്ടായിരുന്നുള്ളൂ.

വനവാസക്കാലത്ത് ഏകചക്രയിലെ ഒരു ബ്രാഹ്മണഗൃഹത്തിൽ താമസിച്ചുവരുമ്പോൾ ഒരു ദിനം മാതാവ് ബകവധത്തിനായി ജ്യേഷ്ഠനായ

ഭീമനെ കച്ചകെട്ടിനിറുത്തിയിരിക്കുന്നതു കണ്ട് താനും ജ്യേഷ്ഠനായ യുധിഷ്ഠിരനും അദ്ഭുതപരതന്ത്രരായിത്തീർന്നതും മാതാവ് അതിന് തക്കതായ ഉത്തരങ്ങൾ നൽകിയതും ഇപ്പോഴും ഓർമ്മയിൽ തെളിയുകയാണ്.

"മാതാവേ, അവിടുന്ന് എല്ലാം അറിഞ്ഞുകൊണ്ടുതന്നെയാണോ ജ്യേഷ്ഠനെ ഈ സാഹസത്തിന് ഒരുക്കിനിറുത്തിയിരിക്കുന്നത്?"

താനും ജ്യേഷ്ഠനും ഒരുമിച്ചായിരുന്നു ചോദിച്ചത്. ചോദ്യം കേട്ട് മാതാവ് മന്ദഹസിച്ചു. എന്നിട്ട് വളരെ സാവധാനം പറഞ്ഞു.

"മക്കളേ, മാതാവ് എല്ലാം അറിയുന്നുണ്ട്. എന്നിട്ടും നിങ്ങൾ വിചാരിക്കുകയും ആശങ്കപ്പെടുകയും ചെയ്യുന്നു; മാതാവ് ഒന്നും അറിയുന്നില്ലെന്ന്."

"ബകാസുരൻ മഹാശക്തനും നരഭോജിയുമാണ്. ഏകചക്ര മുഴുവൻ അടക്കി ഭരിക്കുന്നത് ആ രാക്ഷസനാണ്. അവനെ ധിക്കരിക്കുന്നവർക്ക് മരണം സുനിശ്ചിതമാണുതാനും."

"പെറ്റ മാതാവിനോളം അറിയില്ലല്ലോ മക്കളേ നിങ്ങൾക്ക് നിങ്ങളുടെ ജ്യേഷ്ഠന്റെ ശക്തി? ജനിച്ച നാളിൽ നിങ്ങളുടെ ജ്യേഷ്ഠൻ എന്റെ മടിയിൽനിന്നും താഴെ വീണു. ചെന്നു വീണതോ വലിയ മലയിൽ. അവന്റെ ഉടലിന്റെ കനം കൊണ്ട് മലയിലുണ്ടായിരുന്ന കരിങ്കല്ലുകളൊക്കെ പൊടിഞ്ഞുപോയിരുന്നു."

"എന്നാലും..."

"ഇല്ല മക്കളേ, നിങ്ങളെ ഓരോരുത്തരേയും ഈ മാതാവിനറിയാം. മക്കളുടെ ശക്തിയും ദൗർബ്ബല്യവും മാതാവിനോളം അറിയുന്നവർ വേറെയില്ല."

"ശരിയായിരിക്കാം. പക്ഷേ, ഞങ്ങൾ ചോദിക്കുന്നത് ഇവിടെ, ഈ വനപ്രദേശത്ത് വേഷപ്രച്ഛന്നരായി ജീവിക്കുമ്പോൾ ഇതിന്റെ ആവശ്യമെന്താണെന്നാണ്?"

"നമുക്ക് ഈ വനപ്രദേശത്ത് അഭയമേകിയതും തലചായ്ക്കാനൊരിടം നൽകിയതും ഈ ബ്രാഹ്മണനാണെന്ന് നമുക്കോർമ്മ വേണം. ഈ വിപ്രന്റെ ഗൃഹത്തിൽ സൗഖ്യത്തോടെ, ധാർത്തരാഷ്ട്രന്മാർ അറിയാതെ, സങ്കടം കൂടാതെ, ആദരവോടെ നാം പാർത്തു വന്നു. അതിനു നാം പ്രത്യുപകാരം ചെയ്യുവാൻ ഒരവസരം കിട്ടുമ്പോൾ ചെയ്യേണ്ടതില്ലേ മക്കളെ? ഉപകാരസ്മരണയുള്ളവരാണ് മനുഷ്യർ. അന്യൻ നമുക്കു ചെയ്യുന്ന ഉപകാരത്തിന് അതിലധികം നാം അങ്ങോട്ട് ഉപകാരം ചെയ്യണം. അതാണ് ധർമ്മം."

"മാതാവേ...!!"

"മനസ്സിലായി മക്കളേ നിങ്ങളുടെ ആശങ്കകൾ...!!"

"ബകാസുരൻ അതീവ ശക്തിമാനാണ്. ജ്യേഷ്ഠൻ തനിച്ച്..."

“ജ്യേഷ്ഠൻ തനിച്ച് മതിയെന്ന് നിശ്ചയിച്ചത് ഞാനല്ലേ മക്കളേ? പിന്നെ എന്തിനാണ് നിങ്ങൾക്കീയാശങ്ക?”

“അത്....”

“വേണ്ട മക്കളെ, നിങ്ങളെല്ലാവരും എന്നിലൂടെ വന്നു പിറന്നു എന്നേയുള്ളൂ. എന്റേതല്ലെന്ന് ഈ മാതാവിനറിയാം...”

അത്രയും കൂടി മാതാവ് പറഞ്ഞുനിറുത്തിയതോടെ തങ്ങൾക്ക് ചോദ്യങ്ങളേ ഉണ്ടായിരുന്നില്ല. മാതാവ് എല്ലാം അറിയുന്നുണ്ടെന്ന് തികച്ചും ബോദ്ധ്യമായി. അതുകൊണ്ടുതന്നെ ബകാസുരവധം കഴിഞ്ഞ് ജ്യേഷ്ഠനായ ഭീമൻ ഗൃഹത്തിലേക്കു മടങ്ങിവന്നപ്പോഴും അമ്മയുടെ മുഖത്ത് യാതൊരു ഭാവമാറ്റവും ഇല്ലായിരുന്നല്ലോ.

മാതാവുമൊത്തുള്ള വനവാസകാലത്തു തന്നെയാണ് തങ്ങൾ പാഞ്ചാലദേശത്തിൽ എത്തിപ്പെടുന്നതും മാതാവറിയാതെ പാഞ്ചാലീ സ്വയംവരത്തിൽ പങ്കെടുത്ത് താൻ പാഞ്ചാലിയെ സ്വന്തമാക്കുന്നതും. പക്ഷേ, പിന്നീട് താൻ സ്വന്തമാക്കിയ പാഞ്ചാലി തങ്ങൾ അഞ്ചു പാണ്ഡവന്മാരുടേയും പത്നിയായിത്തീർന്നതും മാതാവുകാരണത്താൽ തന്നെയല്ലേ?! തങ്ങൾ കൊണ്ടുവന്നത് ഭിക്ഷയാണെന്നു വിചാരിച്ച് ‘കിട്ടിയ ഭിക്ഷ എല്ലാവരും കൂടി അനുഭവിച്ചുകൊള്ളൂ’ വെന്ന് മാതാവ് വിളിച്ചുപറഞ്ഞത് കാര്യമറിയാതെ തന്നെയാവുമോ? ആയിരിക്കില്ല! മാതാവ് എല്ലാം അറിയുന്നുണ്ടായിരുന്നു. പലപ്പോഴും തങ്ങൾ മാതാവിനൊന്നും അറിയില്ലെന്ന് വാദിച്ച് സ്വയം ഒന്നും അറിയാതെ വിഡ്ഢികളായിത്തീരുകയാണ് ചെയ്തിരുന്നതെന്ന് വ്യക്തം.

പിന്നീട് ദ്രുപദരാജന്റെ കൊട്ടാരത്തിൽവച്ച് സമാഗമിക്കുന്ന മനീഷിയായ വിദുരരുടെ അഭ്യർത്ഥനപ്രകാരം ഹസ്തിനപുരത്തിലേക്കു തന്നെ മടങ്ങിയെത്തിയെങ്കിലും മാതാവിന് ആ ജീവിതവും കനൽപ്പുറത്തുകൂടിയുള്ള നടത്തം തന്നെയായിരുന്നു. തങ്ങളൊക്കെ ഉറങ്ങുമ്പോഴും മാതാവ് ശത്രുപാളയത്തിലെത്തിയവരുടെ ജാഗ്രതയോടെ തങ്ങൾക്കുവേണ്ടി ഉറക്കമൊഴിച്ചു കാത്തിരുന്നുകാണണം. ഒരുപാട് പ്രാവശ്യം തങ്ങളെ വേരോടെ പിഴിതെറിഞ്ഞു കളയുവാൻ ശ്രമിച്ചവർ അവരുടെ അരികത്തു കിട്ടിയിട്ട് അതിന് ശ്രമിക്കാതിരിക്കുമോയെന്ന് മാതാവ് ശങ്കിച്ചിരുന്നു? തങ്ങൾ കൈക്കുഞ്ഞുങ്ങളായിരുന്നപ്പോൾ മാതാവ് എപ്രകാരമായിരുന്നോ ഭീതിയും സുരക്ഷിതത്വമില്ലായ്മയും അനുഭവിച്ചത് അതിൽനിന്ന് ഒട്ടും കുറവായിരുന്നില്ല തങ്ങൾ ഇത്രയൊക്കെ വലുതായിട്ടുമെന്നും താൻ മനസ്സിലാക്കിയത് വളരെ കഴിഞ്ഞുമാത്രമാണ്.

ഇപ്രാവശ്യത്തെ ഹസ്തിനപുരത്തിലെ ജീവിതവും അധികകാലം നീണ്ടുനിന്നില്ല. ഹസ്തിനപുരത്തിലെ ഓരോ ദിനവും തള്ളിനീക്കുക എന്നത് മാതാവിനെ സംബന്ധിച്ചിടത്തോളം വേദനാജനകമായിരുന്നു. അതു മനസ്സിലാക്കി ജ്യേഷ്ഠൻ ഇക്കാര്യങ്ങൾ വിദുരർ മുഖേന ചർച്ച ചെയ്യുകയും

തുടർന്ന് തങ്ങൾ ഇന്ദ്രപ്രസ്ഥത്തിലേക്ക് മാതാവിനേയുംകൊണ്ട് പോരുകയും ചെയ്തു.

അവിടെ വെച്ചാണ് തനിക്ക് ഒരു വർഷം ഏകാകിയായി വനവാസം അനുഷ്ഠിക്കേണ്ടിവന്നത്. ഇത് മാതാവിനെ സംബന്ധിച്ച് ഏറെ മാനസിക ക്ലേശങ്ങൾക്ക് ഇടയാക്കിയിരുന്നു. തന്റെ എടുത്തുചാട്ടവും ഇടപെടലുകളുമെല്ലാം മാതാവിന് ഒരുപാട് മാനസികസമ്മർദ്ദങ്ങൾ ഉണ്ടാക്കിക്കൊടുത്തിട്ടുണ്ട്. വിപ്രന്റെ കുഞ്ഞുങ്ങളെ മരണദേവനിൽനിന്നും രക്ഷിക്കാമെന്നു പറഞ്ഞ് വാക്കു കൊടുത്തതുപോലും കാര്യങ്ങളെക്കുറിച്ച് പൂർണ്ണമായി ആലോചിക്കാതെയായിരുന്നു. ഇതെല്ലാം മാതാവിന് നന്നായി അറിയാമായിരുന്നെങ്കിലും മാതാവ് ഒരിക്കലും തന്നെ കുറ്റപ്പെടുത്തുമായിരുന്നില്ല.

ഏതൊരു സ്ഥലത്തെയും ആളുകളേയുമാണോ മാതാവ് ഏറ്റവുമധികം കാണാനാഗ്രഹിക്കാതിരുന്നത്, അവിടേക്കു തന്നെ എപ്പോഴും എപ്പോഴും മടങ്ങിവരേണ്ടിവന്നതാണ് മാതാവിന്റെ ജീവിതത്തിലെ മറ്റൊരു വലിയ പരാജയമായിത്തീർന്നത്. ഹസ്തിനപുരിയിൽനിന്നും ചൂതുകളിക്കാനുള്ള ദൂതുമായി വന്നപ്പോൾ ആദ്യം അതിനെ എതിർത്തതും മാതാവു തന്നെയായിരുന്നു. മാതാവ് അതിന്റെ ചതി മുമ്പേ കണ്ടുകാണണം. പക്ഷേ, മാതാവു കണ്ടതിനേക്കാൾ എത്രയോ അതിഭയങ്കരമായിരുന്നു ആ ചതിയുടെ ചോര ചിന്തിയ വഴിയടയാളങ്ങൾ!

ചൂതിൽ നിശ്ശേഷം തോറ്റ്, എല്ലാം നഷ്ടപ്പെട്ട് തങ്ങൾ മക്കളെല്ലാം വനത്തിലേക്ക് പോരേണ്ടിവന്നപ്പോൾ മാതാവിനൊരിക്കലും ഇഷ്ടമില്ലാത്തിടത്ത് പിന്നേയും ഏകാകിയായി, വിദുരഗൃഹത്തിലെ ഇരുളടഞ്ഞൊരു മൂലയിൽ, ആരോടും ഒന്നുരിയാടാനില്ലാതെ, പുറംകാഴ്ചയിൽ നിന്നെല്ലാം ഒറ്റപ്പെട്ട്, നിസ്സഹായയും അപഹസിക്കപ്പെട്ടവളുമായി കാലം കഴിക്കേണ്ടിവന്നു.

പക്ഷേ, അന്നൊന്നും മാതാവ് ഇതിന്റെയെല്ലാം പരിണാമഗുപ്തി രക്താഭമായ ഈ കുരുക്ഷേത്രയുദ്ധത്തിലെത്തിക്കുമെന്ന് അറിഞ്ഞിരുന്നുവോ? ഇല്ല. അതിനെന്തായാലും സാധ്യതയില്ല. ഉണ്ടെങ്കിൽ മാതാവ് അതു മുൻകൂട്ടി പറയുമായിരുന്നു. തീർച്ച.

പാഞ്ചാലിയുടെ-സ്പർശം

"**രാ**ജ്യത്തെ അപഹരിച്ച ശത്രുവിനേയും ഭാര്യയെ അപഹരിച്ച ശത്രുവിനേയും അപേക്ഷിച്ചാൽപ്പോലും പോരിൽ വിട്ടയച്ചുകൂടാ. ഇതാണ് ധർമ്മം. എന്നിരിക്കേ എന്തു നീതിയുടെ പേരിലാണ് സ്വന്തം പത്നിയുടെ അടിപ്പുടവ അഴിക്കാൻ മുതിർന്ന ഈ നരാധമനായ ജയദ്രഥനെ കൈയ്യിൽ കിട്ടിയിട്ടുപോലും കൊല്ലാതെ വിട്ടയച്ചത്?"

യജ്ഞസേനി ഇതു ചോദിക്കുമെന്ന് തനിക്ക് അറിയാമായിരുന്നു. അപമാനത്തിന്റെ നരകയാതന അനുഭവിച്ചുകഴിയുന്ന യജ്ഞസേനി ഇങ്ങനെ ചോദിച്ചില്ലെങ്കിലേ അദ്ഭുതപ്പെടേണ്ടതുള്ളൂ. വനവാസകാലത്ത് ബദരികാശ്രമത്തിൽവച്ച് യജ്ഞസേനിയെ അപഹരിച്ച ജടാസുരനെ വധിച്ചപോലെ എന്തുകൊണ്ട് സൈന്ധവനെ വധിച്ചില്ലെന്നാണ് ചോദിക്കുന്നത്.

"ദ്രൗപദി, ജയദ്രഥൻ കുരുക്കളുടെ ഏക സഹോദരിയായ ദുശ്ശളയുടെ ഭർത്താവാണെന്ന കാര്യം മറന്നു പോയോ നീ?"

"അങ്ങനെയാണെങ്കിൽ ഈ കാമ്യകവനത്തിൽവച്ച് ആ നീചൻ നിങ്ങൾ അഞ്ചുപേരുടേയും അറിവോടും സമ്മതത്തോടെയുമാണ് എന്നെ അപഹരിച്ചതെന്ന് സാരം."

"ദ്രൗപദീ!!"

"ഞാൻ പറഞ്ഞത് സത്യമല്ലേ? എനിക്ക് ചോദിക്കാനും പറയാനും കഴിവുള്ളവർ ഇല്ലെന്നുള്ള മുന്നറിവുകൊണ്ടല്ലേ ഇതു സംഭവിച്ചത്?"

"ദ്രൗപദീ നീ എഴുതാപ്പുറമാണ് വായിക്കുന്നത്."

"എങ്ങനെ എഴുതാപ്പുറം വായിക്കാതിരിക്കും നിങ്ങൾ അഞ്ചു പേരേയും കുറിച്ച് എന്നെ അപഹരിച്ച ആ അധമനോട്, ഞാൻ വെല്ലുവിളിച്ചതല്ലേ? കാട്ടിൽ പോയിരിക്കുന്ന നിങ്ങളിത് അറിഞ്ഞു വന്നാൽ എന്നെ അഹപരിച്ച നിന്നെ ജീവനോടെ യമലോകത്തേക്കയക്കുമെന്ന്."

"അവന്റെ കൂട്ടുപടകളെ മുഴുവൻ കൊന്നൊടുക്കിയില്ലേ ദ്രൗപദി?"

"പടകൾ ഇനിയും ആ നരാധമന് ഉണ്ടാക്കാവുന്നതല്ലേയുള്ളൂ. എനിക്കു പ്രിയം ചെയ്യണമെന്നുണ്ടെങ്കിൽ ആ പുരുഷാധമനെ കൊല്ലുകതന്നെ വേണം. അവൻ കുത്സിതനും, പാപിയും, ദുർബുദ്ധിയും കുലപാംസകനുമാണ്."

"അവനെ ഭീമൻ പിടിച്ചുകെട്ടി തലമുടി അഞ്ചിടങ്ങളിൽ മുറിച്ച് അഞ്ച് കുടുമകൾ ഉണ്ടാക്കി നിറുത്തി കവലകൾ തോറും 'ഞാൻ ദാസനാണേ' എന്നു വിളിപ്പിച്ചു കൂവിയശേഷമാണ് വിട്ടയച്ചത്."

"അതുകൊണ്ടൊക്കെ എന്തു കാര്യം? പഞ്ചശിഖ വെപ്പിച്ചത് ആ അധമൻ ചെയ്ത നീചപ്രവൃത്തിക്കുള്ള തക്കപരിഹാരമാകുന്നുണ്ടോ? ഒരിക്കലുമില്ല. അവൻ കാളകൂടവിഷസർപ്പമാണ്. അവസരം വന്നാൽ ഇനിയും വിഷം ചീറ്റുമെന്ന് എനിക്കുറപ്പാണ്."

"ദ്രൗപദി, പാണ്ഡവരിൽ മൂന്നാം ഊഴക്കാരനാണ് ഞാൻ. എന്റെ ജ്യേഷ്ഠനായ യുധിഷ്ഠിരമഹാരാജാവ് എപ്പോഴും സ്ഥാനത്തും അസ്ഥാനത്തും കൃപ കാണിക്കുന്നു. നീയും എന്നെയിപ്പോൾ ചോദ്യശരങ്ങൾ കൊണ്ട് കുഴക്കുകയാണ്".

"അളവില്ലാത്ത അദ്ദേഹത്തിന്റെ കൃപതന്നെയാണ് ആ നരാധമൻ സ്വതന്ത്രനാവാനും ഇടയാക്കിയതെന്ന് എനിയ്ക്കറിയാം."

"ക്ഷുദ്രസഹായനും ക്ഷുദ്രനുമായ ആ പുരുഷാധമൻ പെൺകൊതി നിമിത്തം കാണിച്ച വിഭ്രമങ്ങൾ നിന്ദ്യവും, സത്വം കെട്ടവനായ അവൻ മരണയോഗ്യനുമാണെന്ന് എനിക്കറിയാമായിരുന്നതും ആയുധമെടുത്തതു മാണ്. പക്ഷേ, ജ്യേഷ്ഠന്റെ അസ്ഥാനത്തുള്ള ദയാപൂർവ്വമായ ഇടപെടൽ എന്നെ....'

"അങ്ങനെയാണെങ്കിൽ രാജാവിന്റെ ആ ദയ എന്നോടും കൂടി കാണി ക്കേണ്ടതല്ലേ? കൗരവസഭയിൽ വെച്ച് ദുശ്ശാസനനാൽ എന്റെ ഉടുപുടവ വലിച്ചുകീറിയ അതേ പ്രവൃത്തി തന്നെയല്ലേ ഇപ്പോൾ ഈ നികൃഷ്ടനാലും ആവർത്തിക്കപ്പെട്ടത്."

"അത്...."

"ഭവാൻ എന്തിനാണ് വാക്കുകൾ കിട്ടാതെ വിമ്മിഷ്ടപ്പെടുന്നത്? എനി ക്കിപ്പോൾ ഒരു കാര്യം ബോധ്യമായി; ഇത് ഇനിയും ആവർത്തിക്ക പ്പെടുമെന്ന്. വീരന്മാരെന്നുദ്ഘോഷിക്കുന്ന പഞ്ചപാണ്ഡവന്മാരുടെ ധർമ്മപത്നി അവരാലും സുരക്ഷിതയല്ലെന്ന്..."

"ദ്രൗപദീ!!... നിന്റെ അസ്ഥാനത്തുള്ള വാക്കുകൾ അസ്ത്രങ്ങൾ പോലെ എന്റെ ഹൃദയത്തെ കീറിമുറിക്കുകയാണ്."

"ഭവാൻ വിഷമിച്ചിട്ട് കാര്യമില്ല. അപമാനത്തിന്റെ നരകാഗ്നിയിൽ വെന്തു രുകുന്ന നിസ്സഹായയായ ഒരു സ്ത്രീക്ക് ഇങ്ങനെയൊക്കെയേ സംസാരി ക്കാനാവൂ. വിശപ്പും അലച്ചിലും രോഗപീഡകളും അങ്ങനെ എല്ലാം സഹിക്കാം. പക്ഷേ, മനസ്സിനേൽക്കുന്ന ഇമ്മാതിരിയുള്ള മാനാപമാന ങ്ങൾ സഹിക്കാൻ കഴിയുന്നില്ല. ഞാൻ ഒരു അനാഥയല്ലല്ലോ? ബല വാനായ പാഞ്ചാലരാജാവിന്റെ മകളും വീരനായ ധൃഷ്ടദ്യുമ്നന്റെ സഹോദരിയും പഞ്ചപാണ്ഡവന്മാരുടെ ധർമ്മപത്നിയുമല്ലേ?"

"ജ്യേഷ്ഠനായ യുധിഷ്ഠിരരാജനെ ഞാനിതുവരേയും ധിക്കരിച്ചിട്ടില്ല ദ്രൗപദീ. എന്നും വിനീതവിധേയനായി ജ്യേഷ്ഠന്റെ കല്പനകളെ അനു സരിച്ചിട്ടേയുള്ളൂ. അദ്ദേഹം ഞങ്ങൾക്ക് രാജാവ് മാത്രമല്ല, സർവ്വവുമാണെന്ന് ഭവതിക്കറിവുള്ളതല്ലേ?"

"അങ്ങനെത്തന്നെയല്ലേ ഞാനും അനുവർത്തിച്ചുപോന്നത്. അല്ലെങ്കി ലിന്ന് ഈ ദ്രൗപദി അഞ്ച് പാണ്ഡവന്മാരുടെയും ഭാര്യയായിരിക്കുമോ? നീചരായ കുരുക്കൾക്ക് എന്നെ പണയം വെക്കാൻ ഞാൻ സമ്മതിക്കുമാ യിരുന്നോ?"

"രാജാവിന്റെ അകൈതവമായ ദയയും ധർമ്മവും ആർക്കും തടയ പ്പെടാൻ പറ്റാത്തതാണെന്നറിഞ്ഞ് ക്ഷമിച്ചാലും ദ്രൗപദീ! ഇതേ കാമ്യകവ നത്തിൽവച്ച് നിന്റെ നേരെ പാഞ്ഞടുത്ത ബകന്റെ സഹോദരനായ കിർമ്മീ രനെ വധിച്ചുകളയാനുള്ള ആജ്ഞ ഭീമസേനനു നൽകിയതും ഇതേ രാജാ വാണെന്നുള്ളതും നാം ഓർക്കേണ്ടതുണ്ട്. അന്ന് കിർമ്മീരവധത്തിനു ശേഷം ദ്വൈതവനപ്രവേശവാസത്തിനിടയിൽ ഇതേ രാജാവ് അതീവ

ദുഃഖിതനായി ഭവിച്ചപ്പോൾ ധർമ്മനന്ദനനോട് നീ ഉപദേശിച്ചു കൊടുത്ത കാര്യങ്ങൾ ഓർമ്മയുണ്ടോ? ഞാൻ തന്നെ പറയാം. കേട്ടുകൊൾക. ഭവതി എന്നോട് പറഞ്ഞുതന്ന ആ വാക്കുകൾ മോഹവിവശയായ ഭവതിക്കിപ്പോൾ കൂടുതൽ കരുത്തേകുമെന്ന് എനിക്കുറപ്പുണ്ട്. അതിനാൽത്തന്നെ ശ്രദ്ധാപൂർവ്വം കേട്ടുകൊൾക, 'ഹേ ഭാരത! അങ്ങയുടെ ഈ ക്ലേശസ്ഥിതിയിൽ ഭവാൻ അങ്ങയുടെ പിതൃപൈതാമഹന്മാർ ചിന്തിച്ച മട്ടിലല്ല ചിന്തിക്കുന്നത്. കർമ്മകല്പിതമായ ഈ ലോകം പലർക്കും പലവിധമാണ്. കർമ്മങ്ങൾ ഒഴിച്ചുകൂടാനാകാത്ത ഫലങ്ങളുണ്ടാക്കുന്നു. അതുകൊണ്ട് അതിൽ നിന്നു കാംക്ഷിക്കുന്നത് വെറും ഭ്രമം മാത്രം! ഇതോർക്കുമ്പോൾ ധർമ്മം മാത്രമല്ല അനൃശംസ്യം. ക്ഷമ, ആർജ്ജവം, ദയ ഇവയൊന്നും മർത്ത്യന് ശ്രീ നേടുവാൻ മൂലമാവുമെന്ന് തോന്നുന്നില്ല. അങ്ങനെയല്ലെങ്കിൽ ഈ ഘോരമായ വ്യസനം ഭവാനും ശക്തരായ അങ്ങയുടെ അനുജന്മാർക്കും അതിന് അനർഹരായിരുന്നിട്ടും എങ്ങനെ വന്നുകൂടി? നല്ലകാലത്തും ചീത്തകാലത്തും അങ്ങേക്ക് ധർമ്മത്തേക്കാൾ പ്രിയപ്പെട്ട മറ്റൊന്നും ഉണ്ടായിരുന്നില്ല. അങ്ങ് ധർമ്മത്തേക്കാൾ ശ്രേഷ്ഠമല്ല ജീവിതം എന്നു തന്നെ കരുതിയില്ലേ? അങ്ങയുടെ ജീവിതമേ ധർമ്മത്തിനു വേണ്ടിയാണ്. ബ്രാഹ്മണർക്കും, ഗുരുക്കൾക്കും, ദേവന്മാർക്കും, ഇതറിയാം. ഭീമാർജ്ജുനന്മാരെയും ഈ മാദ്രേയന്മാരേയും എന്നേയും ഭവാൻ ത്യജിച്ചേക്കാം എന്നാണ് എന്റെ അഭിപ്രായം. എന്നാലും ഭവാൻ ധർമ്മം ത്യജിക്കുകയില്ല. ധർമ്മം കാക്കുന്ന രാജാവിനെ ധർമ്മം രക്ഷിക്കും എന്ന് ആചാര്യന്മാർ പറഞ്ഞതായി ഞാൻ കേട്ടിട്ടുണ്ട്. എന്നാൽ ധർമ്മം അങ്ങയെ രക്ഷിച്ചില്ല. ഭവാന്റെ ധർമ്മം ഭവാനെ ആപത്തിൽനിന്നും രക്ഷപ്പെടുത്തിയോ? മറ്റൊന്നിലും ഭവാന്റെ ബുദ്ധി ചെല്ലുന്നില്ല. എപ്പോഴും ധർമ്മം! ധർമ്മം! ധർമ്മത്തിൽതന്നെ നിഴൽ മനുഷ്യനെ എന്നപോലെ എപ്പോഴും ധർമ്മം ഭവാൻ ചെയ്യുന്നു. തുല്യരെയും താഴ്ന്നവരെയും അങ്ങൊരിക്കലും നിന്ദിച്ചിട്ടില്ല. ബ്രാഹ്മണരുടെ സർവ്വ കാമങ്ങളെയും ഭവാൻ സാധിപ്പിച്ചു. യതികളും സന്യാസികളും ഗൃഹസ്ഥരും എന്നും സ്വർണ്ണപ്പാത്രത്തിൽ ഭവാന്റെ ഗൃഹത്തിൽ ഉണ്ണുമ്പോൾ ഞാൻ പരിചാരികയായി വിളമ്പിക്കൊടുത്തിരുന്നില്ലേ? സ്വർണ്ണപ്പാത്രങ്ങളും ഭക്ഷണവും വാനപ്രസ്ഥർക്കു നൽകിയിരുന്നില്ലേ? ബ്രാഹ്മണർക്കു കൊടുക്കുവാൻ വയ്യാത്തതായി ഭവാന്റെ ഗൃഹത്തിൽ ഒന്നുംതന്നെ ഉണ്ടായിരുന്നില്ലല്ലോ! അവർക്കു നൽകിയതിന്റെ ബാക്കിയുള്ളതാണ് ഭവാൻ എന്നും ഭുജിച്ചത്. കള്ളന്മാർ വാഴുന്ന വിജനമായ വൻകാട്ടിൽ നാടുവിട്ടുവന്നു പാർക്കുമ്പോഴും അങ്ങയുടെ ധർമ്മത്തിനു ഗ്ലാനി ഒട്ടും വന്നിട്ടില്ല. രാജാവേ, എന്നിട്ടും ഭവാൻ ബുദ്ധിപിഴച്ച് ആ ചൂതിൽ തോറ്റ അശുഭമുഹൂർത്തത്തിൽ രാജ്യവും ധനവും ശാസ്ത്രവും മാത്രമല്ല, ഭ്രാതാക്കളേയും എന്നേയും പണയം വച്ചില്ലേ? ദയാശീലനും സൗമ്യനും വിശാലമനസ്കനും വിനീതനും സത്യവാദിയുമായ ഭവാന് എങ്ങനെ ചൂതിനുള്ള കമ്പമുണ്ടായി? എന്താണ് ഇങ്ങനെ ബുദ്ധി മാറിപ്പോയത്? എന്റെ ഹൃദയം അങ്ങയെപ്പറ്റി ചിന്തിക്കുമ്പോൾ തകർന്നു

പോകുന്നു. ഞാൻ ധർമ്മത്തെ ഒരിക്കലും അപമാനിക്കുകയോ, നിന്ദിക്കുകയോ ചെയ്യുന്നതല്ല! ആ പ്രജാപതിയായ വിധാതാവിനെ ഞാൻ എന്തിനു നിന്ദിക്കുന്നു? ദുഃഖാർത്തയായ ഞാൻ പലതും പറഞ്ഞു വിലപിക്കുന്നതിനിടയിൽ ആരെയെങ്കിലും പഴിക്കുന്നതായാൽ അത് കരുതലോടുകൂടി ചെയ്യുന്ന നിന്ദയാണെന്നു ഭവാൻ വിചാരിക്കരുത്. രാജാവേ! നമുക്കു വളരെയധികം അനർത്ഥങ്ങൾ നേരിട്ടിരിക്കുന്ന കാലമാണ് ഇത്. ഭവാൻ സംശയം വെടിഞ്ഞ് പൗരുഷത്തിൽ ഏർപ്പെട്ടാൽ മാത്രമേ നമ്മളെ ബാധിച്ച അനർത്ഥങ്ങൾ നീങ്ങുകയുള്ളൂ. ഒരു പക്ഷേ, ഫലസിദ്ധി ഉണ്ടായില്ലെങ്കിൽത്തന്നെ സ്വന്തം പൗരുഷംകൊണ്ട് അങ്ങേക്കും വൃകോദരനും അർജ്ജുനനും നകുലസഹദേവന്മാർക്കും അഭിമാനഭംഗം ഭവിക്കുകയില്ല. കർമ്മം മറ്റുള്ളവരിലെല്ലാം ഫലിച്ചു കാണുമ്പോൾ നമ്മളിൽമാത്രം അതുണ്ടാകാതിരിക്കുമോ? നാം നമ്മുടെ കർമ്മങ്ങൾ ശരിക്കു നിർവ്വഹിക്കണം. വല്ല കാരണവശാലും നമുക്ക് ഫലസിദ്ധി ഉണ്ടായില്ലെങ്കിൽ ആ തെറ്റു നമ്മുടേതല്ല. കാര്യഘടനകളിൽ ശ്രേഷ്ഠമായത് പരാക്രമമാണ്. തന്നെക്കാൾ ഗുണങ്ങൾ തികഞ്ഞ് പ്രശസ്തന്മാരായ ശത്രുക്കളെ ധീമാൻ സാമം കൊണ്ടും മറ്റുപായങ്ങൾ കൊണ്ടും വശീകരിക്കുവാൻ ശ്രമിക്കണം. ശത്രുക്കൾക്കു തിന്മ മാത്രമേ ചെയ്യാവൂ. അവരെ നാട്ടിൽനിന്നും ഓടിക്കണം. വിജയം കാംക്ഷിക്കുന്നവർ തന്നോടും തന്റെ ബന്ധുക്കളോടുമുള്ള കടപ്പാടു തീർക്കുവാൻ ശത്രുവിന്റെ പഴുത് എപ്പോഴും നോക്കിക്കൊണ്ട് ഉത്സാഹത്തോടെ പ്രയത്നിക്കണം. മനുഷ്യനെന്നല്ല ശത്രു സമുദ്രവും, പർവ്വതവും കൂടി ആയാൽപോലും ഇതേ മാർഗ്ഗം തന്നെ അവലംബിക്കണം."

"ഭവതി ഇപ്രകാരം രാജാവിനോട് വിസ്തരിച്ച് പറഞ്ഞപ്പോൾ രാജാവും കശ്യപമഹർഷിയുടെ ഒരു ഉപദേശം ഓർത്തെടുത്ത് ഓർമ്മിപ്പിച്ചത് ഓർമ്മയില്ലേ? അതും ഞാൻ പറയാം. കേട്ടുകൊൾക. ജ്യേഷ്ഠൻ പറഞ്ഞു. അല്ലയോ മഹാപ്രജ്ഞേ ദ്രൗപദീ, ഭവതി ക്ഷമയെക്കുറിച്ച് പറഞ്ഞല്ലോ, ഞാൻ ദുഃഖിതനും പരാജിതനുമാണെങ്കിലും ക്ഷമ ധർമ്മമാണ്. ക്ഷമ യജ്ഞമാണ്. ക്ഷമ വേദമാണ്. ക്ഷമ ശ്രുതിയാണ്. ക്ഷമ ബ്രഹ്മമാണ്. ക്ഷമ സത്യമാണ്. ക്ഷമ ഭൂതഭവ്യമാണ്. ക്ഷമ തപമാണ്. ക്ഷമ ശൗചമാണ്. ക്ഷമ ലോകം ഭരിക്കുന്നതാണ്. യജ്ഞവിത്തിനേക്കാൾ ശ്രേഷ്ഠമായ ലോകം ക്ഷമയുള്ളവർ നേടുന്നു. ബ്രഹ്മജ്ഞനെക്കാളും തപസ്വിയെക്കാളും ശ്രേഷ്ഠമായ നിലയിൽ ശ്രേഷ്ഠമായ ലോകം ക്ഷമവാൻ നേടുന്നു. ക്ഷമിക്കുന്നവർക്ക് ബ്രഹ്മലോകത്തിൽ മാന്യമായ സ്ഥാനം നൽകപ്പെടും. തേജസ്വികൾക്ക് ക്ഷമ തേജസ്സാണ്. തപസ്വികൾക്ക് ക്ഷമ ബ്രഹ്മമാണ്. സത്യസ്ഥർക്ക് ക്ഷമ സത്യമാണ്. ക്ഷമ യജ്ഞമാണ്. ക്ഷമ ശമമാണ്. അപ്രകാരമുള്ള ക്ഷമയെ കൃഷ്ണേ, എന്നെപോലെയുള്ളവർ ഉപേക്ഷിക്കുമോ? അതിലാണല്ലോ ബ്രഹ്മയജ്ഞമായ പരലോകങ്ങൾ നിൽക്കുന്നത്! അറിവുള്ള പുരുഷൻ ക്ഷമയെ കൈവിടില്ല. എല്ലാം ക്ഷമിക്കുവാൻ കഴിവുള്ളവന് നിശ്ചയമായും ബ്രഹ്മസമ്പത്ത് വന്നു ചേരും. ഇഹലോകം

ക്ഷമവാന്മാർക്കു ലഭിക്കും. പരലോകവും ക്ഷമവാന്മാർക്കുള്ളതാണ്. ഇഹ ലോകത്ത് സമ്മാനവും പരലോകത്ത് സദ്ഗതിയും ക്ഷമവാന്മാർക്കു ലഭിക്കും. ക്രോധത്തെ നിത്യം ക്ഷമയാൽ ജയിക്കുന്നവർക്ക് മേലെമേലെ യായി പരലോകങ്ങൾ ലഭിക്കും. അതുകൊണ്ട് ക്ഷമ അത്യന്തം പൂജനീയ മാണ്."

"മതി ഭവൽപതേ, മതി! ഇനി എനിയ്ക്കൊന്നും കേൾക്കണമെന്നില്ല. ഞാനെന്റെ ഉള്ളം പിടഞ്ഞു നീറിയപ്പോൾ ഔഷധലേപനമായി വാക്കുകൾ സ്വയം ഉപയോഗിച്ചതാണെന്നു കരുതിയാൽ മതി."

"ദ്രൗപദീ, നിന്റെ മഹാദുഃഖത്തിന് ശാശ്വതമായിത്തന്നെ പരിഹാര മുണ്ടാകും. അത് എപ്രകാരമാണെന്ന് എനിക്കറിയില്ല. നിന്നെ അപഹരിച്ച ആ ദുഷ്ടാത്മാവ് താല്ക്കാലികമായി മാത്രമാണ് ഇപ്പോൾ രക്ഷപ്പെട്ടിരി ക്കുന്നത്. അവൻ അവസരം കിട്ടിയാൽ ഇനിയും ദുഷ്ടത പ്രവർത്തിക്കാ തിരിക്കില്ല. അധർമ്മികൾ അവസരം കിട്ടുമ്പോൾ ധർമ്മം പ്രവർത്തിക്കാറി ല്ലല്ലോ? അതുകൊണ്ട് ഇനിയൊരവസരം ഒത്തുവന്നാൽ രാജാവിന്റെ ആജ്ഞപോലും ലംഘിക്കുമാറ് എന്റെ ശരങ്ങളുടെ മൂർച്ച അവന്റെ ശരീര മറിയും."

യജ്ഞസേനി പിന്നെ ഒന്നും ഉരിയാടിയില്ല. സാവധാനം നിശ്ശബ്ദ യായി. വേദനകൊണ്ട് കലങ്ങിമറിഞ്ഞ കണ്ണുകളൊപ്പി തന്റെ മടിയിലേക്കു ചാഞ്ഞു. അഴിഞ്ഞുലഞ്ഞുകിടക്കുന്ന യജ്ഞസേനിയുടെ മുടിയിഴകളിലൂടെ വിരലോടിച്ചുകൊണ്ട് എത്രനേരമാണ് കാമ്യകവനത്തിലെ ആ പർണ്ണ കുടീരത്തിൽ കഴിച്ചുകൂട്ടിയത്. ഓർക്കുമ്പോൾ അതെല്ലാം അല്പം മുമ്പ് കഴിഞ്ഞപോലെ ഓർമ്മയിൽ തെളിഞ്ഞുവരികയാണ്.

സ്വ-രൂപം

കരിയിലകൾക്കിടയിലെ ചീവീടുകൾ എപ്പോഴാണ് നിശ്ശബ്ദരായത്?

പതിഞ്ഞ സ്വരത്തിൽ ആരോ ശബ്ദിക്കുന്നു. മന്ത്രം കണക്കേ. അതെന്റെതന്നെ അകത്തുനിന്നോ പുറത്തുനിന്നോ ആണോ?

ഞാനെന്റെ ഉൾക്കാത് കൂർപ്പിച്ചു.

അലൗകികമായ ഒരു തേജസ്സ് മിന്നിമാഞ്ഞുവോ? അതോ എനിക്ക് തോന്നിയതാണോ?

രാത്രിയുടെ കനത്ത മൂകത.

വിറയലോടെ ഞാൻ ആരാഞ്ഞു. "ഇതാരാണമ്മേ?"

"ഇതാണ് നിന്റെ പിതാവ് മകനേ. ദേവലോകാധിപതിയായ ഇന്ദ്രൻ." അമ്മയുടെ ഇടറിയ ശബ്ദം.

‘‘അപ്പോൾ ഞാൻ പാണ്ഡുപുത്രനല്ലേ?”

“അല്ല അർജ്ജുനാ.”

നിശ്ശബ്ദതയുടെ ഭാരം കൂടി. ഞാൻ മൂകനായി.

എന്റെ ഉള്ളിൽ ഒരു കൊടുങ്കാറ്റ് രൂപം കൊണ്ടു. സർവ്വം സംഹരിക്കാൻ ശേഷിയാർജ്ജിച്ച കൊടുങ്കാറ്റ്.

ശതശൃംഗവനം മുഴുവൻ ചുട്ടെരിച്ച് പ്രഹരിക്കാൻ ഞാൻ ആഗ്രഹിച്ചു.

സകലമാനചരാചരങ്ങളേയും ഒന്നടങ്കം നശിപ്പിച്ച് ഒരു നിമിഷംകൊണ്ട് ഈ ഭൂമി മുഴുവൻ മരുപ്പറമ്പാക്കി മാറ്റുക.

ഒരു പുൽക്കൊടിപോലും ശേഷിക്കരുത്.

നശിച്ച ജന്മം! ആത്മനിന്ദകളും അവമതികളും ആത്മപീഡകളും എന്നും കൂടപ്പിറപ്പായിരുന്നു.

പരാജയപ്പെട്ടവന്റെ ശാപഗ്രസ്തമായ മനസ്സാണെന്റേത്.

പിറവിതൊട്ടേ അത് പേറേണ്ടിവന്നു.

പാണ്ഡുവിന്റെ മകനല്ലാത്ത പാണ്ഡവൻ!

പേരിനു മാത്രമായി ഒരു പിതാവ്.

അടക്കാനാവാത്ത വിഷയേച്ഛയായിരുന്നു പിതാവിന്റെ ശാപം.

ശതശൃംഗവനത്തിൽ സന്യസിക്കാൻ വന്നിട്ടുകൂടി അതിൽനിന്നും മോചിതനായില്ല.

അവസാനം വിഷയങ്ങളിൽ രമിക്കവേതന്നെ ശാപമേറ്റുവാങ്ങി മൃതനാവേണ്ടി വന്നു.

ജനം ചിരിച്ചു.

ഭർത്താവിന്റെ ചിതയിൽ ചാടി മുക്തി നേടാനാഗ്രഹിച്ച മാതാവിനേയും ഭൂവാസികൾ അതിനനുവദിച്ചില്ല.

അവസാനം അപഹാസ്യരായി മാതാവും അഞ്ചു ജ്യേഷ്ഠാനുജന്മാരും പേരിനു മാത്രമായ പിതാവിന്റെ കൊട്ടാരത്തിലേക്ക്.

ഹസ്തിനപുരിയുടെ പകുതി അവകാശികളാണത്രെ!

മാതാവിന്റെ ബലത്തിൽ മാത്രം കടിച്ചുതൂങ്ങി, ആട്ടും തുപ്പുമേറ്റ് ദാസ്യരെപ്പോലെ,

ജ്യേഷ്ഠനായ ഭീമന് കുരുക്കൾ കാളകൂടവിഷം കൊടുത്ത് കൊല്ലാൻ നോക്കിയിട്ടുപോലും ഒന്നും പ്രതികരിക്കാനാവാതെ,

എല്ലാം സഹിച്ചും സമരസപ്പെട്ടും...

ആത്മനിന്ദയുടെ കയ്പുനിറഞ്ഞ കണ്ണുനീർ എത്രമാത്രം കുടിച്ചുതീർക്കേണ്ടിവന്നു ഈ ജീവനൊന്നു നിലനിർത്താൻ.

തെല്ലു കാലായപ്പോഴെങ്കിലും ഇതിനെല്ലാം ഒരു അറുതി വരുമെന്നു കരുതി. പക്ഷേ, വന്നില്ല. എന്നുമാത്രമോ, ഓരോ കാൽവെപ്പുകളിലും മുമ്പോട്ടുള്ള യാത്ര അതീവ സങ്കീർണ്ണമായിത്തീരുകയും ചെയ്തു.

ഇരുട്ടിൽനിന്നും നിബിഡാന്ധകാരത്തിലേക്ക്...

വേദനകളിൽനിന്നും വേപഥുകളുടെ കുത്തൊഴുക്കിലേക്ക്.....

ആത്മനിന്ദകളിൽനിന്നും ആത്മപീഡകളിലേക്ക്.....

പരാജയങ്ങളിൽനിന്നും പരാധീനതകളിലേക്ക്....

അസ്ത്രവിദ്യ അഭ്യസിപ്പിച്ച ഗുരു ദക്ഷിണയായി ആവശ്യപ്പെട്ടത് തന്റെ ശത്രുവിനെ പരാജയപ്പെടുത്തി പിടിച്ചുകെട്ടിക്കൊണ്ടുവരാനായിരുന്നു.

ചോരത്തിളപ്പിന്റെ ഉന്മാദത്തിൽ വരുംവരായ്കകളെക്കുറിച്ച് ആലോചിച്ചില്ല.

പാഞ്ചാലധിപതിയെ ഒരു നികൃഷ്ടജീവിയെപ്പോലെ യുദ്ധത്തിൽ പരാജയപ്പെടുത്തി ഗുരുവിന്റെ കാൽക്കീഴിൽ കൊണ്ടെത്തിച്ചുകൊടുത്തു.

എന്നിട്ടോ?

ഗുരുവിന്റെ രോഗഗ്രസ്തമായ പ്രതികാരം തീർന്നിരിക്കാം.

പക്ഷേ, എനിക്കെന്തുകിട്ടി?

ഗുരു എതിർക്കുന്നപക്ഷം ഗുരുവിനോടുപോലും യുദ്ധം ചെയ്തുകൊള്ളാമെന്നുള്ള ശാപപങ്കിലമായ ഗുരുദക്ഷിണയോ?

ഗുരുദക്ഷിണ!!

അതും ഇപ്പോൾ ഭാരം മാത്രമാണ്.

ആ ഭാരത്തിനു കാരണമായിത്തീർന്ന പാഞ്ചാലധിപതിയുടെ മകളെത്തന്നെ സ്വയംവരത്തിലൂടെ വരണമാല്യം അണിയിക്കേണ്ടിവന്നില്ലേ?

പാഞ്ചാലധിപതിയായ ദ്രുപദരാജന്റെ മധുരവും നിശ്ശബ്ദവുമായ പ്രതികാരം.

യുദ്ധത്തിൽ പരാജയപ്പെടുത്തി അടിമയെപ്പോലെ പിടിക്കേണ്ടിവന്നവനെ പ്രിയപത്നിയുടെ അച്ഛനെന്ന് വിളിക്കേണ്ടി വരിക!

അർജ്ജുനന്റെ ആഴമേറിയ തോൽവികളാണിതെല്ലാം.

ഞാൻ എനിക്കു മുമ്പിൽ എപ്പോഴും തോൽക്കുക മാത്രമേ ചെയ്തിട്ടുള്ളൂ.

സ്വയം തോൽക്കപ്പെടാൻ വിധിക്കപ്പെട്ടവന്റെ മനസ്സ്. അതിന്റെ ആഴവും പരപ്പും ആർക്കുമറിയില്ല.

സ്വയം അനുഭവിച്ച ആത്മനിന്ദയുടെ കയ്പ്. അതെത്രയാണെന്നും ആർക്കുമറിയില്ല.

ഇങ്ങനെയൊക്കയായിട്ടും അർജ്ജുനന് മാത്രമായിത്തീർന്നോ വരണ മാല്യമണിയിച്ച പെണ്ണ്?

കണ്ടു കൊതിതീരും മുമ്പേ അതും പകുക്കേണ്ടി വന്നില്ലേ?

മാതാവിനു കൊടുത്ത പ്രതിജ്ഞ!

പാണ്ഡുവിന്റെ അഞ്ചു മക്കൾ! അവർക്ക് ഒരു ധർമ്മപത്നി!

അവിടേയും വാക്കുകൾ തെറ്റിക്കേണ്ടി വന്നു. ജ്യേഷ്ഠാനുജന്മാരുടെ ഏകപത്നിക്കു വേണ്ടിയുള്ള കരാറുകല്പനകൾ!

തെറ്റിച്ചത് അർജ്ജുനൻ മാത്രമാണ്.

ഫലമോ?!

അയനങ്ങളോളം കാട്ടിൽ അലയേണ്ടിവന്നു.

ജനം അപ്പോഴും ചിരിച്ചു.

അപഹാസ്യരായി, പാന്ഥരെപ്പോലെ വീണ്ടും ഹസ്തിനപുരം കൊട്ടാരത്തിന്റെ ഇരുട്ടുമൂടിയ ദുര്യോധനന്റെ ദയയിലേക്ക്,

നൂറ്റൊന്ന് പേർക്ക് പറഞ്ഞു ചിരിക്കാനൊരു കഥ.

അരക്കില്ലത്തിൽ വെച്ച് ചുട്ടുകൊല്ലാൻ നോക്കിയവരുടെ കാൽക്കീഴിൽ തന്നെ പാതി മണ്ണിൽ ജീവിക്കാനുള്ള ദയാവായ്പും കാത്ത്...

രാജ്യം വാഴുന്നവരുടെ അനുജന്റെ മക്കൾ.

വഴിപോക്കർ!

പേരിനു മാത്രമായ പാണ്ഡുവിന്റെ മക്കളാണത്രെ!

കലഹിച്ചുകൂടാ.

വിലക്കാണ്.

പഠിച്ച അസ്ത്രവിദ്യകൾ പ്രയോഗിച്ച് കൊടുംദ്രോഹങ്ങൾക്കൊന്നും പകരം വീട്ടാനും പാടില്ല.

പാപം!

മഹാപാപം!

ജ്യേഷ്ഠന്റെ ധർമ്മത്തിന് ഗ്ലാനി സംഭവിക്കും.

പിതാമഹന്മാരുടെയും ഗുരുവര്യന്മാരുടെയും വാക്കുകൾ പാണ്ഡവന്മാർ ശിരസ്സാവഹിക്കണം.

കൃപാലുവായ ധർമ്മപുത്രരാണ് ജ്യേഷ്ഠൻ.

സർവ്വംസഹയായ കുന്തീദേവിയാണ് മാതാവ്.

രാജ്യം ഭരിക്കുന്ന പിതാവിന്റെ ജ്യേഷ്ഠനാണെങ്കിൽ അന്ധനും.

അനുസരിച്ചേ മതിയാവൂ. സമ്മതിച്ചേ മതിയാവൂ.

ഇകഴ്ത്തലുകളെല്ലാം കണ്ടില്ലെന്നു വെക്കണം.

അറിഞ്ഞതെല്ലാം അറിഞ്ഞതായി നടിക്കരുത്.

കൗരവർ മാത്രമാണത്രേ ശരി.

അവസാനം അന്ധനായവന്റെ ഭൂതദയാവായ്പിനുമുമ്പിൽ സൂചികുത്താനൊരിടം കിട്ടി.

അവിടേയും എത്രനാൾ?

രാജാസൂയപർവ്വം അവസാനിക്കുമ്പോഴേക്കും ജ്യേഷ്ഠൻ ചൂതുകളിക്കാനുള്ള ക്ഷണം ഏറ്റെടുത്തില്ലേ?

എത്രപറഞ്ഞു; പിൻതിരിയാനായി....

കേട്ടില്ല.

ചതിക്കാനുള്ള ദുര്യോധനന്റെ ഗൂഢതന്ത്രമാണിതെന്നറിയാമായിരുന്നിട്ടും പറഞ്ഞ വാക്കിന്റെ ധർമ്മനിഷ്ഠ മാത്രമായിരുന്നു ജ്യേഷ്ഠനു വലുത്.

ധർമ്മപുത്രരുടെ കൃപാകടാക്ഷം.

അതിന് വലിയ വില കൊടുക്കേണ്ടി വന്നു. രാജ്യവും രാജ്യസ്ഥാനവും മാത്രമല്ല. ധർമ്മപുത്രർക്ക് സ്വന്തം സഹോദരങ്ങളേയും പത്നിയേയും പണയപ്പെടുത്തേണ്ടിവന്നു.

രജസ്വലയായ യജ്ഞസേനിയെ ദുശ്ശാസനന്മാർ....

ഇല്ല!

അപ്പോഴും ഗുരുവിനോടു പോലും യുദ്ധം ചെയ്യാനുള്ള വരം നേടിയ അർജ്ജുനന് പഠിച്ച അസ്ത്രവിദ്യകളൊന്നും ഉപയോഗിക്കാനായില്ല.

യുധിഷ്ഠിരമഹാരാജാവിന്റെ വാക്കുകളെന്ന ലക്ഷ്മണരേഖ അവിടേയും മനസ്സിനെ തളർത്തിക്കളഞ്ഞു.

സപത്നിയുടെ ഉടുപുടവ വലിച്ചുകീറിയവനെതിരെ ചെറുവിരലനക്കാൻപോലും കഴിയാത്തവന്റെ ആത്മവിലാപങ്ങൾ ആരുകേൾക്കാനാണ്?

ആരും കേട്ടില്ല.

ജനം ചിരിച്ചു.

വില്ലാളിവീരനായ ധനുർദ്ധരനാണത്രെ!

ഇരുട്ടിൽപോലും ലക്ഷ്യസ്ഥാനത്തേക്ക് അസ്ത്രമെയ്ത് ശത്രുവിനെ കൊല്ലാൻ കഴിവുള്ളവൻ.

ദ്രോണരുടെ അരുമശിഷ്യൻ.

ആ ശിഷ്യനുവേണ്ടി ഗുരു ഏകലവ്യന്റെ പെരുവിരൽപോലും ചോദിച്ചുവാങ്ങി.

പ്രജകൾ ആർത്തുകൂവി.

എല്ലാം നഷ്ടപ്പെട്ടവർക്ക് കാട് തന്നെ അഭയം.

നീണ്ട പതിനാല് വർഷങ്ങൾ.

ഒറ്റപ്പെടലിന്റേയും അലച്ചിലിന്റേയും കണ്ണീർക്കയങ്ങളിലൂടെ.....

ആരോടും ഒന്നും പറഞ്ഞില്ല.

എല്ലാം ഉള്ളിലൊതുക്കുകയായിരുന്നു.

പിതാവിനെ കാണാൻ ഇന്ദ്രലോകത്തെത്തിയപ്പോൾപോലും മനസ്സിൽ ആത്മനിന്ദയുടെ ചിതയെരിഞ്ഞു. അതിനും കുറ്റക്കാരൻ അർജ്ജുനൻ തന്നെയായിരുന്നു.

അവസാനം തന്നിൽ കാമവിവശയായിത്തീർന്ന ഉർവ്വശിയോട് ഗത്യന്തരമില്ലാതെയാണ് ഇപ്രകാരം പറയേണ്ടിവന്നത്; 'മഹാഭാഗയായ കുന്തിയും ഇന്ദ്രാണിയായ ശചിയും എനിക്ക് എപ്രകാരമോ, അപ്രകകാരം തന്നെയാണ് ശുഭയായ ഭവതിയും. ഞാൻ ഭവതിയെ ഉറ്റുനോക്കിയതു ശരിയാണ്. അതിനു തക്കതായ കാരണമുണ്ട്. ഭവതി പൗരവംശത്തിന്റെ ജനനിയല്ലേ? അത് അറിഞ്ഞിട്ടാണ് ഞാൻ നിർന്നിമേഷനായി ഭവതിയെ നോക്കിയത്. അല്ലാതെ മറ്റുവിധത്തിലല്ല. എന്നെ ഭവതി ശങ്കിക്കരുത്. എനിക്കു ഗുരുവിനേക്കാൾ ഗുരുതരയാണ് ഭവതി. എന്റെ വംശവർദ്ധിനിയുമാണ് ഭവതി. തന്മൂലം അവിടുന്ന് എനിക്ക് ആരാധ്യയായ മാതാവാണ്. ഞാൻ ഇതാ, ഭവതിയുടെ മുമ്പിൽ കാല്ക്കൽ ശിരസ്സ് കുനിക്കുന്നു. കൈ കൂപ്പുന്നു. ഭവതി എനിക്ക് മാതാവാണ്. ഞാൻ ഭവതിക്കു പുത്രനാണ്. അമ്മേ! എന്നെ പുത്രനായി കരുതിയാലും...'

എന്നിട്ടും ഉർവ്വശിയിലെ കാമജ്വരം അടങ്ങിയില്ല.

അവർ ഇരുകൈകളും മേല്പോട്ടുയർത്തി ശപിച്ചു: 'ഭവാന്റെ പിതാവ് ആജ്ഞാപിക്കുകയാൽ കാമവിവശയായി ഇവിടെ വന്ന എന്നെ ആദരിക്കാതിരുന്നതുകൊണ്ട്, ഹേ, പാർത്ഥ, ഭവാൻ ആണല്ലാത്തവനാണെന്നു പരക്കെ അറിയുന്ന വിധം ഷണ്ഡനാകട്ടെ. മാനം വെടിഞ്ഞ് സ്ത്രീജനമദ്ധ്യത്തിൽ ആടിപ്പാടി നടക്കുന്നവനായിത്തീരട്ടെ.'

ശാപം ഫലിച്ചില്ലേ?!

ഉവ്വ്!

വിരാടരാജധാനിയിൽ ധനുർധരനായ ധനഞ്ജയൻ നപുംസകമായ ബൃഹന്നളയായി ആടിത്തിമിർക്കേണ്ടി വന്നു. ഇതിൽപരം ഗതികെട്ട മറ്റൊരു ജന്മം വേറെ ഏതാണ്?

വെറുക്കപ്പെട്ടവരെ ആശ്രയിക്കേണ്ടിവന്ന്, ആശ്രയിക്കപ്പെട്ടവരോട് ആഗ്രഹിക്കുന്നത് പറയാനാവാതെ, പറയുന്നത് പ്രവർത്തിക്കാനാവാതെ,

പ്രവർത്തിച്ചത് ഫലസിദ്ധിയിലെത്തിക്കാനാവാതെ, ഫലസിദ്ധിയിലെത്തിച്ചത് വിളവെടുക്കാനാവാതെ, ആട്ടും തുപ്പും ആത്മനിന്ദയും കുറ്റപ്പെടുത്തലുകളും കൂക്കുവിളികളും പരാജയങ്ങളും ഏറ്റുവാങ്ങിക്കൊണ്ട് പാണ്ഡുവിന്റെ പുത്രനല്ലാത്ത ഒരു മൂന്നാം ഊഴക്കാരനായി ഈ ഞാൻ... ഞാൻ മാത്രം.

കർണ്ണ-രസം

കർണ്ണൻ യഥാർത്ഥത്തിൽ ആരാണ്?

എന്തുകൊണ്ടാണ് താൻ കർണ്ണന്റെ ജന്മശത്രുവായി മുദ്രകുത്തപ്പെട്ടത്?

പലപ്പോഴും സ്വയം ചോദിച്ചിട്ടുണ്ട്?

ഉത്തരം കണ്ടെത്താൻ കഴിഞ്ഞിട്ടില്ല.

തനിക്കൊരിക്കലും കർണ്ണൻ ശത്രുവാണെന്ന് തോന്നിയിട്ടില്ല.

കാരണം, കർണ്ണൻ ജീവിക്കുന്നതേ കർണ്ണനു വേണ്ടിയിട്ടല്ലല്ലോ!

കർണ്ണൻ എന്ന വസുഷേണൻ. സൂതപുത്രൻ!

അധിരഥന് നദിയിൽ നിന്നും കിട്ടിയതാണത്രെ!

അധിരഥൻ അംഗരാജ്യത്തെ ഒരു രാജാവും പ്രാപ്തനായ തേരാളിയും ധൃതരാഷ്ട്രരുടെ ഉറ്റതോഴനുമായിരുന്നു.

അമ്മ രാധ.

അതുകൊണ്ട് കർണ്ണൻ രാധേയനായി.

മക്കളില്ലാത്ത അധിരഥനും രാധയ്ക്കും അശ്വനദിയിൽനിന്നും ഒരു പെട്ടിയിലാക്കിക്കിട്ടിയ കുഞ്ഞ്!

വല്ലാത്ത അദ്ഭുതം തന്നെ!!

ഗംഗാനദിയിലൂടെ പെട്ടിയിൽ ഒഴുകി വന്ന വൃഷൻ.

ആചാര്യരുടെ മകനായ അശ്വത്ഥാമാവാണിതെല്ലാം ആദ്യം തന്നോട് പറഞ്ഞത്.

അന്നേ ചിന്തിച്ചിരുന്നു. കർണ്ണനിൽ എന്തൊക്കെയോ നിഗൂഢതകൾ ഒളിഞ്ഞിരിപ്പുണ്ടെന്ന്.

അറിയുന്നവരോട് മുഴുവൻ രഹസ്യമായി ചോദിച്ചു.

യഥാർത്ഥത്തിൽ കർണ്ണൻ ആരാണെന്ന്?

വിദുരരോട്,

ഭീഷ്മാചാര്യരോട്,

കൃപാചാര്യരോട്.

ദ്രോണാചാര്യരോട്,

ജ്യേഷ്ഠനായ ധർമ്മപുത്രരോട്,

അവസാനം അമ്മയായ കുന്തിയോടും....

പക്ഷേ, ആർക്കും ഒന്നും അറിയില്ലായിരുന്നു.

കുറേ സൂചനകൾ മാത്രം ഓരോരുത്തരും പറഞ്ഞുതന്നു.

ആ സൂചനകളിലെല്ലാം താൻ കർണ്ണന്റെ ശത്രുവാണെന്നു മാത്രം മനസ്സിലായി.

തന്നെ ശത്രുവായിക്കാണുന്നവന്റെ ജന്മരഹസ്യങ്ങൾ എന്താണെന്നറി യുവാനുള്ള ഉത്കണ്ഠ എല്ലാവരേക്കാൾ കൂടുതൽ വേട്ടയാടപ്പെട്ടതും തന്നെ മാത്രമായിരുന്നു.

നദിയിലൂടെ പെട്ടിയിലാക്കി ഒഴുകിവരപ്പെട്ട കുഞ്ഞ്.

ആരായിരിക്കും ആ കുഞ്ഞിനെ പെട്ടിയിലാക്കി അടച്ചത്?

എന്തിനായിരിക്കും ആ കുഞ്ഞ് പെട്ടിയിലാക്കി അടയ്ക്കപ്പെട്ടത്?

എവിടെ നിന്നായിരിക്കും ആ പെട്ടി ഒഴുക്കിവിടപ്പെട്ടത്?

ഗംഗാനദി ഉദ്ഭവിക്കുന്നത് ഹിമവാനിൽ നിന്നാണ്.

അപ്പോൾ എന്തായാലും ദേശാതിർത്തികൾക്കപ്പുറത്തുനിന്നായിരി ക്കില്ല.

ഇനി ഹിമവൽശൃംഗങ്ങളിലെ ഏതെങ്കിലും അപ്സരസ്സുകളോ, അശ്വ ദേവകളോ, യക്ഷ-ഗന്ധർവ്വ-കിന്നരരോ ആയിരിക്കുമോ?

അങ്ങനെയാണെങ്കിൽ വസുഷേണൻ ഏതെങ്കിലും ദേവപുത്രനായിരി ക്കണം.

ഒളിപ്പിച്ചുവെച്ച ഗർഭം കുലദോഷമുണ്ടാക്കാതിരിക്കാനായി ഏതെങ്കിലും കന്യക പ്രസവിച്ചയുടനെ ഒഴുക്കിവിട്ടതായിരിക്കുമോ? അതാവാനും വഴി യുണ്ട്!

അങ്ങനെ നോക്കുമ്പോൾ തന്നെക്കാൾ അരാജകമാണ് വസുഷേണന്റെ ജന്മരഹസ്യം. തനിക്ക് കേവലം മാതാവും പിതാവും ഉണ്ടെങ്കിലും അവന് അതാരാണെന്നുപോലും അറിയില്ലല്ലോ!

വസുഷേണന് ജന്മം നൽകിയ ആ കന്യകയേയും കാരണമായിത്തീർന്ന പിതാവിനേയും അവൻ എത്രമാത്രം ശപിച്ചിട്ടുണ്ടായിരിക്കും? വെറുത്തിട്ടു ണ്ടായിരിക്കും? ഇനി അഥവാ അവൻ അവരെക്കുറിച്ച് ചിന്തിച്ചിട്ടേ ഇല്ലായി രിക്കുമോ?

അധിരഥൻ വസുഷേണനെ സ്വന്തം മകനെപ്പോലെയാണ് വളർത്തി വലുതാക്കിയതത്രെ! അതുപോലെത്തന്നെയായിരുന്നു അധിരഥന്റെ പത്നി യായ രാധയ്ക്കും വസുഷേണനോട്.

നിറഞ്ഞ വാത്സല്യം.

വിദുരർ പറയുമായിരുന്നു, 'അർജ്ജുനാ, വസുഷേണനെ അധിരഥനും രാധയും സ്നേഹിച്ചത്ര ഈ ഭൂമിയിൽ ആരും മക്കളെ സ്നേഹിച്ചിട്ടുണ്ടാവില്ല. അത്രയ്ക്കും അടുപ്പമായിരുന്നു അവർ മൂവ്വരും. മക്കളില്ലാത്ത അനപത്യദുഃഖമനുഭവിച്ചനുഭവിച്ച് എണ്ണിയെണ്ണിക്കഴിയുമ്പോഴാണ് ഈശ്വരൻ അവർക്കീ കുഞ്ഞിനെ കൊണ്ടുകൊടുത്തത്. രാധ കുല സ്ത്രീയും അതീവദയാലുത്വം നിറഞ്ഞവളുമായിരുന്നു. അധിരഥനാണെങ്കിൽ അംഗരാജ്യത്തെ ഒരു രാജാവും കേളികേട്ട തേരാളിയും, പോരാത്തതിന് ധൃതരാഷ്ട്രമന്നന്റെ അടുത്ത അനുചരനുമായിരുന്നു. അതുകൊണ്ടു തന്നെ ഹസ്തിനപുരത്തിന്റെ സകലവിധപിന്തുണയും സഹായഹസ്തവും എപ്പോഴും അധിരഥന് ലഭ്യവുമായിരുന്നു. ധൃതരാഷ്ട്രമന്നന്റെ പല രഹസ്യയാത്രകൾക്കും തേരാളിയായി എന്നും പോയിരുന്നത് അധിരഥനായിരുന്നു. അവർ തമ്മിൽ ഒരാത്മബന്ധം വളർന്നുവരാനും അതുകാരണമായിത്തീർന്നു. അതുകൊണ്ടാണ് വസുഷേണൻ വലുതായിവന്നപ്പോൾ അസ്ത്രവിദ്യാസമ്പാദനത്തിനായി ഹസ്തിനപുരത്തേക്കുതന്നെ അയച്ചതും ദ്രോണാചാര്യരുടെ ശിഷ്യനായിത്തീർന്നതും. അധിരഥനും വസുഷേണനും ധൃതരാഷ്ട്രരോടും മക്കളോടും ഒരു ജന്മം തീർത്താതീരാത്ത കടപ്പാടാണ് കടം വീട്ടാനുള്ളത് അർജ്ജുനാ. അതിനാൽതന്നെ കുരുക്കൾക്കുവേണ്ടി വസുഷേണൻ എന്തും ചെയ്യും. കൊല്ലാൻ പറഞ്ഞാൽ കൊല്ലും. സ്വയം മരിക്കാൻ പറഞ്ഞാൽ അതും ചെയ്യും. അവന്റെ വാശിയും ശത്രുതയും പ്രതികാരവും കുരുക്കൾക്കുവേണ്ടിയുള്ളത് മാത്രമാണർജ്ജുനാ.'

ഇപ്പറഞ്ഞതെല്ലാം ശരിയായിരിക്കാം. അന്ന് ആയുധപരീക്ഷാസമയത്ത് കൃപാചാര്യർ കർണ്ണന്റെ കുലീനത്വത്തെ ചോദ്യം ചെയ്തപ്പോൾ ദുര്യോധനൻ മാത്രമേ രക്ഷകനായി അവതരിച്ചുള്ളൂ എന്നതു തന്നെ ഇതിനു വൃത്താന്തമല്ലേ?

താനൊരിക്കലും കർണ്ണനോട് നേരിട്ട് വാഗ്വാദങ്ങൾക്കോ അസ്ത്രശസ്ത്രാദിപരീക്ഷകൾക്കോ പോയിട്ടില്ല.

അതൊരിക്കലും തന്റെ ആവശ്യവുമായിരുന്നില്ല.

പക്ഷേ, കുരുക്കൾ....

അതേ,

അവരാണെപ്പോഴും ആയുധങ്ങൾ രാകി രാകി...

ഇല്ലാത്ത ശത്രുതയുടെ വളവും വെള്ളവും ചേർത്ത്,

ഓരോ കൂമ്പുകളേയും കിളിർപ്പിച്ച്, കിളിർപ്പിച്ച് കൊണ്ടുവന്നത്.

കുരുക്കൾക്കായിരുന്നു കർണ്ണന്റെ കരുത്താവശ്യം.

അതിനായവർ എപ്പോഴും കർണ്ണനറിയാതെതന്നെ കരുക്കൾ നീക്കി.

ഓരോ കരുക്കളും കളങ്ങളിൽ മുറുകിയപ്പോൾ കർണ്ണനും ഒരിക്കലും പുറത്തു പോകാനാവാത്തവിധം കളങ്ങളിൽത്തന്നെ അകപ്പെട്ടുപോവുകയായിരുന്നു.

പിന്നെ, കുരുക്കൾ ചരടുവലിക്കുമ്പോൾ നൂൽപ്പാവയെപ്പോലെ താളത്തിനൊത്ത് കർണ്ണന് ചലിക്കേണ്ടി വന്നു.

ദ്രുപദകൊട്ടാരത്തിൽ ദ്രൗപദീസ്വയംവരത്തിനു സന്നിഹിതനായതു കർണ്ണൻ കർണ്ണനു വേണ്ടിയിട്ടായിരുന്നോ?

ഒരിക്കലുമല്ല.

ഭീമസേനനുമായി യുദ്ധത്തിലേർപ്പെട്ടതും തോൽവിയേറ്റുവാങ്ങിയതും കർണ്ണൻ കർണ്ണനു വേണ്ടിയിട്ടായിരുന്നോ?

തീർച്ചയായും അല്ല.

പാഞ്ചാലിയുടെ വസ്ത്രാക്ഷേപസമയത്ത് പഞ്ചശിരസ്സുകൾ കേൾക്കുമാറ് ചിരിച്ചതും പാഞ്ചാലിയെ പഴിച്ചതും കർണ്ണൻ കർണ്ണനുവേണ്ടിയിട്ടായിരുന്നോ?

ആയിരിക്കില്ല.

കാമ്യകവനത്തിൽ വെച്ച് തങ്ങളെ ആക്രമിക്കാൻ പുറപ്പെട്ടതും കർണ്ണൻ കർണ്ണനു വേണ്ടിയിട്ടായിരുന്നില്ലല്ലോ?

ആ കർണ്ണനാണിപ്പോൾ തന്നെ കൊല്ലുമെന്ന് ശപഥം ചെയ്തിരിക്കുന്നത്.

ആർക്കുവേണ്ടി?

കർണ്ണൻ കർണ്ണനുവേണ്ടിയിട്ടാണോ ഈ ശപഥവും ചെയ്തിരിക്കുന്നത്?

ആയിരിക്കില്ല.

കാരണം കർണ്ണൻ ഒരിക്കലും തന്റെ ജന്മശത്രുവായിരുന്നില്ലെന്നുള്ളതു തന്നെ.

അറിഞ്ഞിടത്തോളം കർണ്ണൻ ഒരു ഉപകരണം മാത്രമാണ്.

കുരുക്കളുടെ ചൊല്പടിക്കനുസരിച്ച് ലക്ഷ്യസ്ഥാനത്തേക്ക് തൊടുത്തുവിടാവുന്ന ഉഗ്രശേഷിയുള്ള ഒരു ഉപകരണം.

ജ്യേഷ്ഠനായ ധർമ്മപുത്രർ പറയുമായിരുന്നു: 'അനുജാ, അശാന്തിയിൽ ഉറഞ്ഞതാണ് കർണ്ണന്റെ ജീവിതം. ശാപഗ്രസ്തമാണത്. അനാഥത്വവും അവഹേളനങ്ങളും അവനോളം ഏറ്റുവാങ്ങിയവർ കുറവായിരിക്കും. അവകാശപ്പെടാനൊരു കുലംപോലും ഇല്ലാത്തവനാണവൻ. അവനിൽ ഉറഞ്ഞുകൂടിയിരിക്കുന്ന അധോചിന്തകൾ ഒരിക്കലും നേരായ ദിശയിലേക്കുള്ളതാവില്ല. അവനെ ഉപദേശിച്ചിട്ടും കാര്യമില്ല. ഉള്ളിലൂടെ ഒഴുകുന്നത് ബാല്യത്തിലെ ഈ അഴുക്കുചാലുകളാണ്. കർണ്ണന് പാണ്ഡവരോട് മുഴുവൻ തീർത്താതീരാത്ത പകയാണ്. ഇതിനു നിമിത്തമായ യാതൊരു കാരണവും നമുക്ക് കണ്ടെത്താനുമാകില്ല. അന്വേഷിക്കുംതോറും ഉത്തരം കിട്ടാത്ത ഒരു സമസ്യയാണത്. അവനെല്ലാം അവന്റെ വളർത്തച്ഛനാണ്. അദ്ദേഹത്തിന്റെ കൂറാണ് അവന്റേയും കൂറ്. കുരുക്കളുടെ നെറികേടുകൾക്കു മുഴുവൻ അധിരഥൻ തേരാളിയായവനാണ്. പിന്നെ അവന്റെ മകന് ഇനിയും

തേരാളിയാവാതിരിക്കാൻ പറ്റുമോ? അതുകൊണ്ട് നീ കരുതിയിരിക്കുക. നഷ്ടപ്പെടാൻ നമുക്കു മാത്രമാണുള്ളത്.'

ജ്യേഷ്ഠന്റെ വാക്കുകൾ തെറ്റാറില്ല.

അനുഭവത്തിന്റെ ആഴവും അറിവിന്റെ പരപ്പും നിറഞ്ഞതാവുമ്പോൾ പ്രത്യേകിച്ചും.

കർണ്ണാ!

കുരുക്കളുടെ ഏകകരുത്താണ് നീയെന്ന് അറിയേണ്ടവിധം നീ അറിയാത്തതെന്ത്?

അതോ അറിഞ്ഞിട്ടും അറിയത്തതു പോലെ നടിക്കുകയാണോ?

കർണ്ണാ...!

നിന്റെ ശത്രുവാണ് ഈ അർജ്ജുനൻ. പക്ഷേ, നീ ശത്രുവാണെന്ന് ഒരിക്കലും ഈ അർജ്ജുനന് തോന്നിയിട്ടില്ല.

എന്റെ കണ്ണുകൾക്കു മുമ്പിൽ നീ ഇപ്പോഴും അശ്വനദിയിലൂടെ ദിക്കറിയാതെ ഒഴുകിക്കൊണ്ടിരിക്കുന്ന മരപ്പെട്ടിയിലെ ആ കുഞ്ഞുമാത്രമാണ്.

നദിയിലെ മകരമത്സ്യങ്ങളൊ, ക്ഷുദ്രജീവികളോ ഒന്നും നിന്നിലെ കുഞ്ഞിനെ അലോസരപ്പെടുത്തുന്നില്ല.

കാരണം നീ നദിയിലൂടെ ഒഴുകുകയാണെന്ന് നീ അറിയുന്നില്ലല്ലോ കർണ്ണാ. കര നിന്റെ ലക്ഷ്യമല്ല.

രക്ഷാകരങ്ങൾ സ്വപ്നം കാണാനുള്ള കരുത്തുമില്ല.

വേടൻ തരം നോക്കി മൃഗങ്ങളെ കൊല്ലുന്നതുപോലെ നിന്നിലെ ദോഷങ്ങൾ ഓരോന്നും നിന്നിൽ കടന്ന് തരം നോക്കി നിന്നെ നശിപ്പിച്ചു കൊണ്ടിരിക്കുകയാണെന്ന് നീ അറിയുന്നുമില്ല.

കരച്ചിൽ മാത്രമാണ് നിന്റെ കർമ്മകാണ്ഡത്തിലുള്ളത്.

ഒരു പിഞ്ചുപൈതലിന്റെ മുലച്ചൂടുതേടിയുള്ള കരച്ചിൽ.

എപ്പോൾ യാത്രപുറപ്പെട്ടുവെന്നോ, എപ്പോൾ ഈ യാത്ര അവസാനിക്കുമെന്നോ നിനക്കറിയില്ല.

ആരാണ് യാത്രയാക്കിയതെന്നോ, ആരാണ് യാത്രാമൊഴി നേർന്നതെന്നോ നിനക്കറിയില്ല.

എവിടെ നിന്നാണ് പുറപ്പെട്ടതെന്നോ, എവിടെയൊക്കെ അലഞ്ഞു തിരിഞ്ഞുവെന്നോ നിനക്കറിയില്ല.

ആരിൽനിന്ന് ആരിലേക്കാണ് ഈ യാത്രയെന്നും നിനക്കറിയില്ല.

അതുകൊണ്ടുതന്നെ,

കർണ്ണാ,

വസുഷേണാ,

വിട! നിനക്കു വിട!

ഏകലവ്യന്റെ-ഗന്ധം

എന്തിനാണ് ആചാര്യർ ഏകലവ്യന്റെ വലതുകയ്യിന്റെ പെരുവിരൽ തന്നെ ഗുരുദക്ഷിണയായി ആവശ്യപ്പെട്ടത്?

ഇപ്പോഴെങ്കിലും നിനക്കത് മനസ്സിലായില്ലേ അർജ്ജുനാ?

ഞാൻ...

ഇല്ലെങ്കിൽ പറയാം. ഹസ്തിനപുരത്തിലെ ക്ഷത്രിയകുമാരന്മാരായ നിങ്ങളുടെ അസ്ത്രശസ്ത്രഗുരുവായി സ്വയം അവരോധിക്കപ്പെട്ടതിന്റെ പുറകിൽ ആചാര്യർക്ക് വ്യക്തമായ ലക്ഷ്യങ്ങളുണ്ടായിരുന്നു. ആ ലക്ഷ്യ പ്രാപ്തിക്കുമുൻപിൽ ശൂദ്രനായ ഏകലവ്യന്റെ പെരുവിരൽ ഒരിക്കലും തടസ്സമാവരുതെന്ന് ആചാര്യർ ആഗ്രഹിച്ചുകാണും.

ശരിയാണ്. പാഞ്ചാലരാജാവായ ദ്രുപദൻ ഒരിക്കലും എനിക്ക് ശത്രു വായിരുന്നില്ല.

പക്ഷേ, പാഞ്ചാലൻ ആചാര്യരുടെ ആജന്മശത്രുവായിരുന്നു അർജ്ജുനാ. ആ കഥ നിനക്കറിയില്ലേ? ഇല്ലെങ്കിൽ പറയാം. ശ്രദ്ധാപൂർവ്വം കേട്ടുകൊൾക. ഗംഗാദ്വാരത്തിൽ ഭരദ്വാജൻ എന്നു പേരായ ഒരു മുനി വ്രതനിഷ്ഠയോടെ നിവസിച്ചിരുന്നു. അദ്ദേഹം ഒരു ദിവസം ഗംഗാനദിയിൽ സ്നാനാദികർമ്മങ്ങൾക്കായി ചെന്ന സമയത്ത് അവിടെ അലൗകിക രൂപഗുണം തികഞ്ഞ ഒരു ദേവസുന്ദരി നിൽക്കുന്ന കണ്ടു. ഘൃതാചി എന്നായിരുന്നു ആ സുരസുന്ദരിയുടെ പേര്. ഈറനായ ഒറ്റവസ്ത്രം ധരിച്ചു നിൽക്കുന്ന അവളുടെ വസ്ത്രം നദീതീരത്തിൽവച്ച് പെട്ടെന്നു വീശിയൊരു ഇളംകാറ്റു തട്ടി ഊർന്നുവീണു. വസ്ത്രം ഊർന്നുവീണ ആ അദ്ഭുതാംഗിയുടെ കാമ്യരൂപം കണ്ട് ഭരദ്വാജൻ കാമവികാരഭരിതനായി. ഘൃതാചിയിൽ നോട്ടം തറച്ച ഭരദ്വജന് ശുക്ലം സ്രവിച്ചു. മുനി ആ ശുക്ലം ഒരു കുടത്തിലാക്കി. അങ്ങനെ കുടത്തിൽനിന്നും ജനിച്ചവനായതുകൊണ്ടാണ് ദ്രോണർ എന്ന പേരുതന്നെ സിദ്ധിച്ചത്.

ഭരദ്വാജന്റെ ഉറ്റസുഹൃത്തായിരുന്നു പൃഷതൻ എന്ന പാഞ്ചാലദേശത്തെ രാജാവ്. പൃഷതന്റെ പുത്രനാണ് ദ്രുപദൻ. ദ്രുപദനും ദ്രോണനും കുട്ടിക്കാലത്ത് ഭരദ്വാജാശ്രമത്തിൽ ഒരുമിച്ചായിരുന്നു വേദാദ്ധ്യയനം നടത്തിയിരുന്നത്. അങ്ങനെയിരിക്കേ പൃഷതൻ മരിച്ചപ്പോൾ ദ്രുപദൻ ഉത്തര പാഞ്ചാലരാജ്യത്തിന്റെ രാജാവായി. ഈ ഘട്ടത്തിൽതന്നെ ഭരദ്വാജനും സ്വർഗ്ഗസ്ഥനായിരുന്നു.

ദ്രോണൻ അച്ഛന്റെ ആശ്രമത്തിൽത്തന്നെ കഴിച്ചു കൂട്ടി. തദ്വാരാ ദ്രോണർ പുത്രലാഭത്തിനുവേണ്ടി ശാരദ്വതിയായ കൃപിയെ വിവാഹം ചെയ്തു. കൃപി കൃപാചാര്യരുടെ സഹോദരി കൂടിയാണ്. അഗ്നിഹോത്രം, ദമം, ധർമ്മം എന്നിവയിൽ ശ്രദ്ധയുള്ള കൃപി അശ്വത്ഥാമാവ് എന്ന ഒരു

പുത്രന് ജന്മം നൽകി. ജനിച്ച ഉടനെ അവൻ ഉച്ചൈശ്രവസ്സിനെപ്പോലെ കൂകി. അതുകേട്ട് ആകാശത്തിൽനിന്നും ഒരശരീരി ഉണ്ടായത്രെ! അശ്വത്തിനൊത്ത ശബ്ദം ഇവൻ പുറപ്പെടുവിക്കുകയാൽ അശ്വത്ഥാമാവ് എന്ന് ഇവനു വിശ്വത്തിൽ പേർ പ്രസിദ്ധമാകും.

കാലം കടന്നുപോയി. അങ്ങനെയിരിക്കേ ഒരു ദിനം ജാമദഗ്ന്യൻ സർവ്വജ്ഞനും സർവ്വശസ്ത്രാസ്ത്രകോവിദനുമാണെന്നും ബ്രാഹ്മണർക്ക് എന്തിഷ്ടം സാധിപ്പിക്കുവാനും സന്നദ്ധനാണെന്നുമുള്ള വൃത്താന്തം ദ്രോണർ കേട്ടു. രാമന്റെ ആ ധനുർവ്വേദവും മഹത്തായ ദിവ്യാസ്ത്ര പാടവവും തനിക്ക് ലഭിക്കുവാനുള്ള ആഗ്രഹം ദ്രോണരിൽ വേരൂന്നി. അദ്ദേഹം രാമസന്നിധിയിലെത്തി തന്റെ അഭീഷ്ടം അറിയിച്ചു. അപ്രകാരം രാമൻ ഗൂഢതത്ത്വക്രമത്തോടെ സകല അസ്ത്രങ്ങളും ധനുർവ്വേദം സമസ്തംതന്നെ ദ്രോണനു നൽകി. ഇതിൽ ഗർവ്വു പൂണ്ട ദ്രോണൻ പിന്നീട് ചെന്നത് ദ്രുപദന്റെ ഉത്തരപാഞ്ചാലദേശത്തേക്കാണ്. ദ്രുപദൻ ബാല്യകാല സഖാവ് കൂടിയായിരുന്നല്ലോ.

അസ്ത്രശസ്ത്രാദികൾ മാത്രമാണ് രാമനിൽനിന്നും ലഭിച്ചത് എന്നതിനാൽ അസംഖ്യമായ സ്വത്തുക്കളോട് ദ്രോണർക്ക് കുറേക്കാലമായി പ്രതിപത്തിയുണ്ടായിരുന്നു. അസംഖ്യം സ്വത്തുക്കളൊക്കെ രാമനിൽനിന്നും ലഭിച്ചതുമില്ല. ദ്രോണർ ചെല്ലുമ്പോഴേക്കും അതെല്ലാം രാമൻ കാശ്യപനു ദാനമായി നൽകിയിരുന്നു. അപ്പോൾ പിന്നെ ദാനമായി ലഭിച്ച അസ്ത്രശസ്ത്രാദിവിദ്യകൾകൊണ്ട് സ്വത്തുസമ്പാദനത്തിനായി ദ്രോണരുടെ നോട്ടം. അതിനു വേണ്ടിയാണ് ദ്രുപദന്റെ അരികിലേക്കു ചെന്നതുതന്നെ.

പക്ഷേ, ദ്രോണന്റെ മനസ്സിലിരുപ്പ് മുൻകൂട്ടിയറിഞ്ഞ യജ്ഞസേനൻ ദ്രോണരോട് ഈ ഉദ്യമം നടക്കില്ലെന്നും ഒരു രാജ്യത്തെ രാജാവായ തനിക്ക് പ്രജകളുടെ ക്ഷേമത്തിനും ഐശ്വര്യത്തിനും ഉതകുന്നതല്ലാതെ വഴിവിട്ടൊന്നും നൽകാൻ കഴിയില്ലെന്നും ദ്രോണരെ അറിയിച്ചു. എന്നാൽ അസ്ത്രശസ്ത്രദാനസമ്പാദനത്തിൽ ഗർവ്വുണ്ടായിരുന്ന ദ്രോണർ തന്നെ വേണ്ടവിധത്തിൽ ദ്രുപദൻ പരിഗണിച്ചില്ലെന്ന ഉൾപ്പകയുമായിട്ടാണ് അവിടെനിന്നും ഇറങ്ങിപ്പോരുന്നതും, ഹസ്തിനപുരത്തിൽ എത്തിച്ചേരുന്നതും, ഭീഷ്മരുടെ ദയകൊണ്ട് കൗരവപാണ്ഡവന്മാരുടെ അസ്ത്രശസ്ത്രവിദ്യകൾ അഭ്യസിപ്പിക്കുന്നതിനുള്ള ഗുരുസ്ഥാനം കൈവരുത്തുന്നതും...'

ആരുടെയൊക്കെയോ ഉൾപ്പകകൾക്ക് ഞാൻ കരുവായിത്തീരുകയായിരുന്നുവല്ലേ?

തീർച്ചയായും ധനഞ്ജയാ. ദ്രുപദനെ പിടിച്ചുകെട്ടി ആചാര്യരുടെ കാൽക്കീഴിൽ കൊണ്ടുവരാൻ കഴിവുള്ളൊരു ശിഷ്യനെ വളർത്തിയെടുക്കുക എന്നൊരു ഗൂഢലക്ഷ്യം മാത്രമാണ് ഈ ഗുരുശിഷ്യബന്ധത്തിന്റെ അന്തകോണിൽ ഉണ്ടായിരുന്നത്.

വൈകിയാണെങ്കിലും എല്ലാം ഞാൻ മനസ്സിലാക്കുന്നു.

എന്നിട്ടും നീ മനസ്സിലാകാത്തപോലെ.....

അവസാനിക്കാത്ത സന്ദേഹങ്ങൾ....

ഉത്തരങ്ങളിലാണ് നീ പൂർണ്ണത കണ്ടെത്തേണ്ടത്.

ആരുടെ ഉത്തരങ്ങളിൽ?

നിന്റെ തന്നെ ഉത്തരങ്ങളിൽ.

ഏകലവ്യന്റെ വിന അവൻ തന്നെ സ്വയം വരുത്തിവെച്ചതാണെന്നറിയുക.

പ്രത്യക്ഷേന ഒരു ഗുരുമുഖത്തു നിന്നും അദ്ധ്യയനം ചെയ്യുമ്പോഴേ ഗുരുശിഷ്യബന്ധവും ഗുരുദക്ഷിണയും കീഴ്വഴക്കമാവുകയുള്ളൂ അർജ്ജുനാ. ഇവിടെ ഏകലവ്യൻ ഹസ്തിനപുരത്തു വന്ന് ഗുരുവിനോട് തന്നെ ശിഷ്യനായി സ്വീകരിച്ച് അസ്ത്രശസ്ത്രാദികൾ അദ്ധ്യയനം ചെയ്യിപ്പിക്കുമോ എന്നാരാഞ്ഞപ്പോൾ ആട്ടിപ്പായിക്കുകയാണ് ചെയ്തത്. ഏകലവ്യൻ നിഷാദനും ശൂദ്രനുമായിരുന്നു. പിന്നീട് തന്റെ ദേശത്തേക്കു തിരിച്ചു പോയ ഏകലവ്യൻ ഗുരുവിനെ സങ്കല്പിച്ച് മണ്ണുകൊണ്ട് ദ്രോണരുടെ ഒരു ജീവനില്ലാത്ത പ്രതിമ ഉണ്ടാക്കി ഗുരുസങ്കല്പം തീർക്കുകയാണ് ഉണ്ടായത്. അചേതനമായ ആ മൺപ്രതിമയുടെ മുഖത്തു നിന്ന് ഏകലവ്യൻ ഒന്നും അഭ്യസിച്ചിട്ടില്ല. പിന്നെ, അഭ്യസിച്ചതു മുഴുവൻ അവൻ സ്വയം സാധനയിലൂടെ ആർജ്ജിച്ചതുമാത്രമായിരിക്കാം. അതിലുള്ള പ്രാഗത്ഭ്യമാണ് അന്നവൻ നിങ്ങൾ കാട്ടിലേക്ക് നായാട്ടിനു പോയപ്പോൾ അവനെ നോക്കി കുരച്ച സാരമേയത്തിന്റെ മുഖത്ത് കാണിച്ചു കൂട്ടിയത്. തുടർന്ന് നിങ്ങൾ ഏകലവ്യനെ അന്വേഷിച്ചു ചെന്ന് അവനോട് കാര്യങ്ങൾ തിരക്കിയപ്പോൾ അവനൊരിക്കലും നിങ്ങളാരൊക്കെയാണെന്ന് അറിയുമായിരുന്നില്ല. ഒരുപക്ഷേ, അറിയുമായിരുന്നുവെങ്കിൽ ഏകലവ്യൻ താൻ ദ്രോണരുടെ ശിഷ്യനാണെന്ന് പറയുമായിരുന്നില്ല. ഹസ്തിനപുരം വിട്ട് ദേശാന്തരങ്ങൾ തോറും പുകഴ്പെറ്റ ദ്രോണരുടെ ആചാര്യസ്ഥാനം അദ്ദേഹത്തിനോടുള്ള ആദരവിന്റെ പേരിൽ ഏകലവ്യൻ തന്റെ ഗുരുസ്ഥാനത്തേക്ക് സ്വയം വലിച്ചിഴയ്ക്കുകയായിരുന്നു. അതാണ് ദ്രോണരോട് 'ഗുരോ, അന്നു ഭവാൻ എന്നെ തഴുകി പറഞ്ഞത് ഓർക്കുന്നുണ്ടോ? നിന്നേക്കാൾ മേലേയായി എനിക്ക് ഒരു ശിഷ്യനും ഇല്ല എന്ന്. എന്നാൽ ഇപ്പോൾ എന്നേക്കാൾ മീതെ എന്നു മാത്രമല്ല ഇന്ന് ലോകത്തിൽ ഏറ്റവും ഉത്തമനായി മറ്റൊരാൾ ഭവാന്റെ ശിഷ്യനായി ഉണ്ടെന്നറിയുന്നു! നിഷാദരാജാവിന്റെ പുത്രനായ ഈ ഏകലവ്യൻ, എന്ന് പറയാനുള്ള കാരണമായി നിന്നിൽ അന്ന് വർത്തിച്ചത്.'

എനിക്കും കാര്യങ്ങൾ പൂർണ്ണമായി അറിയില്ലായിരുന്നു.

അറിവില്ലായ്മ തന്നെയാണ് അർജ്ജുനാ നിന്റെ ജീവിതത്തിന്റെ ഓരോ പാകപ്പിഴകൾക്കും കാരണമായി വർത്തിച്ചത്. കേവലം ഒരു

സാരമേയത്തിന്റെ വായിൽ തറച്ചിരിക്കുന്ന സപ്താസ്ത്രങ്ങൾ കണ്ട് നീ ഏകലവ്യൻ ലോകൈകധനുർധരനാണെന്ന് ചിന്തിച്ചുപോയി.

അതിനു കാരണം ആചാര്യരാണ്.

ആചാര്യരുടെ ലക്ഷ്യസ്ഥാനത്തേക്കുള്ള കരുവായ നീ ഒരിക്കലും തളർന്നുപോകരുതെന്ന് ആചാര്യർക്ക് നിർബന്ധമുണ്ടായിരുന്നു. അതുകൊണ്ടാണ് അദ്ദേഹം ഏകലവ്യന്റെ പെരുവിരൽ തന്നെ ഗുരുദക്ഷിണയായി ആവശ്യപ്പെട്ടത്.

ഗുരുദക്ഷിണ എന്നത് എന്റെ ചിന്തകൾക്കപ്പുറത്തായിരുന്നു.

ഏകലവ്യൻ സത്യശീലനും തന്റെ വാക്കുകളിൽ ദൃഢനിശ്ചയമുള്ളവനുമായിരുന്നു. അതുകൊണ്ടു തന്നെ അവിടെ തോറ്റുപോയത് ദ്രോണാചാര്യരാണ് അർജ്ജുനാ. പെരുവിരൽ നഷ്ടപ്പെട്ട എകലവ്യന്റെ സ്ഥാനം എത്രയോ ഔന്നത്യത്തിലാണെന്നറിയുക.

ഞാൻ...

അതേ അർജ്ജുനാ. ഏകലവ്യന്റെ നഷ്ടപ്പെട്ട വലംകൈയ്യിലെ പെരുവിരൽ നിന്റെ മനസ്സിൽനിന്നും എടുത്തുകളഞ്ഞേക്കുക. ആചാര്യരുടെ കാമപൂരിതമായ കർമ്മത്തിന്റെ ശേഷിപ്പാണ് ഏകലവ്യന്റെ വലംകയ്യിലെ മുറിച്ചെടുത്ത പെരുവിരൽ.

പെരുവിരൽ!!

മുറിച്ചെടുത്ത പെരുവിരൽ!!

അർജ്ജുനൻ ഓർത്തു;

ഏകലവ്യന്റെ ഗന്ധം ചോരയുടെ ഗന്ധമാണ്.

ശിഷ്യത്വത്തിന് കൊടുക്കേണ്ടിവന്ന വില!

ആചാര്യർക്ക് ലക്ഷ്യം മാത്രമായിരുന്നു പ്രധാനം.

മാർഗ്ഗത്തെക്കുറിച്ച് ആചാര്യർ ചിന്തിച്ചിരുന്നില്ല.

ഹിരണ്യധനുസ്സിന്റെ പുത്രാ, നീയെങ്കിലും പെരുവിരൽ മുറിക്കുന്നതിനു മുമ്പേ ചോദിക്കണമായിരുന്നു; ശൂദ്രന്റെ പെരുവിരൽകൊണ്ട് ബ്രാഹ്മണന് എന്താണു കാര്യമെന്ന്?!

പക്ഷേ നീ ഒന്നും ചോദിച്ചില്ല!

നീ ചോദിക്കാത്ത ചോദ്യങ്ങൾകൊണ്ട് എന്റെ ജീവിതത്തിന്റെ അന്വയങ്ങൾ ഞാൻ പൂർത്തിയാക്കുകയാണ്.

ഒന്നല്ല:

ഒരുപാട്, ഒരുപാട്....

എന്നും അന്വയിക്കുമ്പോൾ അർത്ഥം കിട്ടാത്ത ഒരു സമസ്യയായിരുന്നല്ലോ അർജ്ജുനന്റെ ജീവിതം.

അയം

അർജ്ജുനാ, നിന്റെ ദുഃഖങ്ങൾക്കു കാരണം
ഇക്കാണുന്ന ബന്ധുജനങ്ങളോ ദേവഗണങ്ങളോ
നീചരാശികളോ പ്രേതാത്മാക്കളോ ഒന്നുമല്ല.
നിന്റെ മനസ്സ് മാത്രമാണ്. ഈ സംസാരചക്രത്തെ
തിരിക്കുന്നതും അതുതന്നെയാണ്.

വിചാരങ്ങളും വികാരങ്ങളും നിയന്ത്രണമില്ലാത്ത കറുത്ത കാലാശ്വങ്ങളായി എവിടേക്കാണ് തന്നെ കൊണ്ടുപോകുന്നത്?

പ്രക്ഷുബ്ധമായ സമുദ്രംപോലെ മനസ്സ് കലങ്ങിമറഞ്ഞിരിക്കുന്നു.

ഒരിടത്തും ചിന്തകൾ നങ്കൂരമിടുന്നില്ല.

ഉത്തരങ്ങൾ എത്രയോ അകലെയാണ്. അതോ, ഉത്തരങ്ങൾ തന്നെ ഉണ്ടോയെന്നുപോലും നിശ്ചയമില്ല.

മാതാവ്,

പത്നി,

താൻ തന്നെ,

കർണ്ണൻ,

ഏകലവ്യൻ,

വിഷയങ്ങളിൽനിന്നും ഇന്ദ്രിയങ്ങളെ നിവർത്തിക്കാനേ ആവുന്നില്ല. എവിടെയൊക്കെയാണ്, എന്തിലൊക്കെയാണ് തെല്ലിടകൊണ്ട് കടിഞ്ഞാണില്ലാത്ത മനസ്സ് അലഞ്ഞുതിരിയുന്നത്...

യുദ്ധഭൂമിയിൽ യുദ്ധസന്നദ്ധരായി നിൽക്കുന്ന പടയാളികൾക്കു നടുവിലാണ് താനെന്ന് തോന്നുന്നതേയില്ല.

മനസ്സിന്റെ വേഗത അപാരം തന്നെ!

എത്രയെത്ര കാഴ്ചകൾ!

എത്രയെത്ര കേൾവികൾ!

ഭീഷ്മാചാര്യർ

ദ്രോണാചാര്യർ,

കൃപാചാര്യർ,

ശല്യർ

വന്ദ്യരായ ഗുരുജനങ്ങൾ.

യുദ്ധഭൂമിയിൽ തനിക്ക് എതിരിടേണ്ടവരാണിവർ.

വല്ലാത്ത വിധിവൈപരീത്യം തന്നെ!

യുദ്ധഭൂമിയിലെ തന്റെ ഗതി ലോകത്തിലാർക്കുമിതുവരെ വന്നിട്ടുണ്ടായിരിക്കില്ല.

സ്വന്തം ചോരയോടുതന്നെ ഏറ്റുമുട്ടേണ്ടിവരിക!

താൻ ഓരോ അസ്ത്രവും തൊടുത്തുവിടേണ്ടത് തന്നിലേക്കു തന്നെയാണെന്നു വരിക!

സ്വയം മുറിവേല്പിച്ച് വീണുപിടയാൻ വിധിക്കപ്പെടേണ്ടി വരിക!

പിതാക്കന്മാർ,

പിതാമഹന്മാർ,

ആചാര്യന്മാർ,

മാതുലന്മാർ,

സഹോദരന്മാർ,

പുത്രന്മാർ

പൗത്രന്മാർ

ശ്വശുരന്മാർ

സ്നേഹിതന്മാർ

ഇവരാരെങ്കിലും തന്നിൽനിന്ന് വേർപെട്ടു നിൽക്കുന്നവരാണോ?

അല്ലെന്നാണ് മനസ്സുപറയുന്നത്.

അതുകൊണ്ടുതന്നെ താൻ ഒരസ്ത്രം തൊടുക്കുമ്പോൾ ഇവരിലാരുടെയെങ്കിലുമൊക്കെ ജീവനായിരിക്കും ആ അസ്ത്രത്തിനായി ബലികൊടുക്കപ്പെടേണ്ടിവരിക.

എന്തൊരു ദുര്യോഗമാണിത്!

പിടി തരാത്ത മനസ്സേ, എല്ലാം നീയാണ് നിശ്ചയിക്കുന്നത്. ഈ വിശ്വത്തെപ്പോലും നീയാണ് ഉണ്ടാക്കി അനുഭവിക്കുന്നത്. നിത്യസ്രവന്തിയായ കാലത്തെ നീ എന്നിൽ തളച്ചിട്ടിരിക്കുന്നു.

എന്നിലിപ്പോൾ സമയപ്രവാഹത്തിന്റെ തേർചക്രം പോലും ചലിക്കുന്നില്ല.

വല്ലാത്ത നിശ്ചലതയാണ് എനിക്കിപ്പോൾ അനുഭവപ്പെടുന്നത്.

മനസ്സേ, എന്നിൽ നീ എവിടെയാണ്?

മനീഷികൾ പറയുന്നു, ചന്ദ്രനാണ് മനസ്സായി രൂപപ്പെട്ടിരിക്കുന്നതെന്ന്.

അങ്ങനെയാണെങ്കിൽ ശുക്ലപക്ഷവും കൃഷ്ണപക്ഷവും മനസ്സിനുണ്ടായിരിക്കണം.

എന്നിൽ ഏതു പക്ഷമായിരിക്കും ഇപ്പോൾ പ്രവർത്തിച്ചുകൊണ്ടിരിക്കുന്നത്?

എന്റെ ചിന്തകളിലെ നീർച്ചുഴിയായി നീയെന്നെ എങ്ങോട്ടാണ് അടിയൊഴുക്കുകളിലൂടെ വലിച്ചിഴച്ചു കൊണ്ടുപോകുന്നത്?

മങ്ങിയ കാഴ്ചകൾ!

വിളർത്ത രൂപങ്ങൾ!

ഒടുങ്ങാത്ത ആക്രോശങ്ങൾ!

മനസ്സേ, നീ എങ്ങോട്ടാണ് എന്നെ വലിച്ചിഴച്ചുകൊണ്ടുപോകുന്നത്?!

ബുദ്ധിംതു സാരഥിം വിദ്ധി

അർജ്ജുനാ, ഇവിടെ അറിവു മാത്രമേയുള്ളൂ.
അറിവായിട്ടാണ് ഞാൻ നിന്നിലുള്ളത്.
അറിവിനെ ധരിച്ചവനാണ് മാധവൻ.
ആ അറിവിനെയാണ് നീ ശരണം പ്രാപിക്കേണ്ടത്.

അർജ്ജുനാ, എഴുന്നേൽക്കുക. ഈ കുരുക്ഷേത്രഭൂമിയിൽ നിരായുധനും സ്വയം മൃത്യുപ്രോക്തനുമായി ഇങ്ങനെ അവശനായി ഇരുന്നാലോചിച്ച് ഒരിക്കലും ദുഃഖിക്കാൻ പാടില്ലാത്തതിനെക്കുറിച്ച് ദുഃഖിക്കുകയും അറിവുള്ളവരെപ്പോലെ സംസാരിക്കുകയും ചെയ്യുന്നത് പരിഹാസ്യമാണെന്നറിയുക. ഇതൊരിക്കലും ചേരുന്നതുമല്ല. യുദ്ധക്കളത്തിൽ നിന്റെ എതിർചേരിയിൽ നിൽക്കുന്നവരായി നിനക്ക് തോന്നുന്ന പിതാക്കളും, പിതാമഹന്മാരും, ആചാര്യന്മാരും, മാതുലന്മാരും, സഹോദരന്മാരും, പുത്രന്മാരും, പൗത്രന്മാരും, സ്നേഹിതന്മാരും, ശ്വശുരന്മാരും, ബന്ധുജനങ്ങളും എല്ലാം അയഥാർത്ഥം മാത്രമാണർജ്ജുനാ. നിനക്ക് വശംവദരല്ലാത്ത പഞ്ചേന്ദ്രിയങ്ങൾ ഓരോരോ വിഷയങ്ങളിലേക്ക് നിന്നെ നയിച്ചുകൊണ്ടുപോയി അതിൽ അലയാൻ നീ വിധിക്കപ്പെട്ടിരിക്കുകയാണിപ്പോൾ. ശബ്ദസ്പർശരൂപരസഗന്ധാദികളായ അത്തരം അനാവശ്യവിഷയാനുഭവങ്ങളിൽ നിന്നെല്ലാം മനസ്സുകൊണ്ട് ഇന്ദ്രിയങ്ങളെ പിൻവലിച്ച് അറിവായി നിന്നിൽ വർത്തിക്കുന്ന എന്നിൽ നീ ശരണം പ്രാപിക്കുക.

മാധവാ, മനസ്സാകുന്ന കടിഞ്ഞാൺകൊണ്ട് എത്ര നിയന്ത്രിക്കാൻ ശ്രമിച്ചിട്ടും എന്റെ ഇന്ദ്രിയങ്ങളാകുന്ന കുതിരകളെ എനിക്ക് നിയന്ത്രിക്കാൻ കഴിയുന്നില്ല. അവ ഓരോരോ വിഷയങ്ങളിലേക്ക് എന്നെ ഞാനറിയാതെതന്നെ വലിച്ചുകൊണ്ടുപോയിക്കൊണ്ടിരിക്കുകയാണ്. വിഷയാനുഭവങ്ങൾ എനിക്ക് അനിശ്ചിതത്വം നിറഞ്ഞ ചിന്തകളും അകാരണമായ ദുഃഖങ്ങളും മാത്രമേ തരുന്നുള്ളൂ. പിന്നെ എനിക്കെങ്ങനെ ആ അനുഭവങ്ങളെക്കുറിച്ച് സന്തോഷത്തോടെ സംസാരിക്കാനാവും?

അതുതന്നെയാണ് ഞാൻ ആദ്യമേ പറഞ്ഞത് അർജ്ജുനാ. നീ അകാരണമായി ദുഃഖിക്കുന്നു. വിവേകികളെപ്പോലെ സംസാരിക്കുകയും ചെയ്യുന്നു.

ഇതൊരിക്കലും ചേരുന്നതല്ല. വിവേകികൾ ഒരിക്കലും അകാരണമായി ദുഃഖിക്കുന്നില്ല. വാസ്തവമാലോചിച്ചാൽ നീ വിവേകശൂന്യതയാണ് വെളിവാക്കുന്നത്. നീ യുദ്ധക്കളത്തിൽ നിൽക്കുന്ന സ്വബന്ധുജനങ്ങളെക്കുറിച്ചും അവരുടെ മരണത്തെക്കുറിച്ചും ജീവിതത്തെക്കുറിച്ചും ആലോചിച്ചാണ് ദുഃഖിക്കുന്നത്. വിവേകികൾ മരിച്ചവരെക്കുറിച്ചും ജീവിച്ചിരിക്കുന്നവരെക്കുറിച്ചും ദുഃഖിക്കാറില്ല.

മാധവാ, എന്റെ മറുചേരിയിൽ യുദ്ധസന്നദ്ധരായി നിൽക്കുന്ന പൂജനീയരായ ഗുരുജനങ്ങളെക്കുറിച്ചും ആചാര്യന്മാരെക്കുറിച്ചും സഹോദരങ്ങളെക്കുറിച്ചും പുത്രപൗത്രാദികളെക്കുറിച്ചും അവരുടെ നേരെ തൊടുത്തുവിടേണ്ടതായ അസ്ത്രശസ്ത്രാദികളെക്കുറിച്ചും ആലോചിച്ച് ദുഃഖിക്കേണ്ടതില്ലെന്നാണോ അങ്ങ് പറയുന്നത്.

എന്തിനു ദുഃഖിക്കുന്നു അർജ്ജുനാ? നീ തന്നെ ചിന്തിച്ചുനോക്കൂ. അകാരണമായിട്ടല്ലേ നീ ദുഃഖിക്കുന്നത്? നീയ്യും ഞാനും ഈ യുദ്ധക്കളത്തിൽ നിൽക്കുന്ന ഗുരുനാഥന്മാരും, ആചാര്യന്മാരും, സഹോദരങ്ങളും, പുത്രപൗത്രാദികളും, മാതുലന്മാരും, ശ്വശുരന്മാരും, സഖാക്കളുമെല്ലാം ഒരു കാലത്തും ഇല്ലാതെയിരുന്നിട്ടില്ല. അതുപോലെ ഒരു കാലത്തും ഇനി ഇല്ലാതാകയുമില്ല. നമ്മുടെ ഈ ശരീരത്തിൽ ആദ്യം ബാല്യവും ബാല്യം നശിച്ച് കൗമാരവും കൗമാരം നശിച്ച് യൗവ്വനവും യൗവ്വനം നശിച്ച് ജരയും വന്നുകൂടുന്നു. അതുപോലെ ഈ ശരീരം നശിച്ചാൽ നമുക്ക് മറ്റൊരു ശരീരമുണ്ടാകുന്നു. നമുക്ക് സംഭവിക്കുന്ന ശരീരത്തിന്റെ ഈ മാറ്റത്തെക്കുറിച്ച് വിവേകശാലികളാരും ദുഃഖിക്കാറില്ല. ഇന്ദ്രിയവിഷയസംബന്ധികളായ ശീതോഷ്ണസുഖദുഃഖങ്ങൾ പോലെ വന്നും പോയിമിരിക്കുന്നവ എന്ന നിലയിൽ ഇതെല്ലാം അനിത്യങ്ങൾ മാത്രമാണ്. അർജ്ജുനാ, അനിത്യങ്ങൾ ഒരിക്കലും സത്യമല്ല. അത് വെറും ഭ്രമജന്യങ്ങൾ മാത്രമാണ്. അങ്ങനെ കരുതി അതിനെ സഹിക്കുകയാണ് വേണ്ടത്. ഇങ്ങനെ സഹിക്കുവാൻ ആർക്ക് കഴിയുന്നുവോ അയാൾ ശ്രേഷ്ഠനും വിവേകശാലിയുമാണ്. സുഖദുഃഖങ്ങൾ അവനെ ബാധിക്കുന്നില്ല. ഉള്ളതിന് ഇല്ലായ്മയോ ഇല്ലാത്തതിന് ഉൺമയോ എന്നൊന്നില്ല അർജ്ജുനാ. മരുഭൂമിയിലെ കൊടുംവേനലിൽ ദൂരെ നിന്നു നോക്കുമ്പോൾ ജലം ഓളം വെട്ടി നിൽക്കുന്നതായി തോന്നാം. അതിനെ വിവേകശാലികൾ 'മൃഗതൃഷ്ണ' എന്നാണ് പറയുന്നത്. യഥാർത്ഥത്തിൽ നമുക്ക് ഉണ്ടെന്നു തോന്നുന്ന ജലത്തിനരികിലെത്തുമ്പോൾ അവിടെ സൂര്യപ്രകാശം മാത്രമല്ലേ സത്യമായിട്ടുള്ളത്? നിനക്കിതുവരെ ഗുരുക്കന്മാർ, ആചാര്യന്മാർ, സഹോദരങ്ങൾ, പുത്രന്മാർ, പൗത്രന്മാർ, ശ്വശുരന്മാർ, സഖാക്കൾ എന്നിവരെല്ലാം ശരീരമായിരുന്നു. ശരീരത്തോടു കൂടിയാണ് ഇവരെയെല്ലാം കണ്ടത്. ശരീരത്തിനുള്ളിലെ അശരീരിയായ ആത്മാവിനെ കണ്ടിരുന്നില്ല. അപ്രകാരമുള്ള ഒരു ബോധസ്വരൂപൻ ശരീരത്തിലുണ്ടായിരുന്നുവെന്ന് അറിഞ്ഞിരുന്നില്ല. അശരീരിയായ

വ്യക്തമല്ല. എല്ലാം അവ്യക്തം മാത്രമാണ്. ഇടയ്ക്ക് ജീവിച്ചിരിക്കുന്ന കുറച്ചു സമയം മാത്രമല്ലേ വ്യക്തമായിട്ടുള്ളത്. അതുകൊണ്ട് അർജ്ജുനാ നീ അകാരണമായ ദുഃഖം വെടിഞ്ഞ് സ്വകർമ്മം ചെയ്യുക. അല്ലെങ്കിൽ പ്രകൃതി നിന്നെക്കൊണ്ടത് ചെയ്യിക്കും. സ്വാഭാവികമായിട്ടുതന്നെ സ്വകർമ്മത്താൽ നിബദ്ധനായ നീ ദുഃഖവശാൽ അത് ചെയ്യാൻ ഇച്ഛിക്കുന്നില്ലെങ്കിൽ കൂടി അതേ കർമ്മം ഗത്യന്തരമില്ലാതെ നിനക്ക് പിന്നീട് ചെയ്യേണ്ടിവരും.

ബുദ്ധിംതു സാരഥിം വിദ്ധി - 2

സുന്ദരമായ ഈ വിശ്വത്തിൽ
ജീവനെന്ന മഹാപ്രതിഭാസത്തിന് ഉടമയായ നീ
ഈ പ്രകൃതിയെ അറിയാതെ ഇവിടം വിട്ടു പോകരുത്.

അർജ്ജുനന് ശരീരമാകെ തളർന്നുപോകുന്നപോലെ തോന്നി. അനുഗ്രഹബുദ്ധിയോടെയുള്ള ഏതോ അദൃശ്യകരങ്ങളുടെ അജ്ഞാതമായിട്ടുള്ള ഒരിടപെടൽ തന്റെ ചിന്താപദ്ധതികളെ മുഴുവൻ മാറ്റി മറിക്കുകയാണ്.

ഒന്നല്ല!

ഒന്നൊന്നായി എല്ലാം!

സ്വജനങ്ങൾ, അസ്മാദികൾ.....

അവരുടെ ജനനം, ജീവിതം, മരണം

കർമ്മവും ധർമ്മവും,

പുണ്യവും പാപവും,

സത്യവും മിഥ്യയും,

താനെന്ന സ്വത്വബോധം തന്നെ,

സ്വരൂപം തന്നെ.

അർജ്ജുനൻ അവശനായി വിളിച്ചു: മാധവാ, ഞാൻ.....

വാക്കുകൾ പുറത്തേക്കു വന്നില്ല.

മാധവൻ അർജ്ജുനനെ തന്നെ ഉറ്റുനോക്കി.

ഹേ, ഭാരതാ, ഇന്ദ്രിയവിഷയങ്ങൾക്കപ്പുറത്ത് ശരീരത്തിന് ഒരു ഉൺമയുണ്ടെന്ന് നീ അറിഞ്ഞിരിക്കുന്നു. നിന്റെ കണ്ണുകൾ അത് പറയുന്നുണ്ട്. അറിയാനുള്ള കാരണം നിനക്കതിനോടുള്ള സ്നേഹമാണ്. സ്നേഹമുള്ളതുകൊണ്ട് ശ്രദ്ധ നിന്നെ ആവേശിച്ചിരിക്കുന്നു. ശ്രദ്ധ അന്വേഷണങ്ങളിലേക്കും അന്വേഷണം തിരിച്ചറിവുകളിലേക്കും നിന്നെ നയിക്കും.

അർജ്ജുനാ, ഈ 'ജഗത്ത്' എന്നു പറഞ്ഞാൽ നാമവും രൂപവും മാത്രമാണ്. ശരീരത്തിൽ നിന്നു കൊണ്ടു തന്നെ നാം ഈ സത്യം അറിയണം.

നിന്നിൽ തന്നെ എത്രയോ ജനനങ്ങളും എത്രയോ മരണങ്ങളും സംഭവിച്ചിരിക്കുന്നു. പഴയ രൂപം കൈവെടിയുന്നത് മരണവും പുതിയ രൂപം കൈക്കൊള്ളുന്നത് ജനനവുമാണെന്നറിയുക.

നിന്നിൽ തന്നെ നിന്റെ ബാല്യവും കൗമാരവും മരിച്ചിട്ടല്ലേ യുവാവ് ജനിച്ചത്? ഇനി യുവാവ് മരിച്ച് വൃദ്ധൻ ജനിക്കും. ഇതെല്ലാം നിന്റെ നഗ്നനേത്രങ്ങൾകൊണ്ട് കാണാൻ പറ്റുന്നതല്ലെന്നു മാത്രം. നീ ആന്തരികമായ അവബോധമാണെന്ന് സ്വയം തിരിച്ചറിയുമ്പോഴേ ഇതെല്ലാം മനസ്സിലാവൂ. ശരീരം ഷഡ്പരിണാമങ്ങളായ ജനനം, വളർച്ച, പരിണമിക്കൽ, നിലനില്പ്, ക്ഷയം, നാശം എന്നിവയ്ക്ക് എപ്പോഴും വിധേയമാണെന്നറിയുക.

ഹേ, പുരുഷർഷഭാ, ഇല്ലാത്ത ഒന്ന് ഉണ്ടായിരിക്കുക എന്നത് ഒരിക്കലും ഇല്ലാത്തതാണ്. ഉള്ളതിന് ഇല്ലാതിരിക്കുക എന്നതും ഇല്ലാത്തതാകുന്നു. ശരീരത്തോടുകൂടിയിരിക്കേ അവിനാശിയായ ആ സദ്വസ്തുവിനെ നാം അറിയാത്തതുകൊണ്ടാണ് മരണത്തിൽ നാം ദുഃഖിക്കേണ്ടി വരുന്നത്. ഈ അറിവിൽ നിന്നുകൊണ്ട് നീ സ്വജനങ്ങളോട് യുദ്ധംചെയ്യുക. അപ്പോൾ ആ യുദ്ധം യജ്ഞമായിമാറും.

പാണ്ഡവാ, എന്തും ജീവിതത്തിൽ നാം ഏറ്റെടുക്കുവാൻ തയ്യാറാവണം. ഏറ്റെടുക്കുക എന്നു പറഞ്ഞാൽ ഒരു മറുപടി കൊടുക്കുക എന്നതാണ്. അത് ഒരിക്കലും പ്രതികാരത്തോടു കൂടിയാവരുതെന്നു മാത്രം. ജീവിതം തന്നെ ഒരു യുദ്ധമല്ലേ അർജ്ജുനാ.

അതുകൊണ്ട് പരമമായ സത്യത്തെ നീ ഒരിക്കലും അറിയാതെ പോകരുത്.

എല്ലാ പ്രവൃത്തികൾക്കിടയിലും നിഷ്ക്രിയമായിരിക്കുന്നത്.

എല്ലാ മാറ്റങ്ങളിലും മാറ്റമില്ലാതെ നിലകൊള്ളുന്നത്,

എല്ലാ അനുഭവങ്ങൾക്കും സാക്ഷിയായി വർത്തിക്കുന്നത്,

അപ്രമേയമായത്,

അപരിമേയമായത്,

അവാച്യമായത്,

അചിന്ത്യമായത്,

എല്ലാ വാക്കുകളും അവിടെയാണ് അസ്തമിക്കുന്നത്.

കുന്തീപുത്രാ, ഈ യുദ്ധഭൂമിയിൽ നിന്റെ എതിർചേരിയിൽ നിൽക്കുന്ന സ്വജനങ്ങളായ യോദ്ധാക്കൾ എന്റേതാണെന്ന ചിന്ത തന്നെ ഹിംസയാണെന്നറിയുക. എന്റേതെന്ന് തോന്നുന്ന സംഗം ഹിംസയാണ് അർജ്ജുനാ. അഹിംസയുടെ പരമമായ തലത്തിലേക്ക് ഉയരുന്ന ഒരുവന് സ്വന്തവും ബന്ധവും ഒന്നുമില്ല.

അർജ്ജുനാ, നീ യോദ്ധാവാണ്. നീ പഠിച്ചതും ധനുർവ്വേദമാണ്. അതാണ് നിന്റെ സ്വധർമ്മവും. അത് നീ തിരിച്ചറിയാതെ പോകരുത്.

നിന്റെ മുമ്പിൽ നിൽക്കുന്ന ഞാനും നീയുമടക്കമുള്ള ഈ യോദ്ധാക്കളാരും ജനിച്ചിട്ടുമില്ല മരിച്ചിട്ടുമില്ല എന്നറിയുക. അത് അറിവിന്റെ കേദാരമാണ്.

ഇനി നിന്റെ കാര്യം തന്നെ എടുക്കാം. ജനിക്കുന്നതിനു മുമ്പ് നീ എവിടെയായിരുന്നു?

അമ്മയുടെ ഗർഭപാത്രത്തിൽ.

അതിനും പുറകിലേക്കുപോയാൽ പിതാവിന്റെ ശരീരത്തിൽ ശുക്ലരൂപത്തിലായിരുന്നു നീ.

ഇനി അതിനും പുറകിലേക്കു പോയാലോ?

പിതാവു കഴിച്ച അന്നത്തിലായിരുന്നില്ലേ നീ?

അതിനും പുറകിലേക്കു പോയാലോ?

അന്നമുണ്ടാവുന്ന ഔഷധികളിലായിരുന്നു നീ.

ഔഷധികളെ പോഷിപ്പിക്കുന്ന ഭൂമിയിലായിരുന്നു നീ.

ഭൂമിയ്ക്കാധാരമായ ജലത്തിലായിരുന്നു നീ.

ജലത്തിനാധാരമായ അഗ്നിയിലായിരുന്നു നീ.

അഗ്നിക്കാധാരമായ വായുവിലായിരുന്നു നീ.

വായുവിന്നാധാരമായ ആകാശത്തിലായിരുന്നു നീ.

ആകാശത്തിന്നാധാരമായ ആത്മാവിലായിരുന്നു നീ.

ആ ഏക സദ്‌വസ്തുവിൽ.

ആ ഒന്നെന്നതിൽ,

ആ ഒന്ന് മാത്രമേയുള്ളൂയിവിടെ.

രണ്ടുണ്ടെന്നുള്ളത് തോന്നലുകൾ മാത്രമാണ്.

സൂര്യൻ ഉദിക്കുമ്പോൾ എത്ര ജലം നിറച്ച പാത്രങ്ങൾ നിരത്തിവെച്ചാലും അതിൽ മുഴുവനും സൂര്യന്റെ പ്രതിബിംബം കാണാം. പക്ഷേ, പ്രതിബിംബങ്ങൾ ഒരിക്കലും യഥാർത്ഥസൂര്യനല്ലല്ലോ!

അർജ്ജുനാ, ഇത് പാരമാർത്ഥികതലമാണെന്നു മാത്രം.

നമ്മുടെ ഇന്നലേകളിലേക്കു നടന്നുനോക്കുമ്പോൾ ഇതെല്ലാം നമുക്ക് നിഷേധിക്കാൻ കഴിയുമോ?

രൂപങ്ങളും നാമങ്ങളും മാറിമാറി വരുന്നു എന്നു മാത്രം.

അപ്പോൾ ജനിക്കുന്നതിനു തൊട്ടുമുമ്പ് നീയ്യും ഈ യോദ്ധാക്കളും ഇവിടെ ഇല്ലാതിരുന്നിട്ടില്ല.

അതുകൊണ്ട് ആരുമിവിടെ ജനിച്ചിട്ടുമില്ല.

അല്ലെങ്കിൽ ഈ യോദ്ധാക്കളെല്ലാം ഇവിടെ ഇല്ലാതിരിക്കണമായിരുന്നു.

നിന്നിലെ നീ ജനിക്കുകയോ മരിക്കുകയോ ഒരിക്കൽപോലും ഉണ്ടായിട്ടില്ല അർജ്ജുനാ. സ്ഥൂലസൂക്ഷ്മകാരണശരീരങ്ങൾക്കപ്പുറത്തുള്ള പരമമായ സത്യമാണിത്.

ആ പരമമായ സത്യത്തെ ആശ്രയിച്ചാണ് കാറ്റു പോലും വീശുന്നത്.

ആ പരമമായ സത്യത്തെ ആശ്രയിച്ചാണ് മൃത്യുദേവൻ പോലും ഓടിക്കൊണ്ട് പണിയെടുക്കുന്നത്.

ആ പരമമായ സത്യത്തെ ആശ്രയിച്ചാണ് സൂര്യൻ പോലും പ്രകാശിക്കുന്നത്.

ആ പരമമായ സത്യത്തെ ആശ്രയിച്ചാണ് അഗ്നിപോലും ജ്വലിക്കുന്നത്.

മനസ്സുകൊണ്ട് മനനം ചെയ്ത് കണ്ടെത്താൻ പറ്റാത്ത അതിനെ ആശ്രയിച്ചാണ് എല്ലാം നിലനിൽക്കുന്നത് അർജ്ജുനാ.

ഇത് എല്ലാ വിഭജനങ്ങൾക്കും ദ്വന്ദ്വങ്ങൾക്കും അപ്പുറത്താണെന്നറിയുക.

ഇവിടെ നിന്നിലും സ്വജനങ്ങളായ ഈ യോദ്ധാക്കളിലും കാലം, ദേശം, കുലം, നീതി, ഗുണം, ദോഷം, വിഷയം എല്ലാം ആരോപിക്കപ്പെട്ടതു മാത്രമാണ്.

നീ ജനിക്കാത്തവനാണെന്നറിയുമ്പോൾ നിന്നിലെ എല്ലാ പരിമിതികളേയും നീ അതിവർത്തിക്കും

കാലം,

ദേശം,

വസ്തു,

അങ്ങനെ എല്ലാറ്റിനേയും....

ഹേ, അർജ്ജുനാ, എന്റെ കർത്തവ്യം നിന്നെ പ്രേരിപ്പിച്ച് യുദ്ധം ചെയ്യിക്കലല്ല. മറിച്ച് നിന്നെ ഇതെല്ലാം അറിയിപ്പിക്കുക എന്നതു മാത്രമാണ്. അതുകൊണ്ട് ഹേ, കുന്തീപുത്രാ, എഴുന്നേൽക്കുക. യുദ്ധസന്നദ്ധരായി നിന്റെ എതിർപക്ഷത്തു നിൽക്കുന്ന പിതാക്കളും, പിതാമഹന്മാരും, ആചാര്യന്മാരും, മാതുലന്മാരും, സഹോദരന്മാരും, പുത്രന്മാരും, പൗത്രന്മാരും, സ്നേഹിതന്മാരും, ശ്വശുരന്മാരും, ബന്ധുജനങ്ങളും എല്ലാം അയഥാർത്ഥ്യം മാത്രമാണെന്നറിയുക. അജ്ഞാനത്തിൽ നിന്നുകൊണ്ട് നോക്കുമ്പോഴാണ് നിനക്ക് ഇവരെല്ലാം സ്വജനങ്ങളാണെന്ന് തോന്നുന്നത്.

അർജ്ജുനാ, നീയൊരു ക്ഷത്രിയനാണെന്നുള്ള കാര്യം മറക്കരുത്. ക്ഷത്രിയന്റെ ധർമ്മം തന്നെ യുദ്ധം ചെയ്യുക എന്നതാണ്. അതിനെ പരിത്യജിച്ച് നീ പരധർമ്മം സ്വീകരിച്ചാൽ എന്തായിരിക്കും സ്ഥിതി?

ബന്ധുജനങ്ങളോടു യുദ്ധം ചെയ്യുന്നതിനേക്കാൾ ഭേദം സന്ന്യാസമെന്ന പരധർമ്മം സ്വീകരിക്കുന്നതാണ് നല്ലതെന്നു നീ കരുതുന്നത് മൂഢത മാത്രമാണ്. അത് മരണത്തേക്കാൾ ഭയാനകമാണെന്നും അറിയുക.

അജ്ഞാനം ഹേതുവായി മാത്രമാണ് നീയിപ്പോൾ ദുഃഖിക്കുന്നത്.

അർജ്ജുനാ, ഇനി സ്വധർമ്മത്തെ തന്നെ അഹങ്കാരത്തോടു കൂടി സ്വീകരിച്ചാൽ അതും മരണത്തേക്കാൾ ഭയാനകമാണ്. അതുകൊണ്ട് സ്വധർമ്മത്തെ ഉത്തമമായ അറിവോടുകൂടിത്തന്നെ കൈക്കൊണ്ടുകൊണ്ട് നിസ്സംഗനായി, നിർമ്മമനായി, നിരഹങ്കാരനായി യുദ്ധം ചെയ്യുക.

അന്ധത

കാണേണ്ടത് കാണേണ്ടരീതിയിൽ കാണാൻ കഴിവില്ലാത്ത വിധം അന്ധത ബാധിച്ച് തന്റേതല്ലാത്തതിനെ തന്റേതാണെന്നു പറഞ്ഞ് മുറുക്കിപ്പിടിച്ചിരിക്കുന്ന ധൃതരാഷ്ട്രർ അസ്വസ്ഥചിത്തനായി കൊട്ടാരത്തിൽ ഉലാത്തിക്കൊണ്ടിരുന്നു.

ശ്മശാനമൂകമായ ഹസ്തിനപുരം കൊട്ടാരത്തിൽ വൃദ്ധരും കുട്ടികളും മാത്രമാണിപ്പോൾ ശേഷിച്ചിരിക്കുന്നത്.

നടത്തത്തിനിടയിൽ ധൃതരാഷ്ട്രർ വല്ലാത്ത വികാരവായ്പോടെ ഗാന്ധാരിയോട് പറഞ്ഞു:

“നീ ഇനിയെങ്കിലും നിന്റെ സ്വയം കണ്ണുമൂടിക്കൊണ്ടുള്ള നടപ്പ് അവസാനിപ്പിക്കൂ. എന്നിട്ട് കുരുക്ഷേത്രഭൂമിയിൽ നമ്മുടെ പുത്രന്മാരും പാണ്ഡവന്മാരും ഇപ്പോൾ എന്ത് ചെയ്തുകൊണ്ടിരിക്കുകയാണെന്ന് എന്നോട് പറഞ്ഞു തന്നാലും....”

“അങ്ങയുടെ കൂടെ കൂടിയതു മുതൽ സ്വയം കണ്ണ് മൂടിക്കെട്ടേണ്ടി വന്നവളാണു ഞാൻ. ഇനി ഇപ്പോഴതു തുറക്കാൻ വയ്യ. അതുകൊണ്ട് മറ്റാരോടെങ്കിലും ഇതന്വേഷിക്കുകയായിരിക്കും ബുദ്ധി.”

“ആരോടന്വേഷിക്കാൻ?”

“ഗാൽവണപുത്രനായ സഞ്ജയനോടു ചോദിക്കൂ. അദ്ദേഹം കുരുക്ഷേത്രഭൂമിയിൽനിന്നും കൊട്ടാരത്തിലെത്തിയിട്ട് അധികനേരമായിട്ടില്ല.”

“സഞ്ജയാ എവിടെയാണു നീ...?”

“എന്താണു മഹാരാജാവേ? ഞാൻ അങ്ങയുടെ അരികത്തുതന്നെയുണ്ട്.”

“സഞ്ജയാ, ഇപ്പോൾ എന്താണ് കുരുക്ഷേത്രഭൂമിയിൽ എന്റെ പുത്രന്മാരും പാണ്ഡവരും തമ്മിൽ നടന്നുകൊണ്ടിരിക്കുന്നത്? സന്ധിക്കും

സമാധാനത്തിനുള്ള ഏർപ്പാടുകൾ എന്തെങ്കിലും നടക്കുന്നുണ്ടോ? അതോ യുദ്ധം തന്നെ ആരംഭിച്ചുവോ?"

സഞ്ജയൻ ഒരു മാത്ര ധ്യാനനിരതനായി. പിന്നെ സമചിത്തതയോടെ പറയാൻ തുടങ്ങി.

"മഹാരാജൻ, അങ്ങയുടെ പുത്രന്മാരും പാണ്ഡവന്മാരും സകലവിധ യുദ്ധസന്നാഹങ്ങളും ഒരുക്കിക്കഴിഞ്ഞു. ഇനി ഏതു നിമിഷവും യുദ്ധം തുടങ്ങാം. സന്ധികളും സമാധാനശ്രമങ്ങളും എല്ലാം പരാജയപ്പെട്ടിരിക്കുകയാണെന്ന് അങ്ങേക്കു കൂടി അറിവുള്ളതല്ലേ?"

"അറിവുള്ളതുതന്നെയാണ്. എന്നാലും..."

"എന്നാലും അറിഞ്ഞില്ലെന്നു നടിക്കുന്നു. അതുകൊണ്ടുതന്നെ കുരുക്ഷേത്രഭൂമിയിൽ ഞാൻ കണ്ട കാര്യങ്ങൾ ചുരുക്കിപ്പറയാം. കേട്ടുകൊൾക.

ഇരുസൈന്യങ്ങളും തങ്ങളുടെ സൈന്യവ്യൂഹങ്ങളെ യുദ്ധഭൂമിയിൽ അണിനിരത്തിക്കഴിഞ്ഞു.

സൂര്യോദയത്തിന്റെ രക്തശോഭ കിഴക്ക് വെള്ളകീറുമ്പോഴേക്കും അജയ്യങ്ങളായ അസ്ത്രങ്ങളും ശസ്ത്രങ്ങളും കവചങ്ങളുമെല്ലാം പത്തുദിക്കും മുഴങ്ങുമാറ് സിംഹധ്വനികളോടെ ഇരുഭാഗത്തുനിന്നും നിരന്നിരുന്നു. പൊന്നണിഞ്ഞ തേരുകളും ആനകളും അശ്വങ്ങളും കാലാളുകളും മിന്നൽകാറുകൾ പോലെ ഇരുഭാഗത്തും തെളിഞ്ഞു മിന്നുന്നുണ്ട്.

പതിനൊന്ന് അക്ഷൗഹിണി പെരുംപടകളോടെ കൗരവസൈന്യവും, ഏഴ് അക്ഷൗഹിണിപ്പടകളോടെ പാണ്ഡവസൈന്യവും, ഇരുഭാഗത്തും മദിക്കുന്ന മകരമത്സ്യങ്ങളും മഹാഗോഹങ്ങളും ചുറ്റുന്ന പ്രളയകാലത്തെ പ്രക്ഷുബ്ധമായ രണ്ടു സമുദ്രങ്ങൾ പോലെ പ്രശോഭിക്കുന്നു.

ഇരുതലവാൾ, പരശ്വധം, ഗദ, ഹലം, കത്തി, ശൂലം, കുന്തം, വജ്രം, പാശം, ശരം, മൂസ്യൺഠി, പട്ടസം, തോമരം, തുടങ്ങി എല്ലാവിധ ആയുധങ്ങളും ഇരുസൈന്യങ്ങളുടെ ഭാഗത്തും ആവോളമുണ്ട്. ഇതുകണ്ട് പച്ചമാംസവും രുധിരവും ഭക്ഷിക്കുന്ന മാംസഭോജികൾ കത്തിജ്ജ്വലിക്കുന്ന ദിക്കുകളിലിരുന്ന് ആർത്തിയോടെ കോലാഹലമുണ്ടാക്കിക്കൊണ്ടിരുന്നു.

സർവ്വധർമ്മജ്ഞനായ ഭവാന്റെ പിതാവ്, ഭീഷ്മർ സ്വന്തം സൈനികവ്യൂഹത്തിലെ മന്നവന്മാരോടായി പറയുന്നത് കേട്ടു; 'ഹേ നരേന്ദ്രന്മാരെ, ഇതാ സ്വർഗ്ഗഗൃഹങ്ങൾ നിങ്ങൾക്കായി മലർക്കെ തുറന്നു വച്ചിരിക്കുന്നു. അതിലേ നിങ്ങൾക്ക് പോകാൻ ഭാഗ്യം സിദ്ധിക്കട്ടെ. യുദ്ധകർമ്മം പൂർവ്വികർ നിങ്ങൾക്കു നിശ്ചയിച്ച ശാശ്വതമാർഗ്ഗമാണ്. മന്ധാതാവ്, നാഭാഗൻ, യയാതി, നഹുഷൻ, നൃഗൻ തുടങ്ങിയവരെല്ലാം നിങ്ങൾക്കുമുമ്പേ ഇത്തരത്തിലുള്ള വീരകർമ്മങ്ങളാൽ സിദ്ധരായി സ്ഥാനത്തു കേറിയവരാണ്. രോഗം പിടിച്ചു ജരാനരവന്ന് മരിക്കുന്നത് ക്ഷത്രിയന്മാർക്ക് ധർമ്മമല്ല. ആയുധങ്ങൾകൊണ്ട് വീരമൃത്യു വരിക്കുന്നതാണ് അവർക്ക് അത്യന്തം

ശ്രേഷ്ഠം'. ഇതുകേട്ട് രാജാക്കന്മാരെല്ലാം അത്യാഹ്ലാദത്തോടുകൂടി ഘോഷങ്ങൾ മുഴക്കി.

വെള്ളക്കുടകൾ, കൊടിക്കൂറകൾ, ആനകൾ, ഹയങ്ങൾ, തേരുകൾ, പത്തികൾ എന്നിവ ചേർന്ന് ഓരോ സൈന്യങ്ങളും കലങ്ങിമറിഞ്ഞ വാരിധികൾ പോലെ ഇളകിക്കൊണ്ടിരിക്കുകയാണ്. പൊന്നിൻ തോൾവളകൾ, കേയൂരങ്ങൾ, വില്ലുകൾ, പതക്കങ്ങൾ, മണികുണ്ഡലങ്ങൾ, ചൂഡാമണികൾ എന്നിവയണിഞ്ഞ മഹാരഥന്മാർ അഗ്നിപർവ്വതങ്ങൾ പോലെ ശോഭിക്കുന്നു. പഞ്ചതാരങ്ങളോടു കൂടിയ താലധ്വജമുള്ള ഭീഷ്മർ കുരുസൈന്യത്തിന്റെ അഗ്രഭാഗത്ത് അഗ്നിജ്ജ്വാല പോലെ വെട്ടിത്തിളങ്ങുന്നുണ്ട്. ഭീഷ്മന്റെ മുൻഭാഗത്തായി ഉയർന്ന തേർത്തടത്തിൽ ഗോവാസനനായ ശൈബ്യൻ, സിംഹലാംഗുലകേതനായ ദ്രൗണി, ശ്രുതായുധൻ, ചിത്രസേനൻ, പുരുമിത്രൻ, വിവിംശതി, ശല്യൻ, ഭൂരിശ്രവസ്സ്, വികർണ്ണൻ, ദ്രോണപുത്രൻ എന്നിവർ നിൽക്കുന്നു.

അനേകശതം, അനേകായിരം സൈന്യങ്ങളുടെ അകമ്പടിയോടെ ദുര്യോധനന്റെ മണിനാഗധ്വജം കാറ്റിൽ പാറിപ്പറക്കുന്നു. പൗരവാന്വിതനായ കലിംഗരാജാവ്, കാമ്പോജരാജാവ്, സുദക്ഷിണൻ, ശല്യൻ, ക്ഷേമധന്വാവ് എന്നിവർ ദുര്യോധനനെ വലംവെച്ച് നിൽക്കുന്നു. തൊട്ടടുത്തായി വെള്ളിപ്പത്തിക്കൊടിയുമായി അങ്ങയുടെ മകളുടെ ഭർത്താവും കീർത്തിമാനുമായ ജയദ്രഥൻ നിൽക്കുന്നു.

പാണ്ഡവപക്ഷത്ത് അർജ്ജുനന്റെ സഹായത്തോടെ അതിദുർജ്ജയവും അചഞ്ചലവുമായാണ് ധൃഷ്ടദ്യുമ്നൻ വ്യൂഹം ചമച്ചിരിക്കുന്നത്. വജ്രപാണി ചമച്ച വജ്രം എന്നാണ് ഈ വ്യൂഹത്തിന്റെ പേരുതന്നെ. ആഞ്ഞടിക്കുന്ന കൊടുങ്കാറ്റുപോലെ എതിരാളികൾക്കു ദുസ്സഹനായ ഭീമസേനൻ പടയ്ക്കു മുമ്പിൽ തന്നെ പർവ്വതംപോലെ നിലകൊള്ളുന്നു. അവൻ ഏതു ശത്രുസൈന്യത്തിന്റേയും പ്രൗഢിയൊക്കെ മർദ്ദിച്ച് ഭസ്മമാക്കിക്കളയും. യുദ്ധമാർഗ്ഗവിചക്ഷണനായ ആ യോധാഗ്രണി പടയ്ക്കുമുമ്പിൽ നിന്ന് ആദ്യം പൊരുതും. ദുര്യോധനനാദ്യരായ കുരുക്കൾ അവനെ കണ്ടാൽ സിംഹത്തെകണ്ട മാൻകൂട്ടം പോലെ പേടിച്ച് ഒഴിഞ്ഞുകളയുമെന്ന് പാണ്ഡവർക്കറിയാം.

വജ്രസൈന്യവ്യൂഹത്തിന്റെ മുമ്പിൽ തന്നെ ധൃഷ്ടദ്യുമ്നനോട് ചേർന്ന് നകുലനും സഹദേവനും ധൃഷ്ടകേതുവും വിരാടരാജാവും നിൽക്കുന്നു. ഭീമന്റെ ചക്രരക്ഷകന്മാരായി ശ്രീമാന്മാരായ മാദ്രീപുത്രന്മാരും, ദ്രൗപദേയന്മാരും അഭിമന്യുവും നിൽക്കുന്നുണ്ട്. അവർക്കു സമാന്തരമായി ഭീഷ്മവധത്തിന്റെ ഊഴവും കാത്ത് ശിഖണ്ഡി അർജ്ജുനന്റെ രക്ഷയിൽ തിളങ്ങിനിൽക്കുന്നു. തൊട്ടടുത്ത് ഉത്തമൗജസ്സ്, യുധാമന്യു, പാർഷതൻ, കേകയന്മാർ, ചേകിതാനൻ എന്നിവർ നിരനിരയായി അണിനിരന്നിരിക്കുന്നു.

ചന്ദ്രസൂര്യപ്രഭങ്ങളായ സ്വർണ്ണധ്വജങ്ങളോടെ പർവ്വതാകാരങ്ങളായ വലിയ ആനകളുടെ അകമ്പടിയോടെ യുധിഷ്ഠിരരാജാവ് പടയുടെ മുമ്പിൽതന്നെ സൂര്യനെപ്പോലെ ഉദിച്ചുയർന്നു നിൽക്കുന്നു.

രാജാവേ, താങ്കളുടെ മകന്റെ കുരുസൈന്യം വലിയതാണ്. പാണ്ഡവ സൈന്യം അത്രയ്ക്കില്ല. എന്നാൽ അതും നിസ്സാരമല്ല. വൻപുള്ളതുതന്നെ യാണ്. അർജ്ജുനനും മാധവനും നയിക്കുന്നതാണ് ആ സൈന്യം എന്നോർമ്മ വേണം.

യുദ്ധക്കടൽ ആർത്തൊരുങ്ങിക്കഴിഞ്ഞു. ഇരുസൈന്യങ്ങളും പോർവിളി കളും പരസ്പരമുള്ള വെല്ലുവിളികളും കരഘോഷങ്ങളും പെരുമ്പറമുഴ ക്കങ്ങളും തുടങ്ങിക്കഴിഞ്ഞു. ഇനി ഏതു സമയത്തും യുദ്ധം തുടങ്ങാം."

"സഞ്ജയാ, ഗാൽവണപുത്രാ, പറയൂ, ഇനിയും പറയൂ. എനിക്ക് കേൾക്കാനാഗ്രഹമുണ്ട്."

"എന്തിനാണ് മഹാരാജൻ ഇനിയും കേൾക്കുന്നത്?! എല്ലാം അങ്ങേയ്ക്കു തന്നെ അറിയാവുന്നതല്ലേ? കുരുക്ഷേത്രത്തെ മാത്രം മുറുകെപ്പിടിച്ച അങ്ങയുടെ പുത്രന്മാർക്ക് ശ്രീയുണ്ടാവുമെന്ന് അങ്ങ് കരുതുന്നുണ്ടോ? അർജ്ജുനനും മാധവനും യുദ്ധഭൂമിയുടെ മധ്യത്തിൽ തനിച്ചു നിന്ന് ധർമ്മക്ഷേത്രത്തെ മാത്രം അക്ഷരംപ്രതി ധ്യാനിച്ചുറപ്പിക്കു ന്നത് അങ്ങയുടെ അകക്കണ്ണുകൊണ്ട് കാണാൻ കഴിയുന്നില്ലേ? വെറും ഇന്ദ്രിയങ്ങളുടേതായ കരണങ്ങളുടെ ഇരിപ്പിടമാണ് കുരുക്ഷേത്രം. ഭൗതിക സുഖഭോഗങ്ങളിൽ മാത്രം രമിച്ചുകഴിയുന്ന അങ്ങയുടെ മക്കൾക്ക് കുരുക്ഷേത്രത്തിനപ്പുറത്തേയ്ക്ക് ഒരു മാത്ര പോലും ഉയരാൻ കഴിയുന്നി ല്ലല്ലോ?!

ഭയത്തേയും ക്രോധത്തേയുമാണ് അങ്ങയുടെ മക്കൾ മുറുകെപ്പിടിച്ചി രിക്കുന്നത്. അങ്ങയുടെ പിതാവായ ഭീഷ്മർ ഭയത്തേയും മക്കളുടെ ഗുരു വായ ദ്രോണർ ക്രോധത്തെയുമാണ് പ്രതിനിധാനം ചെയ്യുന്നത്. യുദ്ധത്തിൽ നമുക്ക് ജയിക്കേണ്ടതോ, ഇതു രണ്ടിനേയുമാണെന്നത് ആത്യന്തികമായ സത്യവുമല്ലേ? ആ ജയിക്കേണ്ടതിനെ ജയിക്കാതെ നമുക്കെങ്ങനെ മഹാ രാജൻ, കേവലം മറ്റു വികാരങ്ങളെ ജയിക്കാനാവും. രണ്ടെന്ന ഭാവത്തിൽ നിന്നാണ് ക്രോധമുത്ഭവിക്കുന്നത്. ദ്രോണരുടെ ഓരോ പ്രവൃത്തിയും രണ്ടെന്ന തരത്തിലല്ലേ നടക്കുന്നത്? ഒരേസമയം അങ്ങയുടെ മക്കൾക്കു വേണ്ടി യുദ്ധം ചെയ്യുകയും പാണ്ഡവർക്കുവേണ്ടി വിജയാനുഗ്രഹാശി സ്സുകൾ നേരുകയും ചെയ്യുക. അങ്ങയുടെ ഭാരതവംശാവലിയിൽ എവിടെ യെങ്കിലും അങ്ങിതെല്ലാം മുമ്പേ കേട്ടുകേൾവിപോലുമുണ്ടോ? ഉണ്ടാവില്ല. പക്ഷേ അതുമനസ്സിലാക്കാനുള്ള സാമാന്യബുദ്ധി പോലുമില്ലാത്തവരായി അധഃപതിച്ചു പോയില്ലേ കുരുക്കൾ രാജാവേ?

അങ്ങയുടെ പിതാവായ ഭീഷ്മരുടെ ഓരോ പ്രവൃത്തികളും അങ്ങ് സൂക്ഷ്മമായി നിരീക്ഷിച്ചിട്ടുണ്ടോ? എല്ലാം ഭയത്തിൽനിന്നും ഉളവായതാണ്.

ശന്തനുമഹാരാജാവിന്റെ പുത്രനായ ഭീഷ്മർ തന്റെ വംശം നിലനിർത്താനായി അനുജനായ വിചിത്രവീര്യന് കാശിരാജാവിന്റെ സ്വയംവരത്തിന് നിശ്ചയിച്ചിരുന്ന മൂന്നു പുത്രിമാരെയാണ് ബലമായി പിടിച്ചുകെട്ടി കൊണ്ടുവന്ന് കൊടുത്തത്. ഭയപ്പെടുത്തി കാര്യം നേടുക. അങ്ങനെ പിടിച്ചുകെട്ടി കൊണ്ടുവന്ന ആ കന്യകമാരുടെ ഗതി എന്തായി? വിചിത്രവീര്യൻ ക്ഷയം പിടിച്ചു മരിച്ചതിനുശേഷം അമ്മയായ സത്യവതി ഭീഷ്മരെ വിളിച്ച് കന്യകമാരിൽ പുത്രോല്പാദനം നടത്താൻ പറഞ്ഞെങ്കിലും അദ്ദേഹം ഭയം നിമിത്തം അതു ചെയ്തില്ല. അങ്ങനെ ഭയത്തെ മാത്രം പ്രതിനിധാനം ചെയ്യുന്ന ഭീഷ്മരാണ് അങ്ങയുടെ മകന്റെ സൈന്യമായ കൗരവവ്യൂഹത്തിന്റെ സേനാപതി. ഇതിനെക്കുറിച്ച് മഹാരാജൻ അങ്ങ് എപ്പോഴെങ്കിലും ആലോചിച്ചിട്ടുണ്ടോ? അങ്ങ് കേവലം അങ്ങയുടെ പേര് ദ്യോതിപ്പിക്കുന്ന ധൃതരാഷ്ട്രത്വത്തിൽനിന്നു പോലും മോചിതനല്ല. അങ്ങേക്ക് അതിനു പോലും ത്രാണിയില്ലാതായിരിക്കുന്നു. ശരീരമനോബുദ്ധിയുപാധികളല്ല ഞാനെന്ന് തിരിച്ചറിയാൻ പോലും അങ്ങയുടെ അന്ധത കൊണ്ട് അങ്ങേക്ക് കഴിയുന്നില്ല."

"എന്റെ പ്രാണൻ വല്ലാതെ കിതച്ചുതുടങ്ങുന്നു സഞ്ജയാ."

"മനസ്സിൽ സംഘർഷങ്ങൾ ഉണ്ടാകുന്നതുകൊണ്ടാണ് രാജാവേ അത്. മനസ്സ് അസ്വസ്ഥമായാൽ പ്രാണൻ കിതച്ചുതുടങ്ങും. ഇതു രണ്ടും പരസ്പരം ബന്ധിക്കപ്പെട്ടിരിക്കുന്നു. അജ്ഞാനമെന്ന അന്ധതയിൽനിന്നും ഉണ്ടായിട്ടുള്ള കാമവികാരങ്ങളെ എങ്ങനെ ജയിക്കുമെന്ന് അങ്ങേക്ക് ഇതുവരേയും വെളിപ്പെട്ടുകിട്ടിയിട്ടില്ല. ഇനി കിട്ടുമെന്ന് തോന്നുന്നുമില്ല. അങ്ങയുടെ അനുജനായ വിദുരർപോലും അങ്ങയെ ഉപേക്ഷിച്ചില്ലേ? അങ്ങയുടെ സ്വാർത്ഥതതന്നെയാണ് പ്രാണന്റെ ദുഃഖകരമായ കിതപ്പായി അനുവർത്തിച്ചുകൊണ്ടിരിക്കുന്നത്."

"സഞ്ജയാ നീ ഒരു തത്ത്വജ്ഞാനിയെപ്പോലെ സംസാരിക്കുന്നത് കേൾക്കുമ്പോൾ എനിക്ക് വലിയ ആശ്വാസം തോന്നുന്നുണ്ട്."

"സർവ്വവിനാശകാരിയായ ഒരു കൊടുംയുദ്ധം സമാഗതമായിരിക്കേ അതിനോടു രമ്യതപ്പെടാത്ത മനസ്സുള്ളവർ മുഴുവൻ തത്ത്വജ്ഞാനികളെപ്പോലെ സംസാരിക്കാൻ തുടങ്ങും മഹാരാജൻ. പക്ഷേ, അങ്ങുമാത്രം ഇപ്പോഴും അന്ധതയിൽനിന്നും അതിഘോരമായ അന്ധതയിലേക്കുതന്നെയാണല്ലോ ആഴ്ന്നിറങ്ങുന്നതെന്നാലോചിക്കുമ്പോൾ എന്റെ ദാനം കിട്ടിയ ദിവ്യദൃഷ്ടി ഒരു ശാപമായി മാറുകയാണ്. അങ്ങ് ഒരു കാര്യം ഇപ്പോഴെങ്കിലും ഓർത്താൽ നന്ന്. കുരുക്കൾ വനവും പാണ്ഡവർ വനത്തിലെ വ്യാഘ്രങ്ങളുമാണ്. വനമില്ലാതായാൽ വ്യാഘ്രങ്ങൾ വധ്യരായിഭവിക്കും. വ്യാഘ്രങ്ങൾ ഇല്ലാതായാൽ വനത്തെ കണ്ടവർ നശിപ്പിക്കുകയും ചെയ്യും..."

"സഞ്ജയാ...."

"മതി മഹാരാജൻ!! ഞാനല്പം വിശ്രമിക്കട്ടെ."

"അപ്പോൾ, യുദ്ധം തുടങ്ങിയാൽ ഞാനെങ്ങനെ അറിയും?"

"അന്ധത!! വല്ലാത്ത ഘോരമായ അന്ധത തന്നെ!!"

സഞ്ജയൻ കൊട്ടാരസന്നിധിയിൽനിന്നും സാവധാനം പുറത്തേക്കിറങ്ങി.

ബുദ്ധിംതു സാരഥിം വിദ്ധി - 3

അർജ്ജുനാ, അന്ധചക്ഷുസ്സുകളിൽ
അറിവാകുന്ന ലേപനം പുരട്ടി ഉന്മീലനം ചെയ്യുക.
അപ്പോൾ തിമിരാന്ധത നീങ്ങിക്കിട്ടും.
അറിവായിട്ടു മാത്രമാണ് ഞാൻ നിന്നിലുള്ളത്.

ഏതോ അദൃശ്യകരങ്ങളിൽ വീണ് താൻ പ്രകൃതിയായി പരിണമിച്ചപോലെ അർജ്ജുനനു തോന്നി.

അർജ്ജുനൻ മെല്ലെ ഉണർന്നു.

കരചരണങ്ങളിൽ വല്ലാത്തൊരു ഊർജ്ജപ്രവാഹം

ശരീരവും മനസ്സും ബുദ്ധിയും ഇഴുകിച്ചേർന്നിരിക്കുന്നു

കാറ്റു വീശുന്നുണ്ട്. എന്നാലും വരണ്ട കാറ്റല്ല.

ശരീരത്തെ കുളിർക്കാൻ പോന്നതാണ്.

പ്രഭാതത്തിലെ കാറ്റ് ഇത്രയും തണുപ്പേറ്റാറുണ്ടോ?

അറിയില്ല. ആദ്യമായിട്ടാണ് അനുഭവപ്പെടുന്നത്.

ബാലസൂര്യന്റെ രശ്മികൾക്കും ചൂട് നന്നേ കുറവാണ്.

അതും ഇപ്പോഴാണ് ശ്രദ്ധിക്കുന്നത്.

ആകാശത്തിനും നല്ല തെളിച്ചമുണ്ട്.

മേഘമാലകൾ എങ്ങോ പോയിമറഞ്ഞിരിക്കുന്നു.

പൊടിമണ്ണിൽ, താൻ ഇരിക്കുന്നതിനുചുറ്റും മുളപൊട്ടിനിൽക്കുന്ന പുൽക്കൊടിത്തുമ്പുകളുടെ അഗ്രങ്ങളിൽ കൊച്ചുകൊച്ചുജലകണങ്ങൾ.

രാത്രി പെയ്തുതോർന്ന മഞ്ഞിന്റേതായിരിക്കാം.

അതും ഇപ്പോഴാണ് ശ്രദ്ധിക്കുന്നത്.

ഈർപ്പമൂറിയ മണൽപ്പുറത്ത് എറുമ്പുകളും ചിതലുകളും ചീവീടുകളും പുൽച്ചാടികളും പുഴുക്കളും പൂമ്പാറ്റകളും പിന്നെ അസംഖ്യം പേരറിയാത്ത സൂക്ഷ്മപ്രാണിവർഗ്ഗങ്ങളും അരിച്ചുനടക്കുന്നു.

ജീവന്റെ അചിന്ത്യമായ തുടിപ്പുകൾ.

കർമ്മത്യാഗത്തിന്റെ നിലയ്ക്കാത്ത പ്രവാഹം.

നോക്കുന്നമാത്രയിൽ തന്നെ എന്തൊരു ആഹ്ലാദമാണ്.

എവിടെനിന്ന് എവിടേക്കൊക്കെയോ അരിച്ചരിച്ചും ചാടിച്ചാടിയും ഇഴഞ്ഞിഴഞ്ഞും പറന്നുപറന്നും പോകുന്നവ.

തന്നിൽ എന്തൊക്കെയോ സംഭവിച്ചുകൊണ്ടിരിക്കുന്നതുപോലെ.

ഇതിനോടൊക്കെ വല്ലാത്തൊരു ഇഴുകിച്ചേരൽ.

തന്മയത്വം.

ഒന്നും തന്നിൽനിന്ന് അന്യമല്ലെന്നും, താനും ഇക്കാണുന്നതിൽ നിന്നൊന്നും അന്യമല്ലെന്നും ഒരു പരസ്പരപൂരകത്വമുണ്ടെന്നും ആരോ പറയുന്നതുപോലെ.

വിശ്വമായി ഒരു പരിണമിക്കപ്പെടൽ..

മാനാഭിമാനങ്ങൾ ഊർന്നുവീഴുന്നതുപോലെ...

അവിടെ ഞാനില്ല.

ഞാനെല്ലാറ്റിനും സാക്ഷി മാത്രം.

അഹമേവ അഹം.

പഞ്ചാശ്വങ്ങളെ പൂട്ടിയ രഥം, രഥത്തിന്റെ അച്ചുതണ്ട്, നുകം, തട്ട്, കൊടിക്കൂറകൾ, മെത്ത, ആയുധങ്ങൾ, പടച്ചട്ടകൾ, ശംഖുകൾ, നിരായുധനും നിർമമനുമായ തന്നെ തന്നെയും ഇതുവരെ കാണാത്തൊരു കാഴ്ചയോടെ മാറിനിന്നൊന്ന് കാണുന്ന പോലെ...

ഒരു മാത്ര അർജ്ജുനൻ ധ്യാനനിരതനായി.

സ്ഥലം,

കാലം,

വസ്തു,

വിഷയം,

എല്ലാം എല്ലാം,

തിരിച്ചറിഞ്ഞു.

അർജ്ജുനൻ പതിയെ വിളിച്ചു.

മാധവാ...

മാധവൻ വിളി കേട്ടു.

അർജ്ജുനൻ ശ്രദ്ധാലുവായി.

മാധവൻ പറഞ്ഞു തുടങ്ങി. അർജ്ജുനാ, നമ്മുടെ സ്വരൂപം തന്നെ ആനന്ദമാണ്. ബാക്കിയെല്ലാം വന്നു ചേരുന്നതുമാത്രമാണ്. ദുഃഖങ്ങളും,

വേദനകളും, ക്രോധവും, കാമവുമെല്ലാം വന്നും പോയിക്കൊണ്ടുമിരിക്കും. അതുമായൊന്നും ഒരിക്കലും താദാത്മ്യം പ്രാപിക്കരുത്. സ്വരൂപത്തെ തിരിച്ചറിഞ്ഞ് അതിൽ ആമഗ്നനായി വർത്തിക്കുക. മണ്ണുകൊണ്ട് കുശവൻ കുടം, കലം, ചട്ടി, കൂജ എന്നിവയൊക്കെ ഉണ്ടാക്കുന്നു. ഇതിലെല്ലാം ഉള്ളത് മണ്ണ് മാത്രമാണ്. നാമങ്ങൾ സാധനങ്ങൾക്കനുസരിച്ച് മാറിക്കൊണ്ടിരിക്കുന്നുവെന്നു മാത്രം. നാമരൂപങ്ങൾ ഇല്ലാത്തത് മാത്രമാണ്. സുഖവും ദുഃഖവും, കാമവും ക്രോധവുമെല്ലാം ഓരോരോ നാമരൂപങ്ങൾ മാത്രമാണ്. അതെപ്പോഴും മാറിക്കൊണ്ടിരിക്കും.

അർജ്ജുനൻ തേരിൽ പൂട്ടിയിരിക്കുന്ന ശ്വേതാശ്വങ്ങളെ നോക്കി. എത്ര സ്വച്ഛചിത്തരായാണ് അവ യാത്രയ്ക്കൊരുങ്ങി നിൽക്കുന്നത്.

അവരിൽ ഭേദചിന്തകളില്ല.

സുഖമോ ദുഃഖമോ കാമമോ ക്രോധമോ ഒന്നും അവരിൽ തൂങ്ങി നിൽക്കുന്നുമില്ല.

ഓരോ സമയത്ത് വന്നും പോയുമിരിക്കുന്ന അതുമായി ഒരിക്കലും അവ താദാത്മ്യം പ്രാപിക്കുന്നുമില്ല. തന്നിലുള്ള അതേ പ്രകൃതി തന്നെയല്ലേ അവയിലും സ്പന്ദിക്കുന്നത്?

എന്നിട്ടും എന്തേ താൻ മാത്രം ഇങ്ങനെയായി?

അതിഥികളായെത്തുന്ന ചിന്തകളുമായാണല്ലോ താൻ താദാത്മ്യം പ്രാപിക്കുന്നത്.

തിഥിയില്ലാതെ കടന്നുവരുന്നവരുമായി എന്തിനു താൻ താദാത്മ്യം പ്രാപിക്കണം?

അതിഥികളെപ്പോഴും യാത്രപറഞ്ഞു പിരിയേണ്ടവരല്ലേ?

അഥവാ, അവരെ യാത്രയാക്കേണ്ടവരല്ലേ?

അവർ പിരിഞ്ഞുപോകേണ്ടവരാണെന്നുള്ള ഒരു നേർത്ത ബോദ്ധ്യം പോലും എന്തേ തന്നിൽ മാത്രം ഉണ്ടായില്ല!

എല്ലാ അത്തരത്തിലുള്ള ചിന്തകളും അവസാനിക്കുന്നേടത്തല്ലേ യഥാർത്ഥത്തിൽ ജീവിതം ആരംഭിക്കുന്നതു തന്നെ?

തീർച്ചയായും അതേ.

അങ്ങനെയാണെങ്കിൽ സുഖവും ദുഃഖവും തികച്ചും ആത്മനിഷ്ഠം മാത്രമാണ്.

മാധവാ...

അർജ്ജുനൻ വീണ്ടും സ്വരം താഴ്ത്തി വിളിച്ചു.

മാധവൻ വിളി കേട്ടു.

അർജ്ജുനൻ ശ്രദ്ധാലുവായി.

അർജ്ജുനാ, വിഷയങ്ങളെപ്പോഴും നമ്മുടെ മുമ്പിൽ സർവ്വശക്തിയുമെടുത്ത് ആടിത്തിമിർക്കുമെന്ന് അറിയുക. ബ്രഹ്മർഷിയായ വിശ്വാമിത്രനുപോലും അതു തടുക്കാനായില്ല. നമ്മുടെ ലക്ഷ്യത്തെ മുടക്കുന്നതിനു വേണ്ടിയാണത്. ഇന്ദ്രിയങ്ങളെ വിഷയങ്ങളിൽനിന്നും നിവർത്തിക്കുന്ന സമയത്ത് ഇന്ദ്രിയങ്ങൾ പലപ്പോഴും വിഷയങ്ങളിൽത്തന്നെ വീണു പോകും. വിഷയങ്ങൾക്ക് അത്രയും ശക്തിയുണ്ട്. വിഷയധ്യാനമാണ് അതിനു കാരണം. വിഷയത്തെ ധ്യാനിക്കുമ്പോൾ അതിൽനിന്ന് സംഗമുണ്ടാകുന്നു. സംഗത്തിൽ നിന്ന് കാമമുണ്ടാകുന്നു. കാമത്തിൽ നിന്നാണ് ക്രോധമുണ്ടാകുന്നത്. ക്രോധത്തിൽനിന്ന് വ്യാമോഹം. വ്യാമോഹത്തിൽനിന്ന് സ്മൃതിഭ്രംശം. സ്മൃതിഭ്രംശത്തിൽനിന്ന് ബുദ്ധിനാശം. ബുദ്ധിനാശത്തിൽനിന്ന് സർവ്വനാശവും സംഭവിക്കുന്നു. അർജ്ജുനാ, അതുകൊണ്ട് ഇന്ദ്രിയങ്ങളെ വിഷയധ്യാനങ്ങളിൽ നിന്ന് നിവർത്തിക്കേണ്ടതുണ്ട്. മനസ്സെന്ന കടിഞ്ഞാൺ ബുദ്ധിസ്ഥാനീയനായ തേരാളിയുടെ കൈയിൽ സമർപ്പിച്ചിട്ടായിരിക്കണമിത്. അല്ലെങ്കിൽ വിഷയഭ്രംശവും ഇന്ദ്രിയഭ്രംശവും ബുദ്ധിഭ്രംശവും സംഭവിക്കും. മനസ്സെന്ന കടിഞ്ഞാൺ ബുദ്ധിസ്ഥാനീയനായ തേരാളിയുടെ കൈയിൽ സമർപ്പിച്ചുകഴിഞ്ഞാൽ പിന്നെ ഇന്ദ്രിയങ്ങളെ വിഷയങ്ങളിൽ നിന്ന് ഒരു പൂ വിടരുന്നതുപോലെ അനായാസമായി നിവർത്തിക്കാം. അർജ്ജുനാ, എല്ലാ സംഭവങ്ങളുടേയും പുറകിൽ ജാഗ്രതാവസ്ഥയിലുള്ള ഒരു വിഷയധ്യാനമുണ്ട്. അല്ലാതെ ഒന്നും പെട്ടെന്നു സംഭവിക്കുന്നതല്ല. ജാഗ്രതാവസ്ഥയിൽ എപ്പോഴൊക്കെയോ ധ്യാനിച്ചുറപ്പിച്ചതാണ് പെട്ടെന്ന് നാം ഉണ്ടായി എന്നു പറയുന്ന ഓരോ സംഭവങ്ങളും. ഈ മഹായുദ്ധം പോലും അതല്ലേ? മനസ്സിന്റെ ആഴങ്ങളിലേക്കു പോയാൽ മാത്രമേ നമുക്കിതെല്ലാം കണ്ടെത്താനാകൂ. ഓരോ യുദ്ധങ്ങളും ആദ്യം ആരംഭിക്കുന്നത് മനുഷ്യമനസ്സിലാണ്.

യഥാർത്ഥത്തിൽ എന്തിലാണോ ഒരുവൻ ഉണർന്നിരിക്കേണ്ടത് അതിൽ നാം ഉറങ്ങിയിരിക്കുകയാണ്. അതുപോലെ എന്തിലാണോ യഥാർത്ഥത്തിൽ ഉറങ്ങിയിരിക്കേണ്ടത് അതിൽ നാം ഉണർന്നിരിക്കുകയും ചെയ്യുന്നു. സമുദ്രത്തിലേക്ക് എത്ര നദികൾ വന്നുചേർന്നാലും സമുദ്രത്തിന്റെ നിലയ്ക്ക് ഒരു മാറ്റവും വന്നു ചേരാത്തതുപോലെ. എത്രയൊക്കെ കാമനകൾ നമ്മളിൽ വന്നുചേർന്നാലും നമ്മുടെ സ്വരൂപത്തിന് ഒരു നിലയ്ക്കും മാറ്റമുണ്ടാവരുത് അർജ്ജുനാ. നാം നമ്മുടെ അനശ്വരപ്രഭാപൂരത്തിലേക്കാകണം വീഴേണ്ടത്. അപ്രകാരം നാം അന്വേഷിക്കേണ്ടതും അന്വേഷകനായ നമ്മെത്തന്നയാണ്. മനസ്സിൽനിന്ന് എല്ലാ കാമനകളും ഒഴിയുമ്പോഴാണ് ഒരുവനിൽ മൗനം സംഭവിക്കുന്നത്. അവനെയാണ് നാം മുനി എന്നു പറയുന്നത്. അവൻ തന്നെയാണ് സ്ഥിതപ്രജ്ഞനും.

അർജ്ജുനൻ ഇരുസൈന്യവ്യൂഹങ്ങളേയും മാറി മാറി നോക്കി.

പൂർവ്വഭാഗത്ത് ധൃഷ്ടദ്യുമ്നനാൽ അണിനിരന്നിരിക്കുന്ന സൈന്യം.

പശ്ചിമഭാഗത്ത് ഭീഷ്മരാൽ അണിനിരന്നിരിക്കുന്ന സൈന്യം.

ഇരുസൈന്യങ്ങളുടേയും മധ്യത്തിലായി താൻ!

പ്രളയകാലത്തെ കലങ്ങിമറിഞ്ഞ കടലുപോലെ രണ്ടു സൈന്യവ്യൂഹങ്ങൾ.

അസംഖ്യം രാജാക്കന്മാർ.

അസംഖ്യം പടയാളികൾ.

അസംഖ്യം കാലാളുകൾ

അസംഖ്യം ആനകളും കുതിരകളും.

അസംഖ്യം ആയുധങ്ങൾ.

അസംഖ്യം തേരുകൾ.

അസംഖ്യം കൊടിക്കൂറകൾ

എവിടെനിന്നൊക്കെയോ പെരുമ്പറകൾ മുഴങ്ങുന്നു.

പോർവിളികളും ആക്രോശങ്ങളും.

മത്തഗജങ്ങളുടെ ചിന്നംവിളികൾ.

കടിഞ്ഞാണറ്റ കറുത്ത കാലാശ്വങ്ങളുടെ ചിനക്കലുകൾ.

ആകാശം മുട്ടെ ഉയർന്നുനിൽക്കുന്ന കൊടിക്കൂറകൾ.

പൊടിയിൽ പാറിപ്പറക്കുന്ന കാകനും കഴുകനും.

ജീവനോടെ ഉടൽ കാർന്നുതിന്നുന്ന മണൽക്കാറ്റ്.

പേടിച്ചരണ്ട് ഒറ്റപ്പെട്ടുപോയ സസ്യലതാദികൾ.

ആയുധങ്ങളേന്തിയ നൃപന്മാരും തേരാളികളും തേർത്തട്ടിൽ കയറിക്കഴിഞ്ഞു.

ഗദ, ഹലം, കത്തി, ശൂലം, ശക്തി, പരശ്വധം, വാൾ, കുന്തം, വജ്രം, പാശം, ശരം, മുസൃണ്ഠി, പട്ടസം തുടങ്ങി എത്രയെത്ര ആയുധങ്ങൾ.

ലോഹങ്ങൾ കൂട്ടിമുട്ടുമ്പോഴുണ്ടാകുന്ന ചിലമ്പിച്ച ശബ്ദം അന്തരീക്ഷത്തിൽ മുഴങ്ങിക്കേൾക്കുന്നു.

ഇതിനെല്ലാമിടയിലും അതിഘോരമായ ഒരു നിശ്ശബ്ദത തന്നെ ചൂഴ്ന്നുനിൽക്കുന്നതുപോലെ അർജ്ജുനന് തോന്നി.

ആ നിശ്ശബ്ദത മൊഴിയുകയാണ്.

ഹേയ്, അർജ്ജുനാ, കരചരണങ്ങളും മനസ്സും ബുദ്ധിയും ഇഴുകിച്ചേർന്ന് സന്തോഷത്തോടുകൂടി, ആഹ്ലാദത്തോടുകൂടി, സമബുദ്ധിയോടെ, യാതൊരു ഫലേച്ഛയും കൂടാതെ നിന്നിൽ ഇപ്പോൾ വിഹിതമായിരിക്കുന്ന കർമ്മങ്ങൾ അനുഷ്ഠിക്കാൻ തയ്യാറാവുക. നിനക്ക് കർമ്മത്തിൽ തന്നെയാണ് അധികാരം.

വിഷയോന്മാദങ്ങൾ

*അർജ്ജുനാ, വിഷയങ്ങളെപ്പോഴും നമ്മുടെ മുമ്പിൽ
സർവ്വശക്തിയുമെടുത്ത് ആടിത്തിമിർക്കും.
അതിൽനിന്ന് ഇന്ദ്രിയങ്ങളെ നിവർത്തിക്കുകയെന്നത്
കഠിനതരവുമാണ്.*

മാധവൻ ഇതു പറഞ്ഞപ്പോൾ അർജ്ജുനൻ തന്റെ വിഷയലമ്പടത്വങ്ങളുടെ പിഴവുകളെപ്പറ്റി ഒരു നിമിഷം ചിന്താമഗ്നനായി.

എത്രയോ നാളുകൾ സുഭദ്രയോടുള്ള വിഷയാനുഭൂതികളുടെ കാമവിവശതയിൽ മുങ്ങിത്താഴ്ന്ന് കേവലം വേഷപ്രച്ഛന്നനായിപ്പോലും ദ്വാരകയിൽ കഴിച്ചുകൂട്ടേണ്ടിവന്നു. അതുകൊണ്ടുതന്നെ ഇക്കാര്യങ്ങൾ സംശയങ്ങൾക്ക് ഇടം നൽകാത്തവണ്ണം ശരിയുമാണ്. വിഷയങ്ങളെപ്പോഴും നമ്മുടെ മുമ്പിൽ സർവ്വശക്തിയുമെടുത്ത് ആടിത്തിമിർക്കും. അതിൽനിന്ന് ഇന്ദ്രിയങ്ങളെ നിവർത്തിക്കുക എന്നത് അതീവ കഠിനതരവും ക്ലേശതരവുമത്രെ!

അർജ്ജുനന്റെ ഒരു വർഷത്തെ തീർത്ഥയാത്രാകാലയളവിലായിരുന്നു അതു സംഭവിച്ചത്. ദ്വാരകാപതിയുടെ സഹോദരിയായ സുഭദ്രയുടെ അമാനുഷരൂപസൗകുമാര്യഗുണങ്ങളെപ്പറ്റിയെല്ലാം യാദവനായ ഗദനിൽനിന്ന് അർജ്ജുനൻ മനസ്സിലാക്കി. ഇതിൽ അതീവ ആകൃഷ്ടനായിത്തീർന്ന അർജ്ജുനൻ ഒരു സന്യാസിയുടെ വേഷം കെട്ടി യാദവരുടെ ആഘോഷം നടക്കുന്ന രൈവതകപർവ്വതത്തിൽ എത്തിച്ചേർന്നു. അവിടെ വെച്ച് തന്റെ പ്രിയസുഹൃത്ത് കൂടിയായ ദ്വാരകാപതിയെ കണ്ടുമുട്ടുകയും താനിവിടെ വന്നുചേരാനുണ്ടായ കാര്യങ്ങൾ പറഞ്ഞ് സഹോദരിയായ സുഭദ്രയെ വിവാഹം ചെയ്ത് തരണമെന്ന് അഭ്യർത്ഥിക്കുകയും ചെയ്തു.

അതു കേട്ടപ്പോൾ ദ്വാരകാപതി ചിരിച്ചുകൊണ്ട് പറഞ്ഞു.

"പ്രിയമിത്രമേ, സുഭദ്രയെ നിനക്കു വിവാഹം ചെയ്തുതരുന്നതിൽ എനിക്ക് സന്തോഷമേയുള്ളൂ. പക്ഷേ,....."

"എന്താണു പക്ഷേ?" അർജ്ജുനന് ആധിയായി.

"സഹോദരി സുഭദ്രയെ ജ്യേഷ്ഠനായ ബലരാമന് കൗരവമുഖ്യനും തന്റെ ശിഷ്യനും കൂടിയായ ദുര്യോധനന് വിവാഹം ചെയ്ത് കൊടുക്കണമെന്നാണ് ആഗ്രഹം. യാദവപ്രധാനികളായ ഉഗ്രസേനനും, സാംബനും, പ്രദ്യുമ്നനുമൊക്കെ അതു തന്നെയാണ് നിശ്ചയിച്ചുവെച്ചിരിക്കുന്നതും. അതുകൊണ്ട് നേരേചൊവ്വേയുള്ള മാർഗ്ഗങ്ങളിലൂടെ നിന്റെ ആഗ്രഹം പൂർത്തീകരിക്കാനാവില്ല അർജ്ജുനാ."

"സുഭദ്രയെ വിവാഹം കഴിക്കുന്നതിനു വേണ്ടി എന്തു ത്യാഗവും സഹിക്കുന്നതിന് ഞാൻ ഒരുക്കമാണ്. അതുകൊണ്ട് അങ്ങു തന്നെ ഒരു മാർഗ്ഗം കണ്ടെത്തി എനിക്ക് പറഞ്ഞുതന്നാലും."

"അത്രയ്ക്കും വേണോ അർജ്ജുനാ?"

"സുഭദ്രയിൽ ഞാനത്രയ്ക്കും കാമമോഹിതനായിരിക്കുന്നു. എനിക്കെന്റെ പഞ്ചേന്ദ്രിയങ്ങളേയും വിഷയേച്ഛകളേയും അടക്കാനേ കഴിയുന്നില്ല. ഇനി അതിനുവേണ്ടി ഞാനെന്താണ് അനുവർത്തിക്കേണ്ടതെന്ന് പറഞ്ഞുതന്നാൽ മാത്രം മതി."

"അതിനു വേണ്ടി അനുവർത്തിക്കേണ്ട കാര്യങ്ങൾ നിസ്സാരങ്ങളല്ല അർജ്ജുനാ. സുഭദ്രയുടെ ജ്യേഷ്ഠനായ ബലഭദ്രനെക്കുറിച്ചും അദ്ദേഹത്തിന്റെ ക്രോധത്തെക്കുറിച്ചുമൊക്കെ നിനക്കും അറിവുള്ളതല്ലേ?

"അതൊക്കെക്കൂടി ആലോചിക്കുമ്പോൾ ഈ ഉദ്യമത്തിൽനിന്നും പിൻമാറുന്നതല്ലേ ബുദ്ധി?"

"എനിക്കതിന് കഴിയില്ല. ഞാനത്രയ്ക്കും കാമവിവശനായിപ്പോയിരിക്കുന്നു. വിഷയാനുരാഗത്തിലുള്ള എന്റെ ഇച്ഛനിമിത്തം മനസ്സും ശരീരവുമെല്ലാം സുഭദ്രയിൽ മാത്രം അർപ്പിതമായിരിക്കുകയാണ്."

"എന്നാൽ ഇതിൽനിന്നുണ്ടാകുന്ന എല്ലാ വരുംവരായ്കകളും നീ തന്നെ സഹിക്കേണ്ടി വരും."

"ഞാനെന്തിനും ഒരുക്കമാണ്."

"എന്നാൽ ഈ രൈവതകപർവ്വതത്തിൽ യാദവന്മാരുടെ ഒരു ഉത്സവം നടക്കാൻ പോവുകയാണ്. സുഭദ്രയും അവിടെ എത്തും. അപ്പോൾ നിനക്കവളെ കാണാൻ കഴിയും. ഉത്സവം കഴിഞ്ഞ് യാദവർ ദ്വാരകയിലേക്കു മടങ്ങുമ്പോൾ നീ ഈ സന്യാസിവേഷത്തിൽ തന്നെ എന്തെങ്കിലും ഉപായം കണ്ടെത്തി ദ്വാരകയിൽ എത്തിപ്പെടണം. അങ്ങനെ അവിടെ വേഷപ്രച്ഛന്നനായി താമസിക്കുന്ന കാലത്ത് സുഭദ്രയെ കാണാനും നിനക്ക് മനസ്സ് തുറക്കാനും അവസരം കിട്ടും. ഞാനും അവളോട് കാര്യങ്ങളൊക്കെ പറയാം. എന്നാലും നേർവഴിക്കുള്ള ഒരു വിവാഹം ബന്ധുക്കളറിഞ്ഞ് ഒരിക്കലും നടക്കില്ല. അതുകൊണ്ട് ക്ഷത്രിയനായ നിനക്ക് സ്വയംവരമാണ് വിധിച്ചിരിക്കുന്നത്. അതിനാൽ ഹരണക്രിയയും ക്ഷത്രിയന് വിധിച്ചിട്ടുള്ളതാണ്. പക്ഷേ, ഇതിനൊക്കെ തുനിയുന്നതിനുമുമ്പ് പാണ്ഡവനായ നീ വ്യക്തമായി ആലോചിച്ചുറക്കണം."

"ഇനിയൊന്നും ആലോചിക്കാനില്ല ദ്വാരകാപതേ. സുഭദ്രയ്ക്കു വേണ്ടി വന്നുകൂടുന്ന എന്ത് ആപത്തുക്കളും സഹിക്കാൻ ഞാൻ മനസ്സുകൊണ്ട് ഇപ്പോഴേ തയ്യാറെടുത്തുകഴിഞ്ഞു."

"കേവലം വിഷയേച്ഛയിലൂന്നി ഒരു സ്ത്രീക്കുവേണ്ടി യുദ്ധം പോലും ചെയ്യേണ്ടിവരും."

"എന്നാലും സാരമില്ല. എത്ര ഘോരമായ യുദ്ധം ചെയ്യാനും ഞാൻ തയ്യാറാണ്. യുദ്ധവും ക്ഷത്രിയന്റെ ധർമ്മമല്ലേ? സ്വധർമ്മം ചെയ്യുന്നതിന് പിന്നെ ഞാനെന്തിനു ശങ്കിക്കണം? അതും ഇഷ്ടപ്പെട്ടൊരു പ്രണയിനിക്കു വേണ്ടിയാകുമ്പോൾ..."

“പ്രണയത്തിൽ സ്വന്തമാക്കലില്ല അർജ്ജുനാ. നിന്നിൽ പ്രണയമല്ല. പ്രണയത്തിന്റെ രൂപത്തിലുള്ള ഇന്ദ്രിയഗോചരമായ കാമമാണത്. അതുകൊണ്ട് എല്ലാം ഇനി നിന്റെ ഇഷ്ടം....”

ദ്വാരകാപതി അപ്രകാരം അരുൾ ചെയ്ത് കൊട്ടാരത്തിലേക്ക് മടങ്ങിപ്പോയി.

അർജ്ജുനൻ രൈവതകപർവ്വതത്തിൽ തന്നെ വേഷപ്രച്ഛന്നനായ സന്യാസിയായി യാദവരുടെ ഉത്സവം കഴിയുവോളം കഴിച്ചു കൂട്ടി. അവിടെ വെച്ച് സുഭദ്രയെ കാണുവാനും കഴിഞ്ഞു. സുഭദ്രയെ കണ്ടതോടുകൂടി അർജ്ജുനന് അവളിലുള്ള അനുരാഗം പതിന്മടങ്ങ് വർദ്ധിച്ചുവരികയും ചെയ്തു.

ഉത്സവം കഴിഞ്ഞു. അർജ്ജുനൻ സന്യാസിയായി വേഷം കെട്ടി യാദവപ്രബലന്മാരുടെ അഭീഷ്ടത്തിനു പാത്രീഭൂതനായി ചാതുർമ്മാസ്യാചരണത്തിനെന്നവണ്ണം ദ്വാരകയിലേക്ക് എത്തിപ്പെടുകയും ചെയ്തു.

ദ്വാരകയിൽ സന്യാസിക്കായി യാദവപ്രമാണികൾ സുഭദ്രയുടെ കൊട്ടാരത്തിനടുത്തു തന്നെയാണ് താമസമൊരുക്കിയിരുന്നത്. പോരാത്തതിന് സുഭദ്രയെ സന്യാസിയുടെ പരിചരണത്തിനായി ഏല്പിക്കുകയും ചെയ്തു.

അപ്രകാരം അർജ്ജുനന് സുഭദ്രയുമായി സംഗമിക്കാൻ എന്നും അവസരങ്ങൾ കിട്ടി. അർജ്ജുനന്റെ വേഷപ്രച്ഛന്നതയിൽ യാദവന്മാർക്കും സംശയം തോന്നിയതുമില്ല. ഒരു സ്ത്രീക്കുവേണ്ടിയുള്ള വിഷയേച്ഛ അത്രയ്ക്കും ജാഗരൂകനാക്കിയിരുന്നു വേഷപ്രച്ഛന്നനായ അർജ്ജുനനെ.

ഒരു ദിവസം സുഭദ്രയുമായുള്ള സമാഗമവേളയിൽ അർജ്ജുനൻ താൻ യഥാർത്ഥത്തിൽ ആരാണെന്നും, ദ്വാരകാപതിയുടെ ഈ സമാഗമത്തിനുള്ള അനുഗ്രഹാശിസ്സുകളെക്കുറിച്ചും സുഭദ്രയോടു പറഞ്ഞു. ഇതുകേട്ട് സുഭദ്ര മോഹവിവശയായി.

“ഭവാൻ എന്താണീ കാട്ടിയത്? യാദവരാരെങ്കിലും ഇതറിഞ്ഞാൽ ഘോരയുദ്ധം തന്നെ ഇവിടെ നടക്കില്ലേ? ജ്യേഷ്ഠനായ ബലരാമൻ ഒരിക്കലും ചതിക്ക് മാപ്പുനൽകില്ലെന്ന് അറിഞ്ഞുകൂടെ?”

“പ്രിയേ, നിന്റെ രൂപലാവണ്യത്തിൽ കാമമോഹിതനായിത്തീർന്നപ്പോൾ മറ്റൊന്നും ഞാൻ അത്ര കാര്യമാക്കിയില്ല. അത്രയ്ക്കും വിവശനായിരുന്നു ഞാൻ. എന്റെ പ്രേമത്തെ നീ അവഗണിക്കരുത്. ഇനി നിന്റെ പ്രേമത്തിനുവേണ്ടി ഒരു യുദ്ധം നടക്കാൻ പോകുന്നുവെങ്കിലും ഞാനതിൽനിന്ന് ഒരിക്കലും പിന്മാറില്ല.”

“ജ്യേഷ്ഠനായ ബലരാമനും മറ്റു യാദവപ്രബലന്മാർക്കാർക്കും നമ്മുടെ വിവാഹം ഉൾക്കൊള്ളാനാവില്ല. അതുകൊണ്ടുതന്നെ അവരാരെങ്കിലും ഇക്കാര്യമറിഞ്ഞാൽ ഇവിടെ ചോരപ്പുഴ തന്നെ ഒഴുകും.”

“സുഭദ്രേ നീ എന്നോടൊപ്പമുണ്ടെങ്കിൽ കേവലം മൃത്യുവിനു പോലും

എന്നെ തോൽപ്പിക്കാൻ കഴിയില്ല. നിന്റെ അംഗലാവണ്യത്തിൽ അത്രയ്ക്കും അനുരക്തനാണ് ഞാൻ. നിന്റെ മേനിയഴക് ആവോളം നുകരുവാൻ എന്റെ ഹൃദയം തുടിക്കുകയാണ് സുഭദ്രേ."

ഇത്രയൊക്കെ കേട്ടപ്പോൾ സുഭദ്രയ്ക്കും അർജ്ജുനന്റെ പ്രേമം നിരസിക്കാനായില്ല. എന്ത് ആപത്തുകളേയും തരണം ചെയ്യാനുള്ള ഒരു വ്യാമോഹം അവളിലും അങ്കുരിച്ചു.

ഇരുവരും രക്ഷപ്പെടാനുള്ള നല്ലൊരു അവസരം കാത്ത് അവിടെത്തന്നെ പിന്നേയും കഴിച്ചു കൂട്ടി. ദ്വാരകാപതി അതിനുള്ള അവസരം ഒരുക്കുമെന്ന് അവർക്കറിയാമായിരുന്നു.

പറഞ്ഞതുപോലെ ദ്വാരകാപതി വളരെ ആസൂത്രിതമായി സുഭദ്രയുടെ വിവാഹം നിശ്ചയിച്ച് മുപ്പത്തിനാലുദിവസത്തെ ഒരു മാരോത്സവം തന്നെ സംഘടിപ്പിച്ചു. ഈ ഉത്സവത്തിനായി വൃഷ്ണികളെല്ലാം പോയ തക്ക സമയം നോക്കി അർജ്ജുനൻ സുഭദ്രയെ ഗാന്ധർവ്വവിധിപ്രകാരം വിവാഹം ചെയ്യുകയും വിവാഹം കഴിഞ്ഞ് ഇരുപത്തിരണ്ടാം ദിവസം ബ്രാഹ്മണ ഭോജനം നടത്തേണ്ടതിന്റെ അന്ന് അർജ്ജുനൻ സുഭദ്രയെ തേരിൽ കയറ്റി ജനമദ്ധ്യത്തിൽക്കൂടി അതിവേഗം ദ്വാരകവിട്ട് പാഞ്ഞുപോവുകയും ചെയ്തു.

ഈ സംഭവം യാദവന്മാർക്കിടയിൽ അർജ്ജുനനോടുള്ള പകയും വിദ്വേഷവും വർദ്ധിപ്പിക്കുവാൻ മാത്രമാണ് കാരണമായിത്തീർന്നത്. സുഭദ്രയുടെ ജ്യേഷ്ഠനായ ബലഭദ്രൻ അർജ്ജുനന്റെ മുഖ്യശത്രുവുമായിത്തീർന്നു.

വിഷയോന്മാദങ്ങളുടെ അതീന്ദ്രിയശക്തിയെക്കുറിച്ച് ആലോചിച്ചപ്പോൾ അർജ്ജുനന് കുറ്റബോധം തോന്നി. അജ്ഞതയുടെ വലിയൊരു അഴുക്കുപുരണ്ട നദിതന്നെ തന്നിലൂടെ ഒഴുകിയിരുന്നല്ലോ!

ബുദ്ധിംതു സാരഥിം വിദ്ധി - 4

അർജ്ജുനാ, അജ്ഞാനത്തിൽ നിന്നുകൊണ്ടല്ല
ഞാനിവിടെ സ്ഥിരമാണെന്നു പറയേണ്ടത്
അറിവിന്റെ കേദാരത്തിൽ നിന്നുകൊണ്ടാവണം
ഞാനിവിടെ ജനിച്ചിട്ടുമില്ല മരിച്ചിട്ടുമില്ല എന്നു പറയേണ്ടത്.
അറിവിൽ രമിക്കുമ്പോൾ കർമ്മബന്ധമുക്തനായിമാറും.

പശ്ചിമാംബരത്തിൽനിന്നും ആഞ്ഞുവീശിയൊരു മണൽക്കാറ്റ് അർജ്ജുനന്റേയും മാധവന്റേയും നിശ്ചലമായ രഥത്തെ തഴുകിത്തലോടി പൊടി വിതറിക്കൊണ്ട് എങ്ങോട്ടെന്നില്ലാതെ ഝടുതിയിൽ കടന്നുപോയി.

ഇരുസൈന്യവ്യൂഹങ്ങളുടേയും പെരുമ്പറമുഴക്കങ്ങൾ ഇപ്പോൾ തെല്ലൊന്നു ശമിച്ചിട്ടുണ്ട്.

ആകാശച്ചെരുവിൽ വട്ടമിട്ടുപറന്നുകൊണ്ടിരിക്കുന്ന കാകന്മാരും കഴുകന്മാരും ഇലകൾ കൊഴിഞ്ഞ മരച്ചില്ലകളിൽ ചേക്കേറിത്തുടങ്ങിയിരിക്കുന്നു.

ജീവിതത്തിനും മരണത്തിനും ഇടയിലുള്ള യജ്ഞതപസ്യയിൽനിന്നും അർജ്ജുനൻ സാവധാനം ഉണർന്നു.

മാധവാ,....

ഒരു ചെറുപുഞ്ചിരിയോടെ മാധവൻ അർജ്ജുനന്റെ നെറുകയിൽ തലോടി.

പറയൂ അർജ്ജുനാ.....

അങ്ങ് കർമ്മത്തേക്കാൾ അധികം ശ്രേഷ്ഠം ജ്ഞാനമാണെന്ന് പറഞ്ഞുവല്ലോ. പിന്നെ എന്തിനാണ് ഈ ഘോരമായ യുദ്ധത്തിന് എന്നെ പ്രേരിപ്പിക്കുന്നത്?

അർജ്ജുനാ, ശാന്തമായ മനസ്സിൽനിന്നാണ് നിന്റെ ഈ ശുദ്ധചോദ്യം ഉത്ഭവിച്ചിട്ടുള്ളത്. മനസ്സ് ശാന്തമായാൽത്തന്നെ ബുദ്ധി തെളിഞ്ഞുവരും. അറിവിന്റെ ഒരു മഹാസാഗരം. അവിടെ നീ നിരഹങ്കാരനായിത്തീരുക. അതോടെ നീ നിസ്സംഗനുമായിത്തീരും. നിസ്സംഗതയിലാണ് എല്ലാ സന്തോഷവും അനുഭവിക്കുന്നത്. ഒന്നിനോടും ഒരു ഒട്ടലില്ലായ്മ. അതിൽനിന്നാണ് നിഷ്കാമമായ കർമ്മം സമുൽഭവിക്കേണ്ടത്.

ജ്ഞാനത്തേയും കർമ്മത്തേയും രണ്ടായല്ല മനസ്സിലാക്കേണ്ടത്. രണ്ടെന്നൊന്നില്ല അർജ്ജുനാ. ഇവിടെ ഒന്നേയുള്ളൂ. ബാക്കിയെല്ലാം തോന്നലുകൾ മാത്രമാണ്. അത് ശരിയായവണ്ണം ഗ്രഹിച്ചാൽ പിന്നെ ആ ഏകത്വത്തോട് നീയും താദാത്മ്യം പ്രാപിക്കും. കർമ്മമെന്താണെന്ന് അറിയുക എന്നുള്ളതാണ് എല്ലാ ഘോരകർമ്മങ്ങളിൽനിന്നും മുക്തനാവാനുള്ള ഏക പോംവഴി. സൂക്ഷ്മമായി പറഞ്ഞാൽ കർമ്മമെന്നത് ചലനം മാത്രമാണ്.

അല്ലയോ അർജ്ജുനാ, ഇവിടെ പ്രകൃതിജന്യങ്ങളായ സത്വരജസ്തമോഗുണങ്ങളുടെ പ്രേരണയിൽപ്പെട്ട് എല്ലാവരും നിമിഷംപ്രതി അവശരായി കർമ്മം ചെയ്തുകൊണ്ടിരിക്കുകയാണ്. അല്ലെങ്കിൽ കേവലം ശരീരയാത്ര പോലും അസാധ്യമായിത്തീരും. അതുകൊണ്ട് വിഹിതകർമ്മങ്ങളെ നിയന്ത്രണത്തോടുകൂടി യാതോരു ഫലേച്ഛയുമില്ലാതെ, യജ്ഞാർപ്പണമായി നീ അനുഷ്ഠിക്കുക.

അത്തരത്തിലുള്ള നിഷ്കാമകർമ്മത്തിന്റെ സദ്ഫലങ്ങൾ നീ എത്രയോ അനുഭവിച്ചിരിക്കുന്നു അർജ്ജുനാ. ചെറിയൊരു നിമിത്തം ഞാൻ നിന്നെ ഓർമ്മിപ്പിക്കാം. നിനക്കോർമ്മയുണ്ടോ? അരക്കില്ലം വെന്തുരുകി നിങ്ങൾ കുന്തീമാതാവുമായി കൊടുംകാട്ടിലേക്ക് രക്ഷ പ്രാപിച്ചപ്പോൾ ഏകചക്രത്തിലെത്തുന്നതു വരെ കൊടുംകാട്ടിലെ ഓരോ രാത്രികളിലും

നരഭോജികളായ നിശാചരരേയും അക്രമികളായ വന്യമൃഗങ്ങളേയും പേടിക്കാതെ കുന്തീമാതാവിനും സഹോദരങ്ങൾക്കും രാത്രിയിലെ സുഖസുഷുപ്തിക്കുവേണ്ടി ഉറക്കമുളച്ച്, അസ്ത്രമേന്തി പുലരുവോളം കാത്തിരുന്നത് പലപ്പോഴും നീ മാത്രമായിരുന്നു. ആ നിഷ്കാമകർമ്മത്തിന് നിനക്ക് കുന്തീമാതാവും സഹോദരങ്ങളും പ്രതിഫലം നൽകാനാഞ്ഞാൽ അഥവാ നീ പ്രതിഫലം ആവശ്യപ്പെട്ടിരുന്നെങ്കിൽ എന്തായിരിക്കും സ്ഥിതി? അതിനാൽ നിഷ്കാമകർമ്മത്തിൽ നിന്നും മാത്രമേ സന്തോഷത്തിന്റേയും ആഹ്ലാദത്തിന്റേയും അനുഭൂതി അനുഭവിക്കാൻ കഴിയൂ.

ഇവിടെ നിന്റെ വിഹിതമായ കർമ്മം യുദ്ധം ചെയ്യുക എന്നതാണ്. നീ അങ്ങോട്ടു ചെന്ന് യുദ്ധം ചെയ്യേണ്ടതില്ല. എല്ലാം നിന്റെ അരികിലേക്ക് വന്നുചേർന്നതാണ്. അതിനാൽ അർജ്ജുനാ, യജ്ഞഭാവത്തോടുകൂടി കർമ്മം ചെയ്യുക. യജ്ഞഭാവത്തിലാണ് നിന്നെ സൃഷ്ടിച്ചിരിക്കുന്നതു തന്നെ. യജ്ഞഭാവത്തോടുകൂടി ഏതൊരു കർമ്മം ചെയ്താലും കർമ്മബന്ധവും ഉണ്ടാകില്ല അർജ്ജുനാ.

മാധവാ, ആളുകൾ കർമ്മങ്ങൾ വിഭജിച്ചു ചെയ്യുന്നുണ്ടല്ലോ?

അജ്ഞത കൊണ്ടാണത്. ഈശ്വരനെ പൂജിക്കുക, പൂജാപാത്രങ്ങൾ വൃത്തിയാക്കുക, ഈശ്വരനായി മാല കെട്ടുക, ഈശ്വരന് കളഭം ചാർത്തുക ഇത്യാദികൾ മാത്രമേ ചില മൂഢാത്മാക്കൾ കർമ്മങ്ങളായിത്തന്നെ കാണുന്നുള്ളൂ. ഈശ്വരന്റെ പൂജാപാത്രങ്ങൾ വൃത്തിയാക്കുന്ന അതേ ഭാവത്തോടെ തന്നെ മലവിസർജ്ജനം ചെയ്ത അഴുക്കുപാത്രങ്ങളും നമുക്ക് വൃത്തിയാക്കാൻ കഴിയണം. ജ്ഞാനമയമായ കർമ്മം മാത്രമാണ് മുക്തിസാധകമായി വർത്തിക്കുന്നത്.

ഒരു മാത്ര അർജ്ജുനൻ മൗനിയായി.

പ്രതീക്ഷകൾ അകന്നു.

നമ്മളെ സൃഷ്ടിച്ചിരിക്കുന്നതുപോലും യജ്ഞഭാവത്തിലാണത്രെ!

സൃഷ്ടിയുടെ ഉദാത്തത!

ജീവന്റെ ആദ്യത്തെ തുടിപ്പ്.

സകലഭൂതങ്ങളും അന്നത്തിൽനിന്നും

അന്നം മഴയിൽനിന്നും

മഴ യജ്ഞത്തിൽനിന്നും

യജ്ഞം കർമ്മത്തിൽനിന്നും

കർമ്മം ബ്രഹ്മത്തിൽനിന്നും

ബ്രഹ്മം അക്ഷരത്തിൽനിന്നും

അക്ഷരം പരമാത്മാവിൽനിന്നും

പരമാത്മാവ് ആ സദ്വസ്തുവിൽനിന്നും

ആ സദ്വസ്തു അവ്യക്തത്തിൽനിന്നും

സമുദ്ഭവിച്ചത്രെ!

അപ്പോൾ വ്യക്തമാകുന്നത് എന്താണ്?

ഈ പ്രകൃതി,

യജ്ഞം ചെയ്യുന്ന ഹോതാക്കളായ

സൂര്യൻ

ജലം

ആകാശം

അഗ്നി

വായു.

പഞ്ചഭൂതാത്മകമായ ഈ പ്രകൃതി ഞാൻ എന്ന ആത്മബോധത്തിൽ അന്തർലീനമാണ്.

ആത്മബോധത്തിൽ മാത്രം.

ആത്മബോധത്തിലൊഴിച്ച് ബാക്കിയെല്ലായിടത്തും നാം വ്യത്യസ്തരാണ്.

നാമരൂപാധികളിൽ........

രാമൻ, കൃഷ്ണൻ, രാഘവൻ.......

എന്നാൽ ആത്മബോധമൊഴിച്ചുള്ളതെല്ലാം അയഥാർത്ഥ്യവുമല്ലേ?

അതേ, തീർച്ചയായും!

അതെല്ലാം അജ്ഞാനത്തിൽ നിന്നുള്ളതാണ്.

അപ്പോൾ ഞാനെന്ന പ്രകൃതി,

ഞാൻ എന്നെ സന്തോഷിപ്പിക്കുന്ന പോലെ പ്രകൃതിയേയും സന്തോഷിപ്പിക്കേണ്ടതല്ലേ?

അങ്ങനെയെങ്കിൽ മാത്രമല്ലേ പ്രകൃതി എന്നെയും സന്തോഷിപ്പിക്കുകയുള്ളൂ.

സൂര്യനെ,

ജലത്തെ,

ആകാശത്തെ,

അഗ്നിയെ,

വായുവിനെ,

അസംഖ്യം ജീവജാലങ്ങളെ,

മലിനമാക്കിയാൽ

ഇതെല്ലാം എന്നെയും മലിനമാക്കുകയില്ലേ?

അവസാനം പ്രകൃതിയുടെ അനുഗ്രഹം പോലും ഏറ്റുവാങ്ങാൻ പറ്റാത്തവനായി...

പ്രകൃതിയിൽനിന്നും എല്ലാം അനുഭവിച്ചിട്ട് പ്രകൃതിക്ക് ഒന്നും തിരിച്ചുകൊടുക്കാൻ പറ്റാത്തവനായി......

ചോരനായി.....

നിശാചരനായി....

യജ്ഞത്തിൽനിന്നും, യജ്ഞഭാവേന പിറവിയെടുത്ത ഞാൻ.....

മാതാവിന്റെ ഗർഭപാത്രത്തിൽ ജീവന്റെ ആദ്യതുടിപ്പായി അങ്കുരിച്ചതു മുതൽ ഈ പ്രകൃതി എനിക്കു വേണ്ടി എന്തെല്ലാം ഒരുക്കിത്തന്നു......

ആകാശം, വായു, ജലം, അഗ്നി, ഭൂമി......

പഞ്ചമഹാഭൂതങ്ങൾ......

ഇവരെല്ലാം നിഷ്കാമരായി എന്തൊക്കെ എനിക്കൊരുക്കിത്തന്നു.

അസ്ഥി, മാംസം, ഞരമ്പ്, തൊലി, രോമം ഭൂമിയിൽനിന്നും.......

ശുക്ലം, രക്തം, മൂത്രം, ഉമിനീർ, വിയർപ്പ് ജലത്തിൽനിന്നും.......

വിശപ്പ്, ദാഹം, ക്ഷീണം, ഉഷ്ണം, കാന്തി അഗ്നിയിൽനിന്നും........

എഴുന്നേൽക്കൽ, ഇരിപ്പ്, ഓട്ടം വായുവിൽനിന്നും......

കാമം, ക്രോധം, ഭയം, ശോകം, മോഹം ആകാശത്തിൽനിന്നും......

അങ്ങനെ, അങ്ങനെ,

യജ്ഞഭാവത്തോടു കൂടിയാണത്രെ,

ഒരു പ്രജയെ ഉല്പാദിപ്പിക്കുന്നതു പോലും

യജ്ഞശിഷ്ടം മാത്രം ഭുജിച്ച്,

ഞാൻ പോലും എന്റേതല്ലെന്ന ജ്ഞാനം ഉൾക്കൊണ്ട്,

എല്ലാം യജ്ഞത്തിൽ പ്രതിഷ്ഠിതമാണന്നറിഞ്ഞ്,

യജ്ഞചക്രത്തെ ഉൾക്കൊണ്ട്.....

ഈ പാരസ്പര്യത്തിൽ ചലിക്കുമ്പോൾ,

അവരെ ഒരിക്കലും ഒരു കർമ്മങ്ങളും ബാധിക്കയില്ലത്രെ!

കർമ്മമയമായ ഈ പ്രപഞ്ചത്തിൽ ആരാണോ അകർമ്മമെന്ന ചലിക്കാത്ത ഒന്നിനെ കാണുന്നത്,

എല്ലാം ചലിക്കുന്നതിനും ആ ചലിക്കാത്ത ഒന്നാണ് നിദാനമെന്ന് അറിയുന്നത്,

അവർ കർമ്മത്തിന്റെ പൂർണ്ണതയെ അറിഞ്ഞവരത്രെ!

അവർ മാത്രമാണ് ചലനത്തിൽ ചലനമില്ലായ്മയും, ചലനമില്ലായ്മയിൽ ചലനവും കാണുന്നതും, ചലനരഹിതമായ ആ സദ്വസ്തുവിലാണ് എല്ലാ ചലനവും നടക്കുന്നതെന്നറിയുന്നതും.

അറിവാകുന്ന അഗ്നിയിൽ സകലമാനകർമ്മങ്ങളുടേയും ഫലങ്ങളും കാമനകളും വികാരവിചാരങ്ങളും ഹോമിച്ചാൽ പിന്നെ ബാക്കിയാവുന്നത് ചലനം മാത്രമല്ലേ? ആ ചലനത്തിൽ ഞാൻ ആരാണ്?

നിശ്ചലൻ മാത്രമല്ലേ?

ആരോ മൊഴിയുന്നു.

അർജ്ജുനാ, താമരയിതളിലെ ജലകണം പോലെയാണ് ജീവിതമെന്ന്. ഒരു ചെറിയ കാറ്റുമതി. അത് താഴെ വീണ് ചിതറാൻ. എന്നാലും ആ ജല കണം സൂര്യനേയും ചന്ദ്രനേയും എന്തിന് ഈ സമസ്തപ്രപഞ്ചത്തെ തന്നെ പ്രകാശിപ്പിക്കുന്നില്ലേ?

ആരാണീ പ്രകാശിപ്പിക്കുന്നത്?

നിന്നെ ധരിച്ചിരിക്കുന്ന നിന്നിലെ നീ തന്നെയാണർജ്ജുനാ അത്!

മാധവാ, ഞാൻ വല്ലാതെ....

അറിയാം. നീ എന്നിലൂടെ സഞ്ചരിക്കുകയായിരുന്നെന്ന്. 'ന ഹി ജ്ഞാനേന സദൃശം, പവിത്രമിഹ വിദ്യതേ.' എന്നാണ് ജ്ഞാനികൾ പറഞ്ഞിരിക്കുന്നത് അർജ്ജുനാ, അറിവിനു സദൃശമായി ഈ ലോകത്ത് വേറെയൊന്നുമില്ല. നിന്നിലെ നിന്നെ നിന്നിൽ തന്നെയാണ് അറിയേണ്ടതും അറിയുന്നതും. അറിവാകുന്ന ദീപശിഖയേന്തിയവരായിട്ടായിരിക്കണം നാം ആത്മബോധത്തിലേക്ക് യാത്ര ചെയ്യേണ്ടത്. ആ ആത്മബോധത്തിന്റെ ഉത്തുംഗതയിലേക്ക് ഉയർന്നുകഴിഞ്ഞാൽ പാപമില്ല, പുണ്യമില്ല, മന്ത്ര ങ്ങളില്ല, തീർത്ഥങ്ങളില്ല, സ്വന്തമില്ല, ബന്ധമില്ല, ഗുരുവില്ല, ശിഷ്യനുമില്ല യാതൊന്നുമില്ല. അതായിരിക്കട്ടെ നിന്റെ ലക്ഷ്യം. ഇനി അതിലേക്കുള്ള മാർഗ്ഗമായി കർമ്മത്തെ അറിഞ്ഞ് മുമ്പോട്ടു പോവുക. ശ്രേഷ്ഠനായ ഒരു വൻ ഏതേതു കർമ്മങ്ങൾ ചെയ്യുന്നുവോ, അവനെ അനുകരിച്ച് അതേ കർമ്മങ്ങൾ സാമാന്യജനങ്ങളും ചെയ്യുന്നു. അതുകൊണ്ട് ശ്രേഷ്ഠനായ നീ പ്രമാണമാക്കുന്ന കർമ്മങ്ങൾ ലോകരെ നേർവഴിക്ക് നയിക്കാനായിട്ടെ ങ്കിലും നിന്നിൽ വിഹിതമായ കർമ്മങ്ങൾ വിധിപോലെ അനുഷ്ഠിക്കേണ്ട തുണ്ട്. കാരണം അത് നാളെ ലോകർ പ്രമാണമാക്കുന്നതാണർജ്ജുനാ.

ഇതേകാരണമനുസരിച്ചാണ് ഞാനും വർത്തിക്കുന്നത്. എനിക്കിവിടെ നേടേണ്ടതായിട്ട് യാതൊന്നുമില്ല. അതുകൊണ്ട് എനിക്കിവിടെ യാതൊരു കർമ്മവും ചെയ്യേണ്ടതുമില്ല. ഞാൻ ലോകക്ഷേമത്തെ ലക്ഷ്യമാക്കി കർമ്മം

ചെയ്തുകൊണ്ടേയിരിക്കുന്നു. കർമ്മമാണ് ഈ പ്രപഞ്ചത്തെ ജീവത്താക്കുന്നത്. അതിനാൽ കർമ്മരഹിതനായി ഒരു നിമിഷം പോലും നിന്നു കൂടാ. ലോകസംഗ്രഹത്തിനു വേണ്ടിയെങ്കിലും കർമ്മം ചെയ്തേ പറ്റൂ. അതുകൊണ്ട് സകല കർമ്മങ്ങളേയും നീ എന്നിലർപ്പിച്ചിട്ട്, ആഗ്രഹം, മമത, സന്താപം എന്നീ വികാരങ്ങൾ സ്പർശിക്കാത്തവനായി യുദ്ധം ചെയ്യുകയാണ് വേണ്ടത്. അതാണ് സ്വധർമ്മവും.

മാധവാ........

പറയൂ അർജ്ജുനാ....

അങ്ങനെയാണെങ്കിൽ മനുഷ്യർ എന്തിനാൽ പ്രേരിതരായാണ് പാപകർമ്മങ്ങൾ ചെയ്തുപോകുന്നത്.?

കാമത്താൽ പ്രേരിതരായിട്ടാണ് മനുഷ്യർ പാപകർമ്മങ്ങൾ ചെയ്യുന്നത്. ഇച്ഛയാണ് കാമത്തിന്റെ സ്വരൂപം. കാമത്തിൽനിന്നാണ് ക്രോധം ഉത്ഭവിക്കുന്നത്. ക്രോധത്തിൽനിന്ന് അഹങ്കാരമുണ്ടാകുന്നു. അഹങ്കാരമാണ് ഒരാളുടെ ശരീരത്തെ മലിനമാക്കുന്നത്. അല്ലെങ്കിൽ ശരീരത്തിന് ചന്ദനത്തിന്റെ ഗന്ധമനുഭവപ്പെടും. അർജ്ജുനാ, കോപത്തെ അടക്കാൻ കഴിയുന്നവൻ ഒരിക്കലും ആപത്തിൽ പതിക്കുകയില്ല.

ഇന്ദ്രിയങ്ങളും മനസ്സും ബുദ്ധിയുമാണ് കാമത്തിന്റെ അധിഷ്ഠാനം. കാമം ജ്ഞാനത്തെ ആവരണം ചെയ്ത് എപ്പോഴും കൂടെയുണ്ടാകും. എന്നാൽ ജ്ഞാനി അത് തിരിച്ചറിയുന്നു. തന്മൂലം ജ്ഞാനികൾ കാമത്തെ ഈ സംസാരത്തിലെ മുഖ്യശത്രുവായി അറിയുകയും ചെയ്യുന്നു. ജ്ഞാനിയുടെ മാത്രം നിത്യവൈരിയാണ് കാമം.

മാധവാ, എല്ലാവരും അന്വേഷിക്കുന്നത് സന്തോഷമല്ലേ?

തീർച്ചയായും അർജ്ജുനാ. എല്ലാവരും അന്വേഷിക്കുന്നത് സന്തോഷം തന്നെയാണ്. അതാണ് എന്റെ ഭാവവും. എന്റെ ഭാവം തന്നെയാണ് എല്ലാവരും അന്വേഷിക്കുന്നതും. പക്ഷേ, അതിലേക്ക് എത്തിച്ചേരാനായി അവലംബിക്കുന്ന കർമ്മമാർഗ്ഗങ്ങൾ വ്യത്യസ്തമാണെന്നു മാത്രം.

ഒരു ചോരന്റേയും ആക്രമിയുടേയും ലക്ഷ്യവും സന്തോഷം തന്നെയാണ്. ചോരൻ മോഷണമാർഗ്ഗത്തിലൂടെ കൊള്ളയടിച്ച് ധനം സമ്പാദിക്കുന്നത് അവന്റെ സന്തോഷത്തിനു വേണ്ടിയാണ്. അവൻ വിചാരിക്കുന്നു ഇപ്രകാരം ധനം സമ്പാദിച്ചാൽ സന്തോഷം കിട്ടുമെന്ന്. അതുകൊണ്ട് ധർമ്മാധിഷ്ഠിതമായിരിക്കണം അർജ്ജുനാ, കർമ്മമാർഗ്ഗത്തിലൂടെയുള്ള സഞ്ചാരം.

മണൽക്കാറ്റിന് താനേ ശക്തി കുറഞ്ഞു.

തേരിന്റെ കൊടിക്കൂറയ്ക്കു മുകളിൽ ഒരു വെളുത്ത ചിത്രശലഭം പാറിപ്പറക്കുന്നു. അതിന്റെ നനുത്ത ചിറകുകളുടെ മാർദ്ദവമേറ്റ് തോരണങ്ങൾ ഇളകുന്നപോലെ.

അർജ്ജുനൻ തെല്ലിട അതിനെത്തന്നെ നോക്കിനിന്നു.

മാധവൻ പതുക്കെ ആ ചിത്രശലഭത്തെ പിടിച്ച് തന്റെ പെരുവിരലിന്റെ അഗ്രത്തിൽ വെച്ചു. പാവം ചിത്രശലഭം! അത് പക്ഷങ്ങൾ വിടർത്തി മാധവനെ നോക്കി ചുണ്ടുകൾ കൂർപ്പിച്ചു.

ക്ഷണനേരം മാധവൻ ചിത്രശലഭത്തെത്തന്നെ സശ്രദ്ധം നോക്കി നിന്നു.

ചിത്രശലഭവും മാധവനെ തന്നെ ഉറ്റുനോക്കുവാൻ തുടങ്ങി.

ഒരുമാത്ര!

മാധവൻ ശലഭത്തോടും,

ശലഭം മാധവനോടും,

അവർക്കു മാത്രമറിയാവുന്ന ഒരു ഭാഷ...

ഇന്ദ്രിയഗോചരമല്ലാത്ത ഒരു ആശയസംവേദനം...

വിചാരേന്ദ്രിയപ്പകർച്ച,

പരഹൃദയജ്ഞാനം,

ശബ്ദമില്ലാത്ത സംഭാഷണം,

സാധ്യമാവുകയായി.....

മാധവാ, എന്തുകൊണ്ടാണ് എന്റെ പൂർവ്വജന്മങ്ങൾ ഒന്നും എനിക്കു തിരിച്ചറിയാൻ കഴിയാതെ പോകുന്നത്?

അഹംബോധത്തിന്റെ തലത്തിലേക്ക് ഉയർന്നാലേ അതിനു കഴിയൂ. നിത്യശുദ്ധമുക്തസ്വരൂപനാണ് അഹംബോധം. നാമരൂപങ്ങളൊന്നും അതിനില്ല. ജനിമൃതികളെ ഇല്ലായ്മ ചെയ്യണമെങ്കിലും ആ തലത്തിലേക്കുതന്നെ ഉയരണം. മനസ്സിന്റെ ആഴങ്ങളിലേക്ക് ഊളിയിട്ടിറങ്ങിയാൽ അഹംബോധം വെളിപ്പെട്ടുകിട്ടും. യാതൊന്നറിഞ്ഞാലാണോ എല്ലാ അനുഭവങ്ങളിൽനിന്നും നീ മോചിതനാകുന്നത് അതിനെക്കുറിച്ചറിയാതെ ഇവിടം വിട്ടു പോകരുത്.

എങ്ങനെയാണ് ആ സാന്നിദ്ധ്യം അനുഭവമാകുന്നത്?

നമ്മൾ ഒരു തെറ്റുചെയ്യാൻ ഒരുങ്ങുമ്പോൾ നമ്മളിൽ 'അരുത്' എന്ന് പറഞ്ഞ് പ്രേരിപ്പിക്കുന്ന ധർമ്മബോധം ആ സാന്നിദ്ധ്യമാണ്. കളവുപറഞ്ഞാൽ സംഘർഷമുണ്ടാകുന്നത് ധർമ്മബോധം ഉള്ളതുകൊണ്ടാണ്. അതുകൊണ്ടുതന്നെ ധർമ്മച്യുതി സംഭവിക്കുന്നത് മനുഷ്യമനസ്സിലാണ്. അവിടെ തന്നെയാണ് ഞാൻ അവതരിക്കുന്നതും. ചതുർവിധപുരുഷാർത്ഥങ്ങളായ ധർമ്മം, അർത്ഥം, കാമം, മോക്ഷം എന്നിവയിൽ ഒന്നാമത്തെ പുരുഷാർത്ഥത്തിൽ നിന്നുകൊണ്ടുവേണം ബാക്കിയുള്ള അർത്ഥവും കാമവും മോക്ഷവും നേടാൻ. അതായത് ധർമ്മാനുസൃതമാവണമെന്നർത്ഥം.

എന്തുകൊണ്ടാണ് മാധവാ. അങ്ങയെ അന്വേഷിച്ചാൽ കണ്ടെത്താനാവാത്തത്?

ഞാൻ എപ്പോഴും നിങ്ങളോടുകൂടെതന്നെയാണ് ഉള്ളത്. കൂടെയുള്ളപ്പോൾ അന്വേഷിച്ചാൽ കണ്ടെത്തില്ല. എല്ലാ ഉറവകളുടെയും ആദിബീജമാണ് ഞാൻ.

എന്താണ് നാം സമർപ്പിക്കേണ്ടത്?

അഹങ്കാരത്തെ സമർപ്പിക്കണം. അല്ലാതെ നമ്മുടെ സത്തയെ അല്ല സമർപ്പിക്കേണ്ടത്. അഹങ്കാരം കൊഴിഞ്ഞുവീണാൽ ശരീരത്തിന് പനിനീർപ്പൂവിന്റെ സുഗന്ധം അനുഭവപ്പെടും.

അതിനെന്തു വേണം?

സ്നേഹം വളർത്തി എടുക്കണം. സ്നേഹമുള്ളിടത്തേ ശ്രദ്ധയുണ്ടാവൂ. ശ്രദ്ധ വന്നാൽ അന്വേഷണം ഉണ്ടാവും. അന്വേഷണം വന്നാൽ ലക്ഷ്യപ്രാപ്തിയായി.

അതു തന്നെയാണോ വിശ്വാസവും?

മനസ്സിന് ഒരു കാര്യത്തിൽ അന്തിമമായി എത്തിച്ചേരാൻ കഴിയാത്ത അവസ്ഥയിൽ മനസ്സുപോയി അഭയം പ്രാപിക്കുന്നതാണ് വിശ്വാസം. വിശ്വാസം സംശയത്തിൽനിന്നാണ് ഉത്ഭവിക്കുന്നത്. സംശയമുള്ളവൻ മരണപ്പെട്ടവനാകുന്നു.

നാം ആരെയാണ് ആശ്രയിക്കേണ്ടത്?

നാം ആശ്രയിക്കേണ്ടത് നമ്മെ തന്നെയാണ്. സൂര്യകിരണങ്ങളുടെ ചൂടേറ്റ് ഭൂമി തപിക്കുമ്പോൾ ചന്ദ്രൻ രാത്രി തന്റെ ശീതളിമകൊണ്ട് തണുപ്പിക്കുന്നു. നമ്മൾ വിവേകമാർന്ന ബുദ്ധികൊണ്ട് തളർന്ന മനസ്സിനെ ഉദ്ധരിക്കണം. നമ്മളെ ഉയർത്താൻ നമുക്കു മാത്രമേ കഴിയൂ. നമ്മൾ നമുക്കുതന്നെ മിത്രമായിരിക്കണം. നമ്മുടെ ആത്മാവിന്റെ സുഹൃത്തുക്കൾ നമ്മൾതന്നെയായിരിക്കണം. നമ്മൾ നമ്മെ താഴ്ത്താൻ ശ്രമിക്കരുത്. നമ്മൾ നമ്മെ ഒരിക്കലും കബളിപ്പിക്കുകയുമരുത്. നമ്മൾ നമ്മളോട് എപ്പോഴും സത്യസന്ധരായിരിക്കണം. സ്വയം ആത്മനിന്ദ ചെയ്യുന്നവന് ഒരിക്കലും ഐശ്വര്യമുണ്ടാവുന്നതല്ല.

എന്താണ് മനസ്സ്?

ഘനീഭൂതമായിട്ടുള്ള ചിന്തകളാണ് മനസ്സ്. മനസ്സ് എന്നൊന്നില്ല. അതെവിടെയാണെന്നും പറയാൻ പറ്റില്ല. കാട്ടിൽ പോയാൽ കാടില്ല. കാട്ടിൽ വൃക്ഷങ്ങളേ ഉള്ളൂ. വൃക്ഷങ്ങൾ വെട്ടിമാറ്റിയാൽ കാടില്ല. മനസ്സിൽ ചിന്തകളേ ഉള്ളൂ. ചിന്തകൾ അടർത്തിമാറ്റിയാൽ മനസ്സുമില്ല.

ആരാണ് ജ്ഞാനി?

തന്നിൽനിന്ന് അന്യനായി യാതൊന്നിനേയും കാണാത്തവനാണ് ജ്ഞാനി. സഹജമായ ഭാവത്തെ സ്വീകരിച്ച് ജ്ഞാനം ജീവിതലക്ഷ്യമാക്കി മാറ്റിയവനാണവൻ.

മനുഷ്യനിൽ മാധവാ അങ്ങ് എങ്ങനെയാണ് പ്രകടമാകുന്നത്?

മനുഷ്യനിൽ മനുഷ്യത്വത്തിലൂടെയാണ് ഞാൻ പ്രകടമാകുന്നത്.

ആരാണ് അങ്ങയെ അറിയുന്നവർ?

ശരീരത്തിന്റെ അഭാവത്തിലും തനിക്ക് ഉണ്മയുണ്ടെന്ന് അറിയുന്നവൻ എന്നെ അറിയുന്നവനാണ്.

അവരിൽ മാറ്റം വരുമോ?

സ്വഭാവത്തിന് മാറ്റം വരും. സ്വരൂപത്തിന് മാറ്റമില്ല. കടലിൽ തിര, പത, കുമിളകൾ എന്നിവ ഉണ്ടാകുന്നത് സ്വഭാവമാണ്. കടലാണ് സ്വരൂപം. ഇവ രണ്ടും ഒന്നുമാണ്.

എല്ലാ മാറ്റങ്ങളും നമ്മൾ അറിഞ്ഞിട്ടാണോ സംഭവിക്കുന്നത്?

ഒരു വൃക്ഷത്തിന്റെ നിശ്ശബ്ദമായ അറിവോടുകൂടിയാണ് ഒരില പോലും കൊഴിയുന്നത്. ഈ വിശ്വത്തിൽ എല്ലാം മാറ്റത്തിനു വിധേയവും അനുനിമിഷം മാറിക്കൊണ്ടിരിക്കുന്നതുമാണ്. എന്റെ അദ്ധ്യക്ഷമാത്രയിൽ ഈ പ്രപഞ്ചം അനുസ്യൂതം മാറിക്കൊണ്ടിരിക്കുന്നു. സൂര്യനും ചന്ദ്രനും ഉൾപ്പെടെ. മാറ്റമാണ് മരണം. മാറ്റത്തിനെ അറിഞ്ഞാൽ പിന്നെ മരണമില്ല. പഴയ ഭാവം കൈവെടിയുന്നത് മരണവും പുതിയഭാവം കൈക്കൊള്ളുന്നത് ജനനവുമാണ്.

ഷഡ്ദോഷങ്ങൾ ഏതെല്ലാമാണ്?

ഐശ്വര്യവും അഭിവൃദ്ധിയും ഇച്ഛിക്കുന്ന പുരുഷൻ നിദ്ര, തളർച്ച, ഭയം, കോപം, ആലസ്യം, ദീർഘസൂത്രിത എന്നീ ആറു ദോഷങ്ങളെ ഉപേക്ഷിക്കണം.

ഒരാളുടെ ഏറ്റവും നല്ല സ്വപ്നം എന്തായിരിക്കും?

തന്റെ മരണത്തെ താൻ തന്നെ സ്വപ്നം കാണുന്നതായിരിക്കും ഏറ്റവും നല്ല സ്വപ്നം.

ഉറക്കമില്ലാത്തവർ ആരൊക്കെയാണ്?

ബലവാനോട് ഇടഞ്ഞവനും, ഉപജീവനത്തിനു വകയില്ലാത്തവനും, ധനം നഷ്ടപ്പെട്ടവനും, ബലഹീനനും, കാമിക്കും, ചോരനും ഉറക്കം വരില്ല.

മാധവാ, യഥാർത്ഥത്തിൽ അങ്ങ് എവിടെയാണ്?

ഈ ലോകത്തിൽ എന്തൊക്കെയുണ്ടോ അതെല്ലാം എന്നിലാണ്. പക്ഷേ, അതിലൊന്നും ഞാനില്ല. ഞാൻ എല്ലാറ്റിലും ചേരാതെ ചേർന്നു നിൽക്കുന്നു.

മാധവാ രഹസ്യങ്ങളിൽ അങ്ങ് ആരാണ്?

ഞാൻ മൗനമാണ്.

എനിക്കെന്റേത് എന്നു പറയാൻ ഇവിടെ എന്തെങ്കിലുമുണ്ടോ?

ഒന്നുമില്ല. ഈ ഞാൻ പോലും എന്റേതല്ല.

എന്തിലൊക്കെയാണ് നമുക്ക് അധികാരം?

മണ്ണ് കിളയ്ക്കാം, ഉഴുകാം, വിത്തിടാം. വിത്തിനോട് മുളയ്ക്കാൻ പറയാൻ നമുക്കധികാരമില്ല. അത് തീരുമാനിക്കുന്നത് മറ്റ് ചിലതാണ്.

പൂജിക്കേണ്ട പഞ്ചാഗ്നികൾ ഏതെല്ലാമാണ്?

അച്ഛൻ, അമ്മ, അഗ്നി, ആത്മാവ്, ഗുരു.

എന്തിലൊക്കെയാണ് സന്തോഷിക്കേണ്ടത്?

അവിചാരിതമായി കിട്ടിയതിൽ മുഴുവൻ സന്തോഷിക്കുക. സന്തോഷമാണ് നമ്മുടെ സ്വരൂപം തന്നെ. ഇവിടെ എല്ലാവരും അന്വേഷിക്കുന്നതും തങ്ങളുടെ സ്വരൂപത്തെ തന്നെയാണ്. അതിലെത്തിച്ചേരാനുള്ള മാർഗ്ഗം പലരും പലതും അവലംബിക്കുന്നു എന്നു മാത്രം.

നനുത്ത കാറ്റു വീശി.

രഥത്തിനരികിലുള്ള അശ്വത്ഥവൃക്ഷത്തിന്റെ ഇലകളിളകി.

ചിത്രശലഭം ചിറകുകൾ കുടഞ്ഞ് മുകളിലേക്ക് പറന്നു.

മാധവൻ കൈകൾ കൂപ്പി.

അർജ്ജുനൻ ഒരു വീർപ്പ് ശ്വാസമടക്കി നിന്നു.

സഞ്ജയൻ പറഞ്ഞത്

കുരുക്ഷേത്രയുദ്ധം സമാഗതമായിക്കഴിഞ്ഞു മഹാരാജാവേ.

ഇനി ഏതാനും വീർപ്പുകൾ മാത്രമാണ് ശേഷിക്കുന്നത്.

അർജ്ജുനനും മാധവനും അതാ....

ഇരു സൈന്യങ്ങളുടേയും മദ്ധ്യേ....

അഗ്നിപോലെ ജ്വലിക്കുന്നതാണ് അർജ്ജുനന്റെ രഥം.

വരുണനാണ് അത് നൽകിയിരിക്കുന്നത്.

വിശ്വകർമ്മാവ് നിർമ്മിച്ചതാണ് അതിലെ ധ്വജം.

ഭീമസേനന്റെ ഇഷ്ടത്തിനായി ഹനൂമാൻ ആത്മരൂപത്തെ അതിൽ പ്രതിഷ്ഠിച്ചിരിക്കുന്നു.

ചുറ്റിലും യോജനദൂരത്തോളം ആ ധ്വജം തേജസ്സു പരത്തുന്നു.

വിശ്വകർമ്മാവിന്റെ മായയാൽ അത് യാതൊരു വൃക്ഷത്തിലും തടയില്ല.

മഴവില്ലു പോലെയാണ് അതിന്റെ പ്രകാശം.

അതിൽനിന്നും തീയും പുകയും ഉയർന്നുകൊണ്ടിരിക്കുന്നു.

ചിത്രരഥൻ നൽകിയ വായുവേഗമുള്ള വെള്ളക്കുതിരകളെയാണ് രഥത്തിൽ പൂട്ടിയിരിക്കുന്നത്.

ആ അശ്വങ്ങൾക്ക് ഭൂമിയിലൂടേയും ആകാശത്തിലൂടേയും ഒരുപോലെ സഞ്ചരിക്കാം.

ദേവദത്തമാണ് അർജ്ജുനന്റെ ശംഖ്.

വില്ലിൽ വെച്ച് ഉത്തമമായതാണ് അർജ്ജുനന്റെ ഗാണ്ഡീവം.

ബ്രഹ്മാവാണ് അത് നിർമ്മിച്ചത്.

ദേവദാനഗന്ധർവ്വന്മാർ ഇതിനെ ആരാധിക്കുന്നു.

ഖാണ്ഡവവനദഹനകാലത്ത് അഗ്നിഭഗവാന്റെ അപേക്ഷപ്രകാരം വരുണനാണിത് അർജ്ജുനന് നൽകിയത്.

ഗാണ്ഡീവം കൊണ്ട് ക്ഷത്രിയനാശം നിശ്ചയമാണ്.

വിത്ത് വിതയ്ക്കുന്നതു പോലെയാണ് സവ്യസാചി അസ്ത്രങ്ങൾ തൂവുക.

അവൻ ഹൃദയങ്ങൾ പോലും കീറുന്ന കർണ്ണിനാളീകശരങ്ങൾ എയ്യുമ്പോൾ ആർക്കും തടുക്കാൻ കഴിയില്ല.

എത്ര സങ്കീർണ്ണമായ യുദ്ധം നടന്നാലും അർജ്ജുനന് പരാജയമുണ്ടാവില്ല.

സ്വർഗ്ഗീയൈശ്വര്യങ്ങൾ വേണ്ടെന്നു വെച്ചേക്കാമെങ്കിലും അർജ്ജുനൻ വിജയം ഒരിക്കലും വേണ്ടെന്നു വെക്കില്ല.

അർജ്ജുനന്റെ വധം കൊണ്ടല്ലാതെ ഈ മഹാഭാരതയുദ്ധം അടങ്ങുകയുമില്ല.

ദ്രോണകർണ്ണന്മാർ മഹായശസ്വികളാണെങ്കിലും അർജ്ജുനനെ കൊല്ലാനോ വെല്ലാനോ പോന്നവരല്ലവർ.

അവർക്ക് തോൽക്കുകയോ ജയിക്കുകയോ ചെയ്യാം.

പക്ഷേ, അർജ്ജുനനെ സംബന്ധിച്ചിടത്തോളം പരാജയം എന്ന വാക്ക് അവന്റെ നിഘണ്ടുവിലില്ല.

ഖാണ്ഡവാഗ്നിയെ തർപ്പിച്ചവനാണവൻ.

കാലകേയന്മാരേയും നിവാതകവചന്മാരേയും ഉന്മൂലനം ചെയ്തവനാണവൻ.

ശിരസ്സിൽ ഇടത്തീവീണാലും ഒരുപക്ഷേ രക്ഷപ്പെട്ടേക്കാം.

എന്നാൽ അവൻ കാലചക്രം പോലെ നമ്മെ നശിപ്പിക്കാതിരിക്കുമോ?

കിരീടിയുടെ ബാണം അത്രയ്ക്കും അഹോരരൗദ്രമാണ്.

ശരവർഷം ചൊരിഞ്ഞുചൊരിഞ്ഞ് ശത്രുപക്ഷത്തിന്റെ തലയറുത്തു കൊന്നു വീഴ്ത്തിക്കൊണ്ട് അർജ്ജുനൻ ഉജ്ജ്വലപ്രഭാവനായി നിൽക്കും.

സവ്യസാചിയുടെ രഥനിർഘോഷം കേട്ടു ഭയപ്പെട്ട് കുരുക്കൾ ഛിന്ന ഭിന്നമായി ഓടിയൊളിക്കേണ്ടി വരും.

അഗ്നി ഉണക്കപ്പുല്ലുകൾ ചുട്ടുദഹിപ്പിക്കുന്നതു പോലെ കുരുസൈ ന്യത്തെ അവൻ ചുട്ടുചാമ്പലാക്കി ക്കളയും.

കുരുക്കളെ മുടിക്കുവാൻ ദൈവം നിയോഗിച്ച അന്തകനാണവൻ.

അവൻ അസത്യമായ വാക്ക് ഒരിക്കലും പറയില്ലെന്ന് കീർത്തി സമ്പാ ദിച്ചവനാണ്.

ആഗ്നേയം, വാരുണം, സൗമ്യം, വായവ്യം, വൈഷ്ണവം, ഐന്ദ്രം, പാശുപതം, ബ്രാഹ്മം, പാരമേഷ്ഠ്യം എന്നീ അസ്ത്രങ്ങൾ അവന്റെ കൈവശമുണ്ട്.

അവൻ പറയുന്നതെന്തോ അത് പ്രവർത്തിക്കുകതന്നെ ചെയ്യും.

ദമം, ദാനം, ബലം, ബുദ്ധി, ശ്രീ, ധൃതി, ശൗര്യം എന്നിവ ആ മഹാ സത്വനിൽ സദാ സ്ഥിതി ചെയ്യുന്നു.

മാധവനാണ് അവന്റെ ബുദ്ധിസ്ഥാനീയനായ സാരഥിയായി വർത്തി ക്കുന്നത്.

കുതിരകളുടെ കടിഞ്ഞാൺ മാധവന്റെ കയ്യിലാണ്.

അറിവാണവന്റെ മാർഗ്ഗം.

സത്യമാണ് ലക്ഷ്യം.

മഹാരാജാവേ, ഇതെല്ലാം എന്നെക്കാൾ കൂടുതൽ അവിടേക്കും അറിവുള്ളതാണല്ലോ, എന്നിട്ടും അങ്ങ് എന്തിനാണ് ഈ യുദ്ധത്തിന് സമ്മ തിച്ചത്?

അങ്ങുതന്നെയാണല്ലോ പാണ്ഡവന്മാരെ ആദ്യം ചതിച്ചതും?

അവരുടെ ഗുരുവും വലിയച്ഛനുമായ ഭവാൻ സൗഹൃദയത്തോടെ നല്ല ബുദ്ധി ഉപദേശിച്ച് ഹിതത്തിൽ നിൽക്കേണ്ടതല്ലേ?

ഗുരു ഹിതം നോക്കി ചെയ്യുകയല്ലാതെ ദ്രോഹിക്കാൻ പാടുണ്ടോ?

എന്നാൽ ദ്യൂതകാലത്ത് പരാജിതന്മാരിൽ നിന്ന് 'ഇതു ജയിച്ചു. ഇതു നേടി' എന്നൊക്കെ കേട്ട സമയത്ത് ഭവാൻ ഒരു ബാലനെപ്പോലെ പൊട്ടി ച്ചിരിക്കുകയല്ലേ ചെയ്തത്?

പാർത്ഥന്മാരിൽ പരുഷവാക്കുപറയുന്നവരെ തടയുകയുണ്ടായോ?

ഒന്നും മിണ്ടാതെ ഇരിക്കുകയല്ലേ ചെയ്തത്?

രാജ്യമൊക്കെ ജയിക്കുകയാണെന്നു മാത്രമേ ഭവാൻ കാണുകയുണ്ടായുള്ളൂ.

അതിലുള്ള വീഴ്ചകൾ ഭവാൻ കാണുകയുണ്ടായില്ല.

അച്ഛൻ വഴിക്കുള്ള രാജ്യവും കുരുജാംഗലവും പിന്നെ ആ വീരന്മാർ വെന്ന രാജ്യങ്ങളൊക്കെയും ഭവാൻ കൈക്കലാക്കി.

തങ്ങൾ കൈയ്യൂക്കു കൊണ്ടു നേടിയ ഭൂമിയൊക്കെ പാണ്ഡവന്മാർ ഭവാനു സമർപ്പിച്ചപ്പോൾ അതു ഭവാൻ നേടിയതാണെന്നു വിചാരിച്ചു.

ലോകത്തിൽ ഇത്ര വലിയൊരു അന്ധത ആർക്കുമുണ്ടായിട്ടില്ല മഹാരാജൻ!

ഇത്,

പുത്രസ്നേഹത്താലോ,

സഹോദരവൈര്യത്താലോ,

സഹോദരപുത്രവൈര്യത്താലോ,

കുന്തീവൈര്യത്താലോ,

രാജ്യസ്നേഹത്താലോ,

രാജ്യഭോഗത്താലോ,

ധനമോഹത്താലോ,

കാമബന്ധിതമോ,

എന്താണു മഹാരാജാവേ?

എത്ര ആലോചിച്ചിട്ടും പിടിതരാത്തൊരു സമസ്യയായി,

ഉത്തരമില്ലാത്ത ഒരു ചോദ്യമായി,

അവസാനമില്ലാത്ത വഴിയായി,

ഇങ്ങനെ കിടക്കുകയാണ്.

അങ്ങയുടെ മൂത്ത പുത്രനായ ദുര്യോധനൻ അന്നു പറഞ്ഞു: കൂർത്ത സൂചി മുനയിൽ കുത്തിയാൽ കാണുന്ന അത്രയും സ്ഥലം പോലും ഞാൻ പാണ്ഡുപുത്രന്മാർക്ക് നൽകുകയില്ലെന്ന്.

അങ്ങും അതു കേട്ടതല്ലേ?

അങ്ങയുടെ രാജധാനിയിലെ യശസ്വികളായ രാജാക്കന്മാരെല്ലാം അതു കേട്ടതല്ലേ?

എന്നിട്ടും അങ്ങേക്കുമാത്രം ഒരു രാജാവിന്റേതായ ഉത്തരം ഉണ്ടായിരുന്നില്ല.

മഹാരാജാവേ, കുരുക്ഷേത്രയുദ്ധം സമാഗമമായിക്കഴിഞ്ഞു.

ഇനി ഏതാനും വീർപ്പുകൾ മാത്രമാണ് ശേഷിക്കുന്നത്.

മാധവനും അർജ്ജുനനും അതാ.....

ഇരു സൈന്യങ്ങളുടേയും മദ്ധ്യേ......

ദിവ്യവും അജയ്യവുമായ ഗാണ്ഡീവമുള്ളവനാണ് അർജ്ജുനൻ.

അമ്പുകൾ ഒടുങ്ങാത്ത ആവനാഴിയുള്ളവൻ.

വാനരധ്വജവും ധൂമം പോലെ നിസ്സംഗമായ ഗതിയും ചേർന്ന് ലോകത്തിൽ എതിരില്ലാത്ത ദിവ്യരഥമുള്ളവനാണ് അർജ്ജുനൻ.

ഇടിവെട്ടും പോലെയുള്ള ആ രഥത്തിന്റെ നിർഘോഷം ശത്രുക്കൾക്കു ഭയങ്കരമായ ഭയത്തെ ഉണ്ടാക്കുന്നതാണ്.

അതിമാനുഷ വീര്യന്മാരെപ്പോലും യുദ്ധത്തിൽ ജയിച്ച വീരനാണവൻ.

അവൻ അഞ്ഞൂറുശരങ്ങൾ ഒപ്പം പിടിച്ച് കണ്ണടച്ചു തുറക്കുന്നതിനു മുമ്പേ അവയെല്ലാം എയ്ത് ലക്ഷ്യത്തിലെത്തിക്കും.

ഭീഷ്മർ, ദ്രോണർ, കൃപർ, ദ്രൗണി എന്നിവരും മാദ്രേശനായ ശല്യരും മദ്ധ്യസ്ഥന്മാരായ മറ്റു മനുഷ്യരേവരും പ്രശംസിക്കുന്നവനാണവൻ.

പിടിക്കാതെ തന്നെ അവന്റെ ഗാണ്ഡീവം ജൃംഭിക്കുകയാണ്.

വലിക്കാതെ തന്നെ ഞാൺ വിറകൊള്ളുകയാണ്.

ആവനാഴി വിട്ട് അമ്പുകൾ വീണ്ടും വീണ്ടും ഉയർന്നു വരുന്നു.

സർപ്പം സ്വയം ഉറയൂരുന്നതു പോലെ ഉറയിൽനിന്നും ഉടവാൾ തനിയെ പുറത്തേക്കു കുതിക്കുന്നു.

ധ്വജം ശബ്ദിക്കുന്നു.

അശ്വങ്ങൾ ഉഗ്രമായി ചിനക്കുന്നു.

ഇതൊന്നും അങ്ങ് അറിയുന്നില്ലേ?

ഇനിയും വേണമെങ്കിൽ ഒരു ശമനത്തിന് സമയമുണ്ട്.

വാഴ, ചൂരൽ, ഇല്ലി മുതലായവ പൂത്താൽ അതിന്റെ കഥ കഴിഞ്ഞതു തന്നെ. തന്റെ ഗർഭം പൂർണ്ണമായിക്കഴിഞ്ഞാൽ ഞണ്ടിന്റെ ജീവിതവും അവസാനിച്ചു. യുദ്ധമുണ്ടായാൽ കുരുവംശം അപ്പാടെ മുടിയും.

ധർമ്മപുത്രർ ധർമ്മം പരിപാലിക്കുന്നവനാണ്.

ഒരു വാക്കു മതി.

അങ്ങ് ഹസ്തിനപുരത്തിന്റെ രാജാവല്ലേ?

അങ്ങേക്കില്ലാത്ത അധികാരം മറ്റാർക്കാണ് ഉള്ളത്?

അല്ലെങ്കിൽ ഒരു വംശം അപ്പാടെ ഭൂമുഖത്തുനിന്നും ഉന്മൂലനം ചെയ്യപ്പെടും.

ഒന്നും ബാക്കിയുണ്ടാവില്ല.

പാണ്ഡവസൈന്യത്തിലെ ഓരോരുത്തരും അവരവരുടെ ഇരകളെ കണ്ടെത്തിക്കഴിഞ്ഞു.

മഹാരഥനായ ധൃഷ്ടദ്യുമ്നന്റെ ഇരയാണ് ആചാര്യനായ ദ്രോണർ.

ശിഖണ്ഡിയുടെ ഇരയാണ് പിതാമഹനായ ഭീഷ്മർ.

യുധിഷ്ഠിരന്റെ ഇരയായി നിശ്ചയിച്ചിട്ടുള്ളത് ശല്യരാണ്.

ദുര്യോധനനും അവന്റെ നൂറ് അനുജന്മാരുമാണ് ഭീമസേനന്റെ ഇരകൾ.

അർജ്ജുനന്റെ ഏറ്റവും പ്രധാനപ്പെട്ട ഇര വൈകർത്തനനായ കർണ്ണനാണ്.

കൂടാതെ അശ്വത്ഥാമാവിനേയും, വികർണ്ണനേയും, ജയദ്രഥനേയും അർജ്ജുനൻ ഇരയായി കണ്ടെത്തിയിട്ടുണ്ട്.

സഹദേവൻ ശകുനിയെ ഇരയായി നിശ്ചയിച്ചിരിക്കുന്നു.

നകുലനുള്ള ഇരയായി നിശ്ചയിച്ചിരിക്കുന്നത് ഉലൂകകൗരവ്യരും സാരസ്വതഗണങ്ങളുമാണെന്ന് പറയപ്പെടുന്നു.

മഹാരാജാവേ,

യുദ്ധം സമാഗമമായി....

ഇനി ഏതാനും വീർപ്പുകൾ മാത്രമാണ് ശേഷിക്കുന്നത്.

അർജ്ജുനനും മാധവനും അതാ.....

ഇരുസൈന്യങ്ങളുടെയും മദ്ധ്യേ...

ബുദ്ധിംതു സാരഥിം വിദ്ധി - 6

അർജ്ജുനാ, സ്ഥൂലമായിട്ടും സൂക്ഷ്മമായിട്ടും
ഞാൻ മാത്രമേ ഇവിടെ ഉണ്ടായിരുന്നുള്ളൂ.
ഇപ്പോഴും ഞാൻ മാത്രമേ ഇവിടെയുള്ളൂ.
ഇനിയിവിടെ ശേഷിക്കുന്നതും ഞാൻ മാത്രമാണ്.

അർജ്ജുനാ, ആയുധമെടുത്ത് യുദ്ധം ചെയ്യാൻ പോകുന്ന നീ ഒരു കർമ്മയോഗിയെ പോലെ അതനുവർത്തിക്കുക. ഫലചിന്ത കൂടാതെ കർമ്മങ്ങളെ ജ്ഞാനപ്രാപ്തിക്കുള്ള ഉപായമായി ഈശ്വരനിൽ സമർപ്പിച്ചു ചെയ്യുന്നവരെയാണ് കർമ്മയോഗികൾ എന്നു പറയുന്നത്.

മാധവാ, കർമ്മയോഗമോ അതോ കർമ്മസന്യാസമോ ഏതാണ് ശ്രേയസ്കരം?

യോഗവും സന്ന്യാസവും ഒരേ ഫലത്തെ പ്രദാനം ചെയ്യുന്നവയാണ്. കർമ്മയോഗി പശുവിലും ആനയിലും പട്ടിയിലും പറയനിലും സമദർശിയായിരിക്കും. യാതൊരു ഭേദബുദ്ധിയും അവർക്ക് ഉണ്ടായിരിക്കില്ല. സ്ഥിരമായതിനെ പ്രാപിച്ചവരാണ് അവർ. എപ്രകാരം ആകാശത്തിൽ

മേഘങ്ങൾ വന്നു പോകുന്നുവോ, ആ മേഘങ്ങൾക്കൊരിക്കലും ആകാശത്തിനെ സ്വാധീനിക്കാൻ സാധ്യമല്ലല്ലോ. കർമ്മയോഗികൾ സുഷുപ്തിസമാനമായ ശാന്തത ജാഗ്രതാവസ്ഥയിൽ അനുഭവിക്കുന്നവരാണ്.

അർജ്ജുനാ, നമുക്ക് ഈ പ്രപഞ്ചത്തിൽ ഒന്നിനോടും അറപ്പിന്റേയും വെറുപ്പിന്റെയും ആവശ്യമില്ല. കാക്കയെ ഇഷ്ടമല്ല, ചൊറിയൻ പുഴുവിനെ വെറുപ്പാണ്. എന്തിന്? അതിന്റെ ആവശ്യമില്ല. പ്രകൃതി അനുസാരിയായി ഒരു തെന്നലുപോലെ, ഒരു കിളിയുടെ കരച്ചിലു പോലെ ആയിത്തീരുക. ഒരു പക്ഷിമൃഗാദികൾക്കും അഹങ്കാരമില്ല. അഹങ്കാരമാണ് പ്രകൃതിയിൽനിന്ന് നമ്മെ അന്യരാക്കുന്നത്.

ചിന്തകളെല്ലാം അതിഥികളെപ്പോലെയാണെന്ന് തിരിച്ചറിയുക. സഹർഷം സ്വീകരിക്കുക; പറഞ്ഞയക്കുക. ഒരിക്കലും ചിന്തകൾ നാമമായി താദാത്മ്യം പ്രാപിക്കരുത്. മരണമാണ് ഏറ്റവും കൂടുതൽ നമ്മളിൽ താമസിക്കുന്ന അതിഥിചിന്ത. അതും പതിനാറു ദിവസത്തെ പിണ്ഡതർപ്പണം കഴിഞ്ഞാൽ ഒഴിപ്പിച്ചു വിടണം. മനസ്സ് പലതിലും വ്യവഹരിച്ചാൽ ഒരിക്കലും ശാന്തി കിട്ടില്ല.

ഈശ്വരനെന്നത് അറിയേണ്ട ഒന്നാണ്. അല്ലാതെ സാക്ഷാത്കരിക്കേണ്ടതോ കണ്ടെത്തേണ്ടതോ ആയ ഒന്നല്ല. എത്ര മൂർച്ചയുള്ളതിനേയും ഈ അറിവ് മൃദുവാക്കുന്നു. തുടക്കവും ഒടുക്കവും ഉള്ളതിൽ നിന്നെല്ലാം ദുഃഖം മാത്രമേ കിട്ടൂ.

ഞാൻ എന്നതും എന്റേതെന്നതും മാത്രമാണർജ്ജുനാ എന്നെ അറിയുന്നതിന് നിന്നിൽ തടസ്സമായി നിൽക്കുന്നതെന്നറിയുക.

അർജ്ജുനാ, യുദ്ധഭൂമിയിൽ നിൽക്കുന്ന നീ യുദ്ധഭൂമിയിൽ ഇല്ലാ എന്നു വിളിച്ചുപറഞ്ഞാൽ ഇല്ലാതിരിക്കുമോ? ഞാൻ വീടിനകത്തില്ല എന്നൊരാൾ വീടിനകത്തിരുന്ന് വിളിച്ചുപറയുന്ന പോലെയാണത്. നിന്നിൽ ഞാനില്ല എന്നു പറഞ്ഞാൽ അങ്ങനെയാകുമോ? ഒരിക്കലുമാകില്ല. അതുകൊണ്ട് നീ ആദ്യം യുദ്ധം ചെയ്ത് തോല്പിക്കേണ്ടത് നിന്നിലെ അധമവികാരവിചാരങ്ങളെയാണ്. എന്നിട്ട് നീ നിന്നിൽ അടിപതറാതെ നിൽക്കണം. ചഞ്ചലാത്മികയായ നിന്റെ മനസ്സെപ്പോഴും ഒരു ശുദ്ധജലപ്പൊയ്ക പോലെ പ്രശാന്തസുന്ദരമായിരിക്കട്ടെ. അപ്പോഴേ ഒരു പുൽക്കൊടി വീണാൽ പോലും ഉണ്ടാകുന്ന ഓളം നിനക്ക് അറിയാൻ പറ്റൂ.

പാർത്ഥാ, ദേഹത്തിന്റെ ബുദ്ധിയാൽ ഞാൻ മാധവനും നീ അർജ്ജുനനുമായിരിക്കാം. ജീവബുദ്ധിയാൽ ഞാൻ പൂർണ്ണനും നീ അംശനുമായിരിക്കാം. എന്നാൽ പാരമാർത്ഥികതലത്തിൽ ഞാൻ തന്നെയല്ലേ നീ? ഒരിക്കൽ ഒരു ചെറിയ തിര വലിയ തിരയോടു ചോദിച്ചു: ഞാൻ എത്ര ചെറുതാണെന്ന്. അപ്പോൾ ജ്ഞാനിയായ വലിയ തിര പറഞ്ഞു: ഞാനും നീയും തിരകളല്ല, ഈ സമുദ്രത്തിനു പോലും ആധാരമായ ജലമാണെന്ന്. സ്വഭാവത്തിന്

എപ്പോഴും മാറ്റം വന്നുകൊണ്ടിരിക്കും. സ്വരൂപത്തിന് ഒരിക്കലും മാറ്റം വരില്ല. സമുദ്രത്തിൽ തിര, പത, കുമിള എന്നിവ ഉണ്ടാകുന്നത് സ്വഭാവമാണ്. സമുദ്ര മാണ് നിന്റെ സ്വരൂപമെന്നറിയുക.

ഭൂമി എല്ലാ വൈവിധ്യങ്ങളേയും തന്റെ കൈക്കുമ്പിളിൽ ഉൾക്കൊ ള്ളുന്നതുപോലെ നമുക്ക് സർവ്വം ഉൾക്കൊള്ളാൻ കഴിയണം. സ്വീകരണ മാണ് നമ്മളിലെ അഹന്തയെ നശിപ്പിക്കാനുള്ള ഏക മാർഗ്ഗം. എല്ലാറ്റിനേയും ഒരു പടി മുകളിൽ നിന്ന് സ്വീകരിക്കുക. നിരാകരണം അഹന്തയെ വളർത്താൻ മാത്രമേ മതിയാകൂ. എതിരിടുമ്പോൾ സംഘർഷങ്ങളാണ് ഉണ്ടാകുന്നത്.

ഇരുട്ടു പോലും ഒരു ദൃശ്യവസ്തുവാണെന്നറിയുക. കാഴ്ചയുള്ളതു കൊണ്ടാണ് ഇരുട്ട് അനുഭവിക്കാൻ കഴിയുന്നത്. അന്ധനായ ധൃത രാഷ്ട്രർക്ക് ഇരുട്ടുപോലും എന്താണെന്നറിയാനുള്ള കഴിവില്ലാതെ പോയി.

അർജ്ജുനാ, നിന്റെ മാർഗ്ഗത്തിലെ വെളിച്ചം നീ തന്നെയാണ്. എപ്ര കാരമാണോ നടനിൽനിന്ന് നാട്യത്തിന് വേറിട്ടൊരു നിലനില്പില്ലാത്തത്, അതുപോലെ നിനക്ക് ആത്മാവിൽനിന്ന് വേറിട്ടൊരു നിലനില്പില്ലെന്ന റിയുക.

അറിവാകുന്ന അഗ്നിയിലേക്കാവണം അർജ്ജുനാ, സകലവിധ അജ്ഞതകളേയും ഹോമിക്കേണ്ടത്. അതറിയുമ്പോഴേ മാറ്റമില്ലാത്ത തൊന്നുമില്ലെന്ന് നാം അറിയൂ. അതോടെ മാറ്റമില്ലാത്ത ആ ഒന്നുമായി നാം താദാത്മ്യം പ്രാപിക്കുകയും ചെയ്യും.

അന്വേഷകന് അന്വേഷകവസ്തു അന്വേഷിക്കാത്തപ്പോൾ അത് അകലേയും, അന്വേഷിക്കുമ്പോൾ അത് താൻ തന്നെയാണെന്ന് കണ്ടെത്തുകയും ചെയ്യുന്നതിന്റെ പൊരുൾ നീ അറിയാതെ പോവരുത്. പോയാൽ നീ നദിയുടെ ചുഴിയിൽപ്പെട്ട കീടം പോലെ അജ്ഞതയുടെ ആഴങ്ങളിലേക്ക് ആഴ്ന്നുപോകും.

അർജ്ജുനാ, വേനൽ ഭൂമിയെ തപിപ്പിക്കുന്നത് വർഷത്തെ വരവേൽക്കു ന്നതിനു വേണ്ടിയാണ്. ഇത്തരം മഹത്തായ ആശയങ്ങളെ ഗർഭം ധരിച്ച വാക്കുകളെ നീ വിസ്മരിച്ചുകൂടാ.

ദേശകാലവസ്തു പരിമിതികളെ ലംഘിക്കുന്നതാണ് ശരീരത്തിലെ അശരീരമാകുന്ന നീയെന്നറിയുക.

രാത്രിയുടെ ആരംഭം എവിടെയാണ്? പകലിന്റെ ആരംഭം എവിടെ യാണ്? എല്ലാം അവ്യക്തം മാത്രം.

അർജ്ജുനാ, പ്രതീക്ഷകൾ അകലുമ്പോഴാണ് ഒരുവനിൽ മൗനം സംഭവിക്കുന്നത്. അവനാണ് മുനി. അവൻ തന്നെ കർമ്മയോഗിയും.

അർജ്ജുനനിലെ കർമ്മയോഗി ധ്യാനലീനനായി.

ഓം പൂർണ്ണമദഃ
പൂർണ്ണമിദം.
പൂർണ്ണാത് പൂർണ്ണമുദച്യതേ.
പൂർണ്ണസ്യ പൂർണ്ണമാദായ
പൂർണ്ണമേവാവശിഷ്യതേ.
ഓം ശാന്തി...ശാന്തി...ശാന്തിഃ

സ്മൃതിഭ്രംശങ്ങൾ

അർജ്ജുനാ, പുകയുകയല്ല വേണ്ടത്.
ഒരു നിമിഷമേ ഉള്ളൂവെങ്കിലും കത്തുകയാണ് വേണ്ടത്.

പൂർവ്വഭാഗത്ത് അണിനിരന്നിരിക്കുന്ന കൗരവസേനയുടെ മധ്യഭാഗത്തായി കൃപരും അശ്വത്ഥാമാവും കർണ്ണനെതിരെ ഒച്ചയുയർത്തി ആചാര്യരോട് സംസാരിക്കുന്നത് അവ്യക്തമായി കേൾക്കുന്നതു പോലെ അർജ്ജുനന് തോന്നി.

കർണ്ണൻ!

കൃപർ!

അശ്വത്ഥാമാവ്!

എന്തൊക്കെയായിരിക്കും അവർ സംസാരിക്കുന്നത്?

അതും, ഒച്ചയുയർത്തിയും കൈചൂണ്ടിയുമാകുമ്പോൾ. ഒരാൾ മറ്റൊരാൾക്കെതിരായാണ് ശബ്ദമുയർത്തുന്നത്.

യുദ്ധം ആസന്നമായിരിക്കുമ്പോൾ കുരുക്കളിൽ ഛിദ്രം മറ നീക്കി പുറത്തു വന്ന് സ്വയം കളിവിളക്കിന്റെ തിരി കെടുത്തുകയാണോ?

കർണ്ണനും ശകുനിക്കുമൊഴിച്ച് ദുര്യോധനാദികളിൽ ആർക്കുമത്ര കൂറില്ലെന്നുള്ളത് പകൽപോലെ സത്യമാണ്.

കർമ്മയോഗിയായ ചെറിയച്ഛൻ വിദുരർ എപ്പോഴും പറയുമായിരുന്നു: ധാർത്തരാഷ്ട്രന്മാർക്ക് പലരും തങ്ങളുടെ പൗരുഷം പണയപ്പെടുത്തിയിരിക്കുന്നത് അവരോടുള്ള സ്നേഹം കൊണ്ടോ, അവർ ശരിയായതുകൊണ്ടോ അല്ല മക്കളേ, അവരുടെ അർത്ഥത്തിനു ദാസ്യരായിത്തീർന്നതുകൊണ്ടു മാത്രമാണ്. ഇക്കാര്യം സത്യമാണെന്ന് അവസാനമെങ്കിലും അവർ സമ്മതിക്കാതിരിക്കില്ല.

വിരാടന്റെ പശുക്കളെ അപഹരിച്ച് ദുര്യോധനാദികൾ ഹസ്തിനപുരത്തിലേക്ക് പാഞ്ഞുപോകുന്ന നേരത്ത് പുറകേ വരുന്ന അർജ്ജുനനെ കണ്ട് കർണ്ണൻ 'അർജ്ജുനനായാലും ഞാൻ അവനെ സമുദ്രത്തെ കരയെന്ന

മാതിരി തടുത്തുനിറുത്തുമെന്ന്' മേനി പറഞ്ഞപ്പോൾ അശ്വത്ഥാമാവ് അവനോടു പറഞ്ഞ വാക്കുകൾ തന്നെ അതിനുത്തമോദാഹരണമാണ്.

അശ്വത്ഥാമാവ് പറഞ്ഞു: എടോ, ദുർമ്മതേ കർണ്ണാ, നീ എന്തിനാണ് മേനി പറയുന്നത്? പലയുദ്ധങ്ങൾ ജയിച്ചിട്ട് വളരെ സമ്പത്തു നേടിയാലും ശത്രുസൈന്യങ്ങളെ ജയിച്ചാലും ശൂരന്മാർ ആത്മപ്രശംസ ചെയ്യാറില്ല. അഗ്നി എത്രയോ വസ്തുക്കളെ ചുട്ടു ചാമ്പലാക്കുന്നു! എന്നിട്ടും ആത്മ പ്രശംസ ചെയ്യുന്നില്ല. മൗനമായിട്ടാണ് ദഹിപ്പിക്കുന്നത്. മൗനമായി തന്നെയാണ് സൂര്യനും പ്രകാശിക്കുന്നത്. ഒന്നും മിണ്ടാതെ തന്നെ ഭൂമി ഈ ചരാചരങ്ങളെയൊക്കെ താങ്ങിനിൽക്കുന്നു. എടോ, ദുഷ്കൃതേ തീണ്ടാരിയായ ഒരു പെണ്ണിനെ ഒറ്റവസ്ത്രവുമായി സഭയിലേക്കു ബല മായി എത്തിച്ച നീചദുർമ്മതികളല്ലേ നിങ്ങൾ? നിങ്ങളാണ് വേരിന് കോടാലി വെച്ചത്. പലകാര്യങ്ങളിലും മനുഷ്യൻ യഥാശക്തി ക്ഷമിച്ചു എന്നു വന്നേക്കാം. എന്നാൽ പാഞ്ചാലിയുടെ പരിക്ലേശം പാണ്ഡവന്മാർ ഒരിക്കലും ക്ഷമിക്കുകയില്ല. അർജ്ജുനൻ ഇപ്പോൾ പ്രത്യക്ഷപ്പെട്ടത് ധാർത്തരാഷ്ട്രന്മാരുടെ ക്ഷയത്തിനായിട്ടാണ്. വൈരാന്തം കണ്ടവനായ ജിഷ്ണു നിങ്ങളെയൊന്നും വച്ചേക്കുകയില്ല. കോപിച്ച് യുദ്ധത്തിനായി അവൻ ആരിൽ ചെന്ന് പതിക്കുന്നുവോ, താർക്ഷ്യൻ വൃക്ഷത്തെ എന്ന പോലെ അവനെ വീഴ്ത്തിയേ പിന്മാറുകയുള്ളൂ. അവൻ വീര്യത്തിൽ നിന്നെ ക്കാൾ മീതെയാണ്. പോരിൽ ഇന്ദ്രതുല്യനാണ്. എടോ കർണ്ണാ, പ്രാണിക്ക് പ്രാണനേക്കാൾ വലുതായി മറ്റൊന്നുമില്ല. അതുകൊണ്ട് രക്ഷപ്പെട്ടു കൊൾക!

അശ്വത്ഥാമാവിന്റെ വാക്കുകൾ തന്നെയായിരുന്നു കൃപർക്കും പറയാ നുണ്ടായിരുന്നത്.

എടോ, കർണ്ണാ,! നിന്റെ ബുദ്ധി എപ്പോഴും യുദ്ധത്തിൽ എന്നതു ശരി തന്നെ, എന്നാൽ കാര്യത്തിന്റെ സ്വഭാവം നീ കാണുന്നില്ല. അതിന്റെ ഫല മെന്തുണ്ടാകുമെന്നു നോക്കുന്നുമില്ല. ശാസ്ത്രത്തെപ്പറ്റി ഓർത്താൽ പല മായങ്ങളുണ്ട്. അതിൽ നാശകരമായിട്ടുള്ളത് യുദ്ധമാണെന്ന് പണ്ടുള്ള പണ്ഡിതന്മാർ പറയുന്നു.

പാർത്ഥനുമായി യുദ്ധം ചെയ്യാൻ പോകുന്നത് ബുദ്ധിയല്ല. പതിമൂന്നു വർഷം വഞ്ചിച്ചയച്ച ഇവൻ കെട്ടുപൊട്ടിച്ചു പാഞ്ഞുവരുന്ന സിംഹത്തെ പ്പോലെ ഇനി നമ്മളെ ബാക്കിവയ്ക്കുകയില്ല. തനിച്ച് വഹ്നിയെ തപിപ്പിച്ചവനാണ് അർജ്ജുനൻ. തനിച്ച് അഞ്ചുവർഷം ബ്രഹ്മചര്യം അനു ഷ്ഠിച്ചവനാണ് അർജ്ജുനൻ. മരം കടഞ്ഞാൽ അഗ്നിയുണ്ടാകും, ആ അഗ്നി യിൽ മരവും കാടുമൊക്കെ കത്തി അമരുകയും ചെയ്യും. പാണ്ഡവന്മാർ മരങ്ങളാണ്. കുരുക്കൾ ലതകളും.

എടോ കർണ്ണാ, അന്ന് സഭയിൽ വെച്ച് നീ ഹൃദയം തുളയ്ക്കുമാറ് ദ്രൗപദിയോട് 'എടോ യജ്ഞസേനീ, ഭവതിക്ക് ഇനി വേറെ ഗതിയില്ല,

ധാർത്തരാഷ്ട്രഗൃഹത്തിൽ ദാസിയായി വാണേക്കൂ, ഭവതിയുടെ ഭർത്താക്കന്മാർ പരാജിതരായി. ഇനി വേറെ ഒരാളെ ഭർത്താവായി വരിച്ചേക്കൂ.' എന്ന് പറഞ്ഞത് അർജ്ജുനൻ മറക്കുമെന്ന് നീ കരുതുന്നുണ്ടോ? ഉണ്ടെങ്കിൽ അത് മൂഢത്തരമാണെന്ന് അറിഞ്ഞേക്കുക.

വാക്കുകൾക്കുള്ളിലെ വാക്കുകളാണിതെല്ലാം.

വാക്കുകൾ ഒരിക്കലും സത്യങ്ങളല്ല.

വാക്കുകൾ സൂചനകൾ മാത്രമാണ്.

മാതാവായ കുന്തി, അന്ന് ദ്യൂതസമയത്ത് വിദുരഗൃഹത്തിൽ വെച്ച് മാധവൻ കാണാൻ ചെന്നപ്പോൾ പറഞ്ഞ കാര്യങ്ങൾ പോലും സൂചനകൾ മാത്രമാണ്. മാതാവ് നിറകണ്ണുകളോടെയാണ് മാധവനു മുമ്പിൽ ഉണർത്തിച്ചത്.

മാധവാ, രാജ്യഹരണം ദുഃഖമല്ല, ചൂതിൽ തോൽവി പറ്റി എന്നുള്ളതിലും ദുഃഖമില്ല, മക്കൾ കാട്ടിൽ പോയതിലും എനിക്കു ദുഃഖമില്ല, യുവതിയും അതിരൂപവതിയുമായ എന്റെ ദ്രൗപദി സഭയിൽ കേണുകൊണ്ട് പരുഷോക്തികൾ കേട്ടുനിൽക്കേണ്ടി വന്നില്ലേ? അതിലാണ് എനിക്ക് ഏറ്റവും വലിയ ദുഃഖം. തീണ്ടാരിയായിരിക്കെ ആ സുന്ദരാംഗി, ക്ഷത്രധർമ്മസ്ഥയായ പാർഷതി, സനാഥയായ അവൾ നാഥനില്ലാത്ത മട്ടിൽനിന്ന് വിലപിക്കേണ്ടി വന്നില്ലേ? അതുകൊണ്ട് മഹാബാഹോ, സർവ്വശസ്ത്രധരന്മാരിൽ മുഖ്യനായി ശൂരനായിരിക്കുന്ന അർജ്ജുനനോടു ഞാൻ പറഞ്ഞതായി പറയുക: 'പാഞ്ചാലിയുടെ മാർഗ്ഗത്തെ അവലംബിക്കൂ!' എന്ന്.

സ്മൃതിഭ്രംശങ്ങൾ – 2

മാതാവ് പറഞ്ഞുവത്രെ! അർജ്ജുനനോട് പാഞ്ചാലിയുടെ മാർഗ്ഗത്തെ അവലംബിക്കൂ എന്ന്.

മാധവനെ അറിയുന്നതിനുള്ള ഉപാധിയായി ആപത്തുകൾ മാത്രം വരമായി വരിച്ചവളാണ് തന്റെ മാതാവ്.

ആ മാതാവുതന്നെ മാധവനോടു പറഞ്ഞുവത്രെ! പാഞ്ചാലിയുടെ മാർഗ്ഗത്തെ പിൻതുടരാനായി.

ഏതാണ് പാഞ്ചാലിയുടെ മാർഗ്ഗം?

അല്ലെങ്കിൽ വഴി?

രണ്ടും ഒന്നു തന്നെ.

ദുരന്തങ്ങൾ മാത്രം വേട്ടയാടിപ്പിടിച്ച തന്റെ ധർമ്മപത്നിയുടെ വഴി ഈ കുരുക്ഷേത്രമല്ലാതെ പിന്നെ വേറെ ഏതാണ്?

ഓരോ വാക്കിലും
ഓരോ നോക്കിലും
ഓരോ പ്രവൃത്തിയിലും
ദുരന്തങ്ങൾ മാത്രമായിരുന്നില്ലേ,
അപമാനങ്ങൾ മാത്രമായിരുന്നില്ലേ,
ആത്മനിന്ദകൾ മാത്രമായിരുന്നില്ലേ,
അനുഭവിക്കേണ്ടിവന്നത്?

കൗരവസഭയിൽവച്ച് ചൂതിൽ തോറ്റ് അടിമകളാവേണ്ടി വന്നപ്പോൾ പാഞ്ചാലി ഉയർത്തിയ ചോദ്യങ്ങൾക്ക് ഇനിയും ഉത്തരങ്ങൾ കണ്ടെത്തിയിട്ടുണ്ടോ?

ഓരോ ചോദ്യങ്ങളും ഇപ്പോഴും ശിരസ്സിൽ മാറ്റൊലികൊള്ളുകയാണ്.

കുലവധു പണയവസ്തുവാണോ?

സ്വയം പണയപ്പെട്ട ഒരാൾക്ക് മറ്റൊരാളെ പണയം വെക്കാമോ?

ഏകഭർതൃത്വമുള്ളവളെയാണ് പതിവ്രതയെന്ന് ഏത് നീതിശാസ്ത്രത്തിലാണ് പറയുന്നത്?

സഭയിൽ ആസനസ്ഥരായിരിക്കുന്ന ധർമ്മം ചമച്ച ധർമ്മിഷ്ഠരെ, തീണ്ടാർന്ന് ഒറ്റവസ്ത്രം മാത്രം ഉടുത്തിരിക്കുന്ന ഒരു സ്ത്രീയെ ബലമായി വലിച്ചിഴച്ചുകൊണ്ടുവന്ന് വിവസ്ത്രയാക്കുന്നതാണോ നിങ്ങളുടെ ധർമ്മം?

ഇല്ല.

ഒന്നിനും ഉത്തരങ്ങളില്ല.

ഈ കുരുക്ഷേത്രം തന്നെയാണ് അവസാനത്തെ വഴിയെന്ന് ആരോ നേരത്തേ തന്നെ നിശ്ചയിച്ചിരിക്കുന്നോ?

ധർമ്മത്തെ സംരക്ഷിച്ചവരെ മാത്രമേ ധർമ്മം സംരക്ഷിക്കൂ എന്ന് പ്രാജ്ഞന്മാർ പറഞ്ഞിട്ടുണ്ട്.

അതെല്ലാം അറിയാമായിരുന്നിട്ടും പിതാമഹൻ അന്നു പറഞ്ഞതെന്താണ്; 'പാഞ്ചാലി, യുധിഷ്ഠിരൻ നിന്നെ പണയം വെച്ചതു സാധുവല്ല. സ്വയം പണയപ്പെട്ട ഒരുവന് മറ്റൊരാളെ പണയം വെക്കാൻ അവകാശമില്ല. പക്ഷേ, സ്ത്രീ ഭർത്താവിന് വശഗയാണ്. ആ നിലയ്ക്ക് യുധിഷ്ഠിരൻ പണയപ്പെട്ടതോടു കൂടി നീയും പണയപ്പെട്ടിരിക്കുന്നു.'

വല്ലാത്ത കണ്ടെത്തലുകൾ തന്നെ!

ഇതെല്ലാം കണ്ടിട്ടും പാഞ്ചാലീസ്വയംവരത്തിൽ അപമാനിതനായതിന്റെ ഗർവ്വുനിമിത്തവും കർണ്ണൻ വിളിച്ചു കൂവിയില്ലേ: 'പതിവ്രതമാർക്ക് ഒരേ ഒരു ഭർത്താവേ ഉണ്ടാകൂ. പല പേർക്കു വശ്യയായ ഇവൾ എങ്ങനെ പതിവ്രതയാകും? അതുകൊണ്ട് ഇവൾ കുലട തന്നെ! അതിൽ സംശയിക്കുവാനില്ല. ഇവളെ സഭയിൽ കൊണ്ടുവന്നതിൽ പറയുവാനെന്തുണ്ട്?

കുലട ഒറ്റവസ്ത്രം ധരിച്ചാലും വസ്ത്രം ഒന്നും ധരിച്ചില്ലെങ്കിലും അതിനെ പ്പറ്റി ഗണിക്കേണ്ടതില്ല. ഇവൾ ദാസിയായ നിലയ്ക്ക് ഇനി നിന്റെ യജ മാനൻ ദുര്യോധനനാണ്. നീ പോയി ദുര്യോധനമഹാരാജാവിന്റെ പരി വാരങ്ങളോടുകൂടിച്ചേരുക. അതാണ് ഇനി നിനക്ക് ഉത്തമമായ മാർഗ്ഗം. ചൂതുകൊണ്ട് ദാസ്യം ഏൽക്കാത്തവിധം നീ മറ്റൊരു ധാർത്തരാഷ്ട്രനെ വരിക്കുക. ദാസി എന്ന നിലയ്ക്ക് അത് തെറ്റായി ഭവിക്കുകയില്ല. ഭർത്താക്കന്മാരിൽ സ്വേച്ഛപോലെ ക്രമമായി പെരുമാറുന്നവളാണല്ലോ നീ. ഇനി നിനക്ക് അഞ്ചു പേരല്ല, നൂറു പേരാണ് ഭർത്താക്കന്മാർ. അവരിൽ ക്രമമായി നീ കാമക്രീഡയനുഭവിച്ചു സുഖിക്കുക. ദാസിമാർക്ക് അതു ചേരും.'

കർണ്ണന്റെ പരിഹാസശരങ്ങൾ ആവോളം ആസ്വദിച്ചുകൊണ്ട് ദുര്യോ ധനൻ തന്റെ ഇടത്തെ തുടയിലെ ചേല മാറ്റി പാഞ്ചാലി കാണെ നഗ്നമായ തുടയിൽ താളം പിടിച്ചിരുന്നതെല്ലാം ഈ കുരുക്ഷേത്രത്തിലേക്ക് വേണ്ടി യായിരുന്നോ?

ആയിരിക്കാം!

അതുകൊണ്ടുതന്നെയാവണം മാതാവ് പറഞ്ഞത്, അർജ്ജുനനോട് പാഞ്ചാലിയുടെ മാർഗ്ഗത്തെ അവലംബിക്കൂ എന്ന്.

ബുദ്ധിംതു സാരഥിം വിദ്ധി - 7

അർജ്ജുനാ, സമുദ്രവിക്ഷോഭങ്ങളുടെ ചുഴലി പോലെ
ദുരന്തങ്ങളാഞ്ഞു വീശുമ്പോൾ നീ ആലോചിക്കാറില്ലേ?
ഇപ്പോഴെല്ലാം വേരോടെ പിഴുതെറിയപ്പെടുമെന്നും
രക്ഷപ്പെടാനുള്ള ഒരു നേർത്ത സാധ്യത പോലുംശേഷിക്കില്ലെന്നും
പക്ഷേ, ആ അവസാന നിമിഷത്തിൽ പെരുമഴ പോലെ പെയ്തിറങ്ങുന്ന
ദയയും സ്നേഹവും വഴികളും ആരാണ് നിനക്ക് തുറന്നു തരുന്നത്?

അർജ്ജുനൻ ധ്യാനനിരതനായി. ശ്രദ്ധ ആവേശിച്ച മനസ്സിൽ ചോദ്യ ങ്ങളും ഉത്തരങ്ങളും മാത്രമായിത്തീർന്നു. അവ എവിടുന്ന്, എപ്പോൾ, എങ്ങനെ, എന്നൊന്ന് പോലും അർജ്ജുനൻ ചില നേരങ്ങളിൽ വിസ്മരിച്ചു.

വിജനമായ തെരുവുപോലെ നിസ്സംഗതയോടും ശത്രുപാളയത്തിൽ എത്തിപ്പെട്ട ജാഗ്രതയോടും കൂടി അർജ്ജുനൻ ഓരോ നിമിഷവും അനുഭ വിക്കുകയായിരുന്നു.

ഫലേച്ഛയില്ലാത്ത,

ചിത്തവിക്ഷേപമുണ്ടാക്കാത്ത,

അന്തഃകരണവിശുദ്ധമായ,

ഒരു കർമ്മയോഗി,

ഒരു യോഗയുക്തൻ,

യോഗാരൂഢൻ,

തന്നിലുമുണ്ടെന്ന്, അർജ്ജുനൻ കണ്ടെത്തി.

ആ കർമ്മയോഗിക്ക്, പ്രത്യുപകാരം അപേക്ഷിക്കാതെ ഉപകാരം ചെയ്യുന്ന സുഹൃത്തിനേയും, സ്നേഹത്തോടുകൂടി വർത്തിക്കുന്ന മിത്രത്തേയും, ഒരു പക്ഷത്തിലും ചേരാത്തവനായ ഉദാസീനനേയും, വിരോധികളായ ഇരുപക്ഷക്കാർക്കും ഹിതം ആഗ്രഹിക്കുന്ന മധ്യസ്ഥനേയും, എപ്പോഴും അപ്രിയം പറയുന്ന ദ്വേഷനേയും, സംബന്ധിയായ ബന്ധുവിനേയും, ശാസ്ത്രമനുസരിച്ച് ജീവിക്കുന്ന സജ്ജനങ്ങളായ സാധുക്കളേയും, പ്രതിഷിദ്ധങ്ങളായ കാര്യങ്ങൾ ചെയ്യുന്ന പാപന്മാരേയും ഒക്കെ സമഭാവനയോടെ കാണാനുള്ള കഴിവ് വന്നുചേർന്നിട്ടുണ്ട്. അതുകൊണ്ടുതന്നെ ഇപ്പോൾ ശീതോഷ്ണസുഖദുഃഖങ്ങളോ, മാനാപമാനങ്ങളോ ഏൽക്കുന്നില്ല.

ഒരു സമയത്ത് തന്നിൽ നിലനിന്നിരുന്ന അപൂർണ്ണതാബോധം ഇപ്പോൾ നീങ്ങിത്തുടങ്ങിയിരിക്കുന്നു. നമ്മളിൽ അപൂർണ്ണതാബോധം നിലനിന്നാൽ നാം ഒരിക്കലും നമ്മുടെ പ്രവൃത്തികളിൽ സന്തോഷവന്മാരായിരിക്കില്ലെന്നത് എത്ര ശരിയാണ്.

വിവേകം ആർജ്ജിച്ച മനസ്സുകൊണ്ട് സ്വന്തം ആത്മാവിനെ ഉയർത്തിയേ പറ്റൂ.

എപ്രകാരമാണോ വൃക്ഷങ്ങൾ അതിന്റെ വേരുകൾ ആധാരത്തിലേക്ക് ആഴ്ത്തുന്നത് അതുപോലെ നാം നമ്മുടെ ആഴങ്ങളിലേക്ക് ആഴ്ന്നുപോയി സത്യത്തെ കണ്ടെത്തിയേ മതിയാവൂ.

നമ്മൾതന്നെയാണ് നമ്മുടെ ബന്ധുവും ശത്രുവും.

നമ്മൾ തന്നെയാണ് നമ്മളെ ഉയർത്തേണ്ടത്.

മാറുന്ന ചിന്തകളുമായി താദാത്മ്യം പ്രാപിക്കുന്നതാണ് എല്ലാ അസ്വസ്ഥതകൾക്കും കാരണമായിത്തീരുന്നത്.

നർത്തകനിൽനിന്ന് നടനത്തിന് വേറിട്ടൊരു നിലനില്പില്ല. അതറിയുമ്പോൾ നമുക്ക് ഭൂമിയുടെ സംഗീതവും നക്ഷത്രങ്ങളുടെ സംഗീതവും കേൾക്കാം. പക്ഷേ, ഭൂമിയുടേയും നക്ഷത്രങ്ങളുടേയും സംഗീതം കേൾക്കുന്നതിന് കാതുകൾ പോരാ..

അത് കാതുകൾകൊണ്ട് കേൾക്കാൻ സാധ്യമല്ല.

അത് അനുഭവിക്കുകയാണ് വേണ്ടത്.

മാധവാ,

അങ്ങ് മാത്രമാണ് ശരി.

ബുദ്ധിയായി,

എന്റെ സാരഥിയായി,

എന്റെ ശരീരമാകുന്ന രഥത്തിൽ,

രഥ്യയായും,

മാർഗ്ഗമായും...

അതേ.....

അല്ലെങ്കിൽ അർജ്ജുനന്റെ ചരിത്രം തന്നെ

മറ്റൊന്നായിത്തീർന്നേനെ.

ഞാൻ എന്നെ അറിയുകയാണ്.

എന്നിലെ എന്നെയും അറിയുന്നു

തന്നെ താൻ അറിയുന്നതോടെ താൻ അപരനേയും അറിയും. അപ്പോൾ അപരന്റെ അസാന്നിദ്ധ്യം നമ്മളിൽ യാതൊരു വിടവും ഉണ്ടാക്കുകയില്ല.

ശരീരത്തിന്റെ ഒരു താൽക്കാലികനിദ്രയാണ് മരണം.

മരണത്തിനൊരിക്കലും എന്നിലെ എന്നെ ഇല്ലാതാക്കാൻ കഴിയില്ല.

ആരും ഇവിടെ ഇല്ലാതാവുന്നുമില്ല.

സ്വീകരണം അഹന്തയുടെ നാശമാണ്.

നിരാകരണം അഹന്തയുടെ അന്നവും.

മാധവാ, അങ്ങ് എല്ലാറ്റിനേയും സ്വീകരിക്കുകയായിരുന്നു.

ഞാനോ?

ഞാൻ എല്ലാറ്റിനേയും നിരാകരിച്ചു.

ജീവിതത്തെ,

മരണത്തെ,

അങ്ങനെ എല്ലാം എല്ലാം,

അതെന്നിലെ അഹന്തയെ ഞാനറിയാതെ വളർത്തുകയായിരുന്നു.

ഘോരമായ ജീവിതായോധനത്തിനിറങ്ങുമ്പോൾ മാധവാ, അങ്ങയേയാണ് സാരഥിയായി സ്ഥാപിക്കേണ്ടതെന്ന് എനിക്ക് അറിയില്ലായിരുന്നു.

ഈ ശരീരം പോലും എന്തിനുള്ളതാണെന്ന് എനിക്ക് അറിയുമായിരുന്നില്ല.

ധർമ്മത്തെ അറിയാനുള്ളതാണ് ഈ ശരീരമെന്നു പറഞ്ഞുതന്നതു പോലും അങ്ങാണ്.

നാമവും രൂപവുമായി നിലനിൽക്കുന്നത് മുഴുവൻ മായയാണെന്നു പറഞ്ഞുതന്നതും അങ്ങാണ്.

മായമാത്രം.

ജാഗ്ര്-സ്വപ്ന-സുഷുപ്തി

എന്നീ മൂന്നു കാലത്തിലും

മായ നശ്വരമാണ്.

ഇപ്പോൾ ഞാൻ അർജ്ജുനനാണ്.

ജ്യേഷ്ഠനു ഞാൻ സവ്യസാചിയാണ്.

പാഞ്ചാലിക്ക് ഞാൻ പതിയാണ്.

അഭിമന്യുവിന് ഞാൻ പിതാവാണ്.

വെറും നാമരൂപങ്ങൾ മാത്രം.

ഈ യുദ്ധഭൂമിയിൽ ഇപ്പോൾ ഞാൻ യോദ്ധാവാണ്.

വിരാടരാജധാനിയിൽ ബൃഹന്നളയായിരുന്നു.

ദ്വാരകയിൽ വേഷപ്രച്ഛന്നനായ സന്ന്യാസിയായിരുന്നു.

അതോ?

വെറും നാമരൂപങ്ങൾ മാത്രം.

യഥാർത്ഥത്തിൽ ഞാൻ ആരാണ്?

ഇതൊന്നുമല്ല.

ജന്മമെന്നുള്ളത് ഒരു അവസരം മാത്രമാണത്രെ!

അത് ആവിഷ്കരിക്കേണ്ടതുണ്ട്.

ആര്?

നമ്മൾ തന്നെ ആവിഷ്കരിക്കണം.

നമുക്ക് നമ്മൾ മാത്രമേയുള്ളൂ

അർജ്ജുനൻ ധ്യാനനിരതനായി.

കൈകൾകൂപ്പി.

കണ്ണുകൾ നിറഞ്ഞു.

തൊണ്ടയിടറി.

മാധവാ,

മാധവൻ ഒരു കുളിരാർന്ന കാറ്റുപോലെ പുഞ്ചിരി തൂകി.

ഹേയ്, ഗുഡാകേശാ, യാതൊരാൾ ഏതു ചിന്തയുമായാണോ രാത്രിയിൽ സുഷുപ്തിയിലേക്കു പോകുന്നത്, ആ ചിന്ത അയാളുടെ സൂക്ഷ്മ

ശരീരത്തിൽ വിലയം പ്രാപിക്കുന്നു. രാവിലെ അതേ ചിന്തയുമായാണ് അയാളുടെ സ്ഥൂലശരീരം ഉണർന്നെഴുന്നേൽക്കുന്നത്. ഇതു തന്നെയാണ് മരണത്തിനു ശേഷവും സംഭവിക്കുന്നത്. ഏതു ഘോരയുദ്ധത്തിലും യാതൊരാളുടേയും ശരീരത്തെ മാത്രമേ നമുക്ക് മുറിവേല്പിക്കാനും ഇല്ലാതാക്കാനും കഴിയൂ. അതുകൊണ്ട് തെല്ലും ശങ്ക കൂടാതെ കർമ്മയോഗിയായി, ജ്ഞാനധ്യാനനിരതനായി യുദ്ധം ചെയ്യുവാൻ എഴുന്നേൽക്കുക.

യാത്രാമദ്ധ്യേ

അർജ്ജുനാ, നിനക്ക്
ആർക്കുമൊന്നും കൊടുക്കാൻ കഴിയില്ല.
കാരണം കൊടുക്കാൻ കഴിയണമെങ്കിൽ
നീയതിന്റെ ഉടമയായിരിക്കേണ്ടതുണ്ട്.

സ്ഥിതപ്രജ്ഞനായ കർമ്മയോഗി. അതായിരുന്നു ചെറിയച്ഛനായ വിദുരർ.

ഓരോ വാക്കിലും

ഓരോ നോക്കിലും

ഓരോ പ്രവൃത്തിയിലും

ഓരോ നിവൃത്തിയിലും

കർമ്മയോഗി.

മാധവന്റെ വാക്കുകൾ കേട്ടപ്പോൾ അർജ്ജുനന് ആദ്യം ഓർമ്മ വന്നത് ചെറിയച്ഛനായ വിദുരരെയാണ്.

ചെറിയച്ഛൻ ഇപ്പോൾ എവിടെയാണാവോ?

യുദ്ധം സമാഗതമായപ്പോൾ അദ്ദേഹം ഹസ്തിനപുരം വിട്ടിറങ്ങിയിരുന്നു.

നീണ്ടൊരു യാത്രയ്ക്കാണെന്നു മാത്രം പറയുകയുണ്ടായി.

യുദ്ധഭൂമിയിലേക്കു പോരുമ്പോൾപോലും തങ്ങൾ എല്ലാവരേയും വിജയികളാവാൻ അനുഗ്രഹിച്ചിട്ടാണ് ചെറിയച്ഛൻ യാത്ര തിരിച്ചത്.

യുദ്ധമുണ്ടാവാതിരിക്കാനായി അവസാനംവരേയും പ്രയത്നിച്ചു.

പക്ഷേ, മൂഢനായ ധൃതരാഷ്ട്രർക്കും മക്കൾക്കും ഒന്നും മനസ്സിലായില്ല.

ചെറിയച്ഛന്റെ ഓരോ വാക്കുകളും ഘനമേറിയതായിരുന്നു; മരം കടഞ്ഞാൽ അഗ്നിയുണ്ടാകും. ആ അഗ്നിയിൽ മരവും കാടുമൊക്കെ കത്തി

യമരുകയും ചെയ്യും. അപ്രകാരം കുലീനജാതന്മാർ അഗ്നിതേജസ്വി കളാണ്. വിറകിൽ അഗ്നിയെന്നപോലെ യാതൊരു രൂപവും പുറത്തുകാണി ക്കാതെ അവർ അടങ്ങിയിരിക്കും. രാജാവേ, സപുത്രനായ ദുര്യോധനൻ ലതയാണ്. പാണ്ഡവന്മാർ മരങ്ങളാണ്. മരത്തിൽ ചുറ്റാതെയുണ്ടോ വള്ളി ക്കൂട്ടത്തിനു പടരാൻ കഴിയുന്നു?

അംബികേയാ, നിന്റെ പുത്രന്മാർ കാടുകളാണ്. ആ കാട്ടിലെ സിംഹ ങ്ങളാണ് പാർത്ഥന്മാരെന്നു ചിന്തിക്കൂ! സിംഹങ്ങളില്ലെങ്കിൽ കാടുനശിക്കും. കാടില്ലെങ്കിൽ സിംഹങ്ങൾക്കും നാശമാണ്.

പക്ഷേ, എന്തു കാര്യം?

മൂർഖന്മാരുടെ അരികത്ത് വിലപോയില്ല.

യുദ്ധമുണ്ടായാലുള്ള സർവ്വനാശത്തെക്കുറിച്ച് ചെറിയച്ഛൻ ദീർഘ ദർശനം ചെയ്തിരുന്നു.

അതും കുരുക്കൾക്ക് അന്ധത നിമിത്തം കാണാനായില്ല.

ഗുരുവര്യനായ ചെറിയച്ഛൻ

യുദ്ധം കാണുകയും, അതേക്കുറിച്ച് കേൾക്കുകയും വേണ്ടായെന്ന് നിശ്ചയിച്ചുകാണും.

യമുന,

സരസ്വതി,

സരയു,

ഗോമതി,

ഗണ്ഡകി,

പ്ലക്ഷജാത

അതുമല്ലെങ്കിൽ മറ്റേതെങ്കിലും പുണ്യതീർത്ഥങ്ങൾ.

വലിയ കാടുകൾ,

വലിയ ചോലകൾ,

സരസ്സുകൾ,

ശൈലങ്ങൾ,

ഗുഹാപ്രദേശങ്ങൾ,

ഗിരിഗഹ്വരങ്ങൾ

സിംഹങ്ങളും വ്യാഘ്രങ്ങളും നിറഞ്ഞ ശ്വേതാചലം.

പർവ്വതത്തിന്റെ മേലെയൊഴുകുന്ന പുണ്യസരിത്തുകൾ.

എവിടെയായിരിക്കും അലഞ്ഞു തിരിയുന്നത്?

അറിയില്ല.

ഒന്നുമറിയില്ല.

രാജചിഹ്നങ്ങളൊന്നുമില്ലാതെ, ഒരു പാന്ഥനെപ്പോലെ, നഗ്നപാദനായി, കൂർത്തുമൂർത്ത കല്ലുകളും മണ്ണും ചവിട്ടി...

ഒരു ദേശത്തുനിന്ന് മറ്റൊരു ദേശത്തിലേക്ക്.

ഒരു കരയിൽനിന്ന് മറ്റൊരു കരയിലേക്ക്,

ഒരു ദിക്കിൽനിന്ന് മറ്റൊരു ദിക്കിലേക്ക്

വ്യാസർക്ക് അംബികയുടേയും അംബാലികയുടേയും ദാസിയിലുണ്ടായിരുന്ന പുത്രനാണത്രെ!

രാജ്യഭരണത്തിന് അധികാരമില്ലാത്ത

ശൂദ്രൻ!

പക്ഷേ, ഭരണം കയ്യാളുന്നവർക്കു മുകളിൽ വാക്കുകൾകൊണ്ട് വിരാജിച്ച മഹാത്മാവ്.

തന്റെ ചെറിയച്ഛൻ!

പകുതി രാജ്യം പാണ്ഡുപുത്രന്മാർക്കുള്ളതാണെന്ന് ആദ്യം പറഞ്ഞ കർമ്മയോഗി.

കുരുക്കളുടെ ഓരോ ചതികളും മനസ്സിലാക്കുകയും തങ്ങളെ എപ്പോഴും രക്ഷിക്കുകയും ചെയ്ത കർമ്മശ്രേഷ്ഠൻ

ദുര്യോധനന്റെ പഴികൾക്കൊന്നും അവസാനംവരെ ആ വാക്കുകളെ തിരുത്താനായില്ല.

പ്രിയ ചെറിയച്ഛാ,

അങ്ങിപ്പോൾ എവിടെയാണ്?

ഇതാ, ഇവിടെ ഈ യുദ്ധഭൂമിയിൽ

യോദ്ധാക്കൾ നിരന്നുകഴിഞ്ഞു.

രണഭേരികൾ മുഴങ്ങിത്തുടങ്ങി.

യുദ്ധം സമാഗതമായി.

അങ്ങിത് കാണുന്നുണ്ടോ?

കാണാതിരിക്കില്ല.

അകക്കണ്ണുകൊണ്ട് എല്ലാം കാണാൻ കഴിവുള്ളവനാണല്ലോ അങ്ങ്!

പ്രിയ ചെറിയച്ഛാ,

ഇനി നമ്മൾ തമ്മിൽ കണ്ടുമുട്ടുമോ?

കണ്ടുമുട്ടാതിരിക്കില്ല.

അങ്ങേക്കു പ്രണാമം! മഹാത്മാവേ!!

ബുദ്ധിംതു സാരഥിം വിദ്ധി - 8

അർജ്ജുനാ, ആസക്തിയോളം പൊള്ളിക്കുന്ന അഗ്നി വേറെയില്ല.
കാമത്തോളം മുറുക്കമാർന്ന ഒരു ചങ്ങലയുമില്ല.
അതുകൊണ്ട് വിറകിനെ എപ്രകാരമാണോ
അഗ്നി ദഹിപ്പിക്കുന്നത് അതു പോലെ നിന്റെ ദുരിതങ്ങളെ
മുഴുവൻ ജ്ഞാനാഗ്നി ഭസ്മീകരിക്കും.

മാധവൻ മെല്ലെ കൈകളുയർത്തി അർജ്ജുനന്റെ വിരലുകളിൽ പിടിച്ചു.

ഹേ പരന്തപാ, എഴുന്നേൽക്കുക. സമയത്തിനു മുമ്പേ ഓടിയിട്ടുള്ള വരാണ് ജീവിതത്തിൽ വിജയിച്ചവരെല്ലാം.

മാധവാ, ഞാൻ....

എന്തിനാണീ അമാന്തം അർജ്ജുനാ? എന്നെ അറിഞ്ഞതിലൂടെ ഏക വിജ്ഞാനത്തിൽനിന്നും സർവ്വവിജ്ഞാനത്തിലേക്ക് ഉയർന്നവനാണ് നീ. ഈ ജഗത്ത് മുഴുവൻ ഒരു ചരടിൽ കോർത്ത മുത്തുകൾപോലെ എന്നി ലാണെന്നും നിനക്കറിയാം. ആ നിന്നിൽ ഇനി അമാന്തമരുത് കുന്തി പുത്രാ.

അഗ്നി ചൂടാണെന്ന ജ്ഞാനവും അഗ്നിയിൽ വിരലുകൾ സ്പർശിച്ചാ ലുണ്ടാകുന്ന അനുഭവജ്ഞാനമെന്ന വിജ്ഞാനവും എന്താണെന്നറിഞ്ഞ വനാണു നീ.

ഞാൻ എന്ന അഹംഭാവത്തെ ത്യജിച്ച് അഹംബോധത്തിലേക്കുള്ള ഉണരലാണ് ഇനി വേണ്ടത്. എന്നാൽ മാത്രമേ ദേശകാല വസ്തുക്കളെ അതിവർത്തിച്ച് ശരീരത്തിന്റെ അഭാവത്തിലും തനിക്കൊരു ഉണ്മയു ണ്ടെന്ന് അറിയാനാവൂ. നാശമില്ലാത്തതും പരമാത്മാവുമായിരിക്കുന്ന ആ വസ്തുവാണ് ബ്രഹ്മമെന്നു പറയുന്നത്. പരമമായ ആ ബ്രഹ്മം ഭൂത ങ്ങളിൽ ജീവാത്മാവായി നിലകൊള്ളുന്നു. ആ ബ്രഹ്മം തന്നെയാണ് 'ഓം' ആയി മന്ത്രങ്ങളുടെ പ്രാണനായി വർത്തിക്കുന്നതും. ഈ പ്രഥമ പ്രാണനെ യാണ് ജാതനായ കുഞ്ഞ് ആദ്യമായെടുക്കുന്ന പ്രഥമ പ്രാണനായി ഗണി ക്കുന്നതെന്നും അറിയുക നീ.

അർജ്ജുനാ, അസൂയാദി ദോഷങ്ങൾ ഒട്ടും ഇല്ലാത്തവനാണ് നീ. പക്ഷേ, അസൂയയിൽ നിന്നാണ് എല്ലാ ദോഷദർശനവും ഉണ്ടാവുന്നത്. സ്നേഹംകൊണ്ട് പറയുകയാണെന്നു പറഞ്ഞാലും അസൂയയാണ് പറ യുന്നതെങ്കിൽ സ്നേഹത്തിൽ അസൂയാദിദോഷദർശനമേ ഇല്ലെന്ന് ആദ്യം മനസ്സിലാക്കണം.

ഈ പ്രകൃതിയിൽ എല്ലാം ചേരാതെ ചേർന്നു നിൽക്കുകയാണ്. മുല്ലയ്ക്ക് ഒരു മണവും പിച്ചകത്തിനു മറ്റൊരു മണവും ചെമ്പകത്തിനു വേറൊരു മണവുമാണെന്നങ്കിലും എല്ലാം ഈ പ്രകൃതിയിൽ ചേരാതെ ചേർന്നു നിൽക്കുന്നു.

വായുവിന് നിലനിൽക്കണമെങ്കിൽ ആകാശം വേണം. എന്നാൽ, ആകാശത്തിന് നിലനിൽക്കണമെങ്കിൽ വായുവേണ്ട. ആഴമുള്ള കിണറിൽ ആകാശമുണ്ട്. പക്ഷേ, വായുവില്ല.

രാമായണത്തിൽ ഗുരുവായ വസിഷ്ഠൻ, രാമന് ഒരു മയിൽ നൃത്തം ചവിട്ടുന്നത് നോക്കി തൊട്ടരികത്തുള്ള മയിലിന്റെ കൂട്ടിൽ കിടക്കുന്ന മുട്ട കാണിച്ചുകൊടുത്തുകൊണ്ട് പറയുന്നു. "രാമാ, ആ നൃത്തം ചവിട്ടുന്ന മയിൽതന്നെയാണിതും, അതിലുള്ളതെല്ലാം ഈ മുട്ടയിലുമുണ്ടെന്ന്. ഇവിടെ രണ്ടെന്നൊന്നില്ല ധനഞ്ജയാ. ഒന്നുമാത്രമേയുള്ളൂ. എല്ലാറ്റിനേയും ആശ്രയിച്ച് അത് എല്ലാറ്റിനും ഉപരിയായിക്കൊണ്ട് ഇവിടെ നിലനിൽക്കുന്നു. വ്യഷ്ടിയുടേയും സമഷ്ടിയുടേയും ചക്രം മനസ്സിലാകണം. നമ്മളിൽ അന്തർലീനമായി കിടക്കുന്ന അപാരമായ ആന്തരിക സാധ്യതകളെ നാം തന്നെ ആവിഷ്കരിക്കണം. നമുക്ക് നാം മാത്രമേയുള്ളൂ."

പൂജയ്ക്കായി കേവലം ജലം, ഇല, പൂവ്, കായ ഇത്യാദികൾ സമർപ്പി ക്കുമ്പോൾ പോലും നാം അറിയണം. ഇത് ഞാൻ കടന്നുവന്ന വഴികളാണ്. ഇതിനെ ഞാൻ തിരിച്ചുകൊടുക്കുകയാണെന്ന്. അനിത്യമായ ഈ ലോക ത്തിൽ നമുക്ക് ആരെയൊക്കെയാണോ നമസ്കരിക്കേണ്ടി വരുന്നത് അഥവാ ആർക്കാണോ നാം നമസ്കാരം പറയുന്നത് അത് ആ ആളിലെ ബോധ സ്വരൂപനുവേണ്ടിയായിരിക്കണം. ഈയൊരറിവിനു പുറത്ത് നമുക്ക് ആരെ വേണമെങ്കിലും നമസ്കരിക്കാം അർജ്ജുനാ. ഈ അറിവിനുപുറത്ത് സകലരും നമസ്കാരയോഗ്യരുമായിത്തീരുന്നു. അത് ശരീരം കൊണ്ടാ യാലും ശരങ്ങൾകൊണ്ടായാലും ഒന്നു തന്നെയാണ്.

അർജ്ജുനാ, പ്രാണനും പ്രണവവും എന്നിലർപ്പിച്ച് എന്റേതെന്ന ഭാവം ഉപേക്ഷിക്കുക. മമത്വം ഉപേക്ഷിക്കുന്നതോടെ നിന്നിലെ ഹിംസാത്മകത്വവും അകന്നുപോകും. മമത്വം ഇല്ലാത്തതാണ് അഹിംസ. ഞാനെന്നും എന്റേ തെന്നും യാതൊരാൾ ഏതൊന്നിനെക്കുറിച്ച് ചിന്തിക്കുന്നുവോ അതാണ് ഹിംസ. ചിന്തിക്കാതിരിക്കൽ അഹിംസയും. നീ കുരുക്കൾ മുഴുവൻ നിന്റെ അസ്മാദികളാണെന്നു ചിന്തിക്കുന്നതേ ഹിംസയാണെന്നറിയുക.

അർജ്ജുനാ, അന്യന് മനോവേദന ഉണ്ടാക്കുന്ന വാക്ക് പോലും ഹിംസ യാണ്. പാപമാണ്. അത് ആരിലും പാടില്ല. അങ്ങനെയുള്ള വാക്ക് പറ യുന്നവന്റെ മുഖത്ത് അധിവസിക്കുന്നത് ശ്രീയല്ല. രാക്ഷസീയമാണ്. അവൻ അശ്രീകരവുമാണ്.

രഹസ്യങ്ങളിൽ ഏറ്റവും വലിയ രഹസ്യമായ മൗനം ഞാനാകുന്നു അർജ്ജുനാ. അന്തഃകരണത്തിന്റെ സൂക്ഷ്മാവബോധസാമർത്ഥ്യമായ നിന്നിലെ ബുദ്ധിയും ഞാനാകുന്നു അർജ്ജുനാ.

അക്ഷരങ്ങളിൽ അകാരമാണ് ഞാൻ.

പ്രാണഹരന്മാരിൽ മൃത്യുവാണ് ഞാൻ.

ദണ്ഡധരന്മാരിൽ യമനാണ് ഞാൻ.

ദൈത്യന്മാരിൽ പ്രഹ്ലാദനാണ് ഞാൻ.

പർവ്വതങ്ങളിൽ മേരുവാണ് ഞാൻ.

സ്ഥാവരവസ്തുക്കളിൽ ഹിമാലയമാണ് ഞാൻ.,

വൃക്ഷങ്ങളിൽ അശ്വത്ഥമാണ് ഞാൻ.

നദികളിൽ ഗംഗയാണ് ഞാൻ.

യാദവന്മാരിൽ വാസുദേവനാണ് ഞാൻ.

പാണ്ഡവന്മാരിൽ ധനഞ്ജയനാണ് ഞാൻ.

ഭൂതങ്ങളിൽ ആദിബീജമാണ് ഞാൻ.

മാധവാ, എന്റെ അറിവില്ലായ്മകൾക്ക് പൂർണ്ണമായ അറുതി വന്നു തുടങ്ങിയിരിക്കുന്നു. എനിക്ക് കുറേക്കൂടി കാര്യങ്ങൾ ഞാൻ കേൾക്കാൻ യോഗ്യനാണെന്ന് അങ്ങേക്ക് തോന്നുന്നുണ്ടെങ്കിൽ പറഞ്ഞുതന്നാലും..

ഹേ ഗുഡാകേശാ. നീ കേൾക്കുവാൻ യോഗ്യനും ശ്രേഷ്ഠനുമാണ്. കാരണം നിന്നിൽ ശ്രദ്ധയും ഭക്തിയും ആവേശിച്ചിരിക്കുന്നു.

ലോകത്തിന്റെ ശാന്തികേന്ദ്രീകൃതമായിരിക്കുന്നത് വ്യക്തികളിലാണ് ധനഞ്ജയാ. പക്ഷേ, മൂഢാത്മാക്കളായ കുരുക്കൾ അത് മനസ്സിലാക്കുന്നില്ല. ശകുനിയുടെ വാക്കുകൾ സത്യമാണെന്ന് ദുര്യോധനനും ദുര്യോധനന്റെ വാക്കുകൾ സത്യമാണെന്ന് ധൃതരാഷ്ട്രരും വിശ്വസിക്കുന്നു. വാക്കുകളിൽ സത്യമില്ല. വാക്കുകൾ സൂചനകൾ മാത്രമാണ്. ഒരു വിത്തിൽ ഒരു മരവും, ഒരു തുള്ളി ജലത്തിൽ ഒരു സമുദ്രത്തേയും കാണാൻ കഴിയുന്ന ജ്ഞാനചക്ഷുസ്സുള്ളവർക്കേ ഇതെല്ലാം മനസ്സിലാവൂ. അർജ്ജുനാ, നിനക്കതുണ്ട്. ഈ ജ്ഞാനചക്ഷുസ്സുകൊണ്ട് കാണുന്ന എത്ര ഭീകരവും ബീഭത്സവുമായ കാഴ്ചയും നിന്നെ സ്പർശിക്കുകയില്ല. യാതൊരാളുടെ ഉത്തമാംഗമായ തല പോലും കഠോരമായ ആയുധങ്ങളുടെ വക്ത്രത്തിൽ പെട്ട് പൊട്ടിത്തകരുന്നതിന്റെ വിശ്വരൂപദർശനം പോലും നിന്നെ ഇളക്കമുള്ളവനാക്കില്ല അർജ്ജുനാ. കാരണം നീ മനസ്സിലാക്കിയിട്ടുണ്ട്, യുദ്ധസന്നദ്ധരായി നിൽക്കുന്ന ഈ ഓരോരുത്തരും മരണത്തിന്റെ പെരുംവായിലേക്ക് അനുനിമിഷം ആർത്തു നിലവിളിച്ചുകൊണ്ട് വരിവരിയായി നീങ്ങിക്കൊണ്ടിരിക്കുകയാണെന്ന്. അനേകം മുഖങ്ങൾ, അനേകം കണ്ണുകൾ, അനേകം കൈകൾ, അനേകം കാലുകൾ എന്നിവയെല്ലം മൃത്യുവിന്റെ കൊടും ദംഷ്ട്രകളിൽപ്പെട്ട് വികൃതവും ഭയചകിതവുമായി ചതഞ്ഞരഞ്ഞുകൊണ്ടിരിക്കുകയാണെന്ന്. അതുകൊണ്ടുതന്നെ കൊടും മരണത്തിന്റെ അഹോരരൗദ്ര കാഴ്ചകൾ കാണുമ്പോഴെല്ലാം വിശ്വരൂപദർശനമാകട്ടെ നിന്റെ ബുദ്ധിയെ നയിക്കേണ്ടത്. അർജ്ജുനാ, നാം ഓരോരുത്തരുടേയും പിറവിയോടെ തന്നെ മരണത്തിലേക്കുള്ള ദൂരവും നിശ്ചയിച്ചുകഴിഞ്ഞിട്ടുണ്ട്. അതിനാൽ പ്രശ്നങ്ങളുടെ സങ്കീർണ്ണതയിൽ നമസ്കരിക്കുകയാണ് വേണ്ടത്. അല്ലാതെ പഴിചാരുകയില്ല.

ഇവിടെ അറിവ് മാത്രമേ ഉണ്ടായിരുന്നുള്ളൂ അർജ്ജുനാ. സൂര്യോദയവും സൂര്യാസ്തമയവും ഭൂമിയിൽ നിൽക്കുമ്പോഴാണ് അനുഭവപ്പെടുന്നത്. എന്നാൽ സൂര്യനിലേക്കു പോയാൽ ഇതു രണ്ടുമില്ല. ഇതാണ് വസ്തുക്കളുടെ പാരമാർത്ഥിക തലവും വ്യാവഹാരിക തലവും.

ഭക്തി എന്നിലേക്കുള്ള ഏറ്റവും നല്ല ചവിട്ടുപടിയാണ് അർജ്ജുനാ. പ്രേമമെന്നാലും ഭക്തിതന്നെയാണ്. പ്രേമത്തിൽ തന്റേതെന്ന സ്വന്തമാക്കലില്ല. നിനക്ക് സുഭദ്രയോട് തോന്നിയിരുന്ന വികാരം പ്രേമരൂപത്തിലുള്ള കാമവും യജ്ഞസേനിയോട് തോന്നിയിരുന്ന വികാരം ഭക്തിയുമായിരുന്നു.

അർജ്ജുനാ, ഒരു മധുരഫലം ഭുജിക്കാൻ പോകുമ്പോൾ പോലും നമുക്ക് അതിനോട് ഉണ്ടായിരിക്കേണ്ട വികാരം, ഹേ, മധുരഫലമേ, നിന്റെ മാധുര്യം ഞാൻ എടുക്കാൻ പോവുകയാണ്. എന്നാലും നീ വിഷമിക്കേണ്ട, എന്റെ മധുരമുള്ള വാക്കുകളായി നിന്നെ ഞാൻ ആവിഷ്കരിക്കുന്നുണ്ട് എന്ന പ്രാർത്ഥനാ നിർഭരമായ ഭക്തിയായിരിക്കണം.

നമുക്ക് ഈ വിശ്വത്തെ രണ്ട് രീതിയിൽ കാണാം. നിനക്ക് നിന്നോടുകൂടിയും, നീയില്ലാതെയും. നീയെന്ന അഹംബോധത്തോടുകൂടിയും നീയെന്ന അഹംബോധം ഇല്ലാതെയും. നീയെന്ന അഹംബോധമില്ലായ്മയാണ് നീയെന്ന അഹങ്കാരത്തോടുകൂടിയുള്ള കാഴ്ച. യഥാർത്ഥത്തിൽ നീയില്ലാതെ ഈ വിശ്വത്തെ കാണുമ്പോഴെ ഈ വിശ്വം പൂർണ്ണമാകുന്നുള്ളൂ. എല്ലാം മാറി നിന്ന് കാണാൻ പഠിക്കണം. നാം നമ്മളെ മാറി നിന്ന് കണ്ടാൽ നമ്മുടെ ദോഷങ്ങളെല്ലാം തിരിച്ചറിയാൻ പറ്റും. അർജ്ജുനാ, ത്യജിക്കുമ്പോൾ മാത്രമാണ് ശാന്തികിട്ടുന്നത്. നമ്മുടെ സാന്നിദ്ധ്യം ഒരിക്കലും ഈ വിശ്വത്തിന് ഒരു പ്രശ്നമാവരുത്. അതിനുവേണ്ടത് ഒരു നിർമ്മമതാ മനോഭാവമാണ്. ഒന്നും തന്റേതാക്കാതിരിക്കൽ. പ്രകൃതി അനുസാരിയായി, നിസ്സംഗനായി വർത്തിക്കുക.

അർജ്ജുനാ,

അസംബന്ധമായ കാര്യങ്ങൾ ആരു പറഞ്ഞാലും വിശ്വസിക്കരുത്.

അസാധ്യമായതിന് ഒരിക്കലും ഒരുങ്ങരുത്.

നന്മ ചെയ്താൽ അതിനെ ഓർത്ത് ഒരിക്കലും വിഷമിക്കരുത്.

നിദ്രയെ ഉറങ്ങി ജയിക്കുവാൻ സാധ്യമല്ല.

കാമസംഭോഗംകൊണ്ട് സ്ത്രീയെ ജയിക്കുവാനും സാധ്യമല്ല.

വിറകുകൊണ്ട് അഗ്നിയെ ജയിക്കുവാനും സാധ്യമല്ല.

കുടികൊണ്ട് മദ്യത്തെ ജയിക്കുവാനും സാധ്യമല്ല.

നദികൾ എത്ര ചെന്നുചേർന്നാലും സമുദ്രത്തിന് മതിയാവില്ല.

എത്ര കൊന്നാലും യമന് തൃപ്തിയാവാറില്ല.

അർജ്ജുനാ!

തീ കൊണ്ട് സ്വർണ്ണത്തേയും

ശീലംകൊണ്ട് ധർമ്മവാനേയും

വ്യവഹാരം കൊണ്ട് സജ്ജനത്തേയും

നമുക്ക് തിരിച്ചറിയാം.

വൃക്ഷങ്ങൾ ഫലങ്ങൾ ഉണ്ടാവുമ്പോഴാണ് നമ്രശിരസ്കരാവുന്നത്.

അന്വേഷിച്ചാൽ ഇല്ലാതാവുന്നതാണ് മായ.

നാമരൂപങ്ങളാണത്.

നാമരൂപങ്ങൾ എപ്പോഴും മാറിക്കൊണ്ടിരിക്കും.

മുമ്പ് മരമായിരുന്നു. അതിനെ മുറിച്ച് പണിത്തരത്തിന് ഉപയോഗിച്ചു കഴിഞ്ഞാൽ, സിംഹാസനങ്ങളും സപ്രമഞ്ചകട്ടിലുകളുമായി.

അർജ്ജുനാ,

ക്ഷേത്രത്തെക്കുറിച്ചും നീ അറിയേണ്ടതുണ്ട്.

ക്ഷേത്രമെന്നാൽ നിന്റെ ഈ ശരീരം തന്നെയാണ്.

ക്ഷേത്രജ്ഞൻ നിന്റെ ആത്മാവും.

ക്ഷേത്രത്തിനുള്ളിൽ പ്രവേശിക്കുക എന്നുള്ളത് നിന്റെ ഉള്ളിലേക്ക് നീ പ്രവേശിക്കുക എന്നുള്ളതാണ്. നീ നിന്നെ അറിയാനാണ് തീർത്ഥ ങ്ങൾതാണ്ടി ക്ഷേത്രങ്ങളിൽ പോകുന്നത്.

ക്ഷേത്രത്തിലെ ഗർഭഗൃഹം നിന്റെ ആത്മഗൃഹം തന്നെയാണ്.

മാധവാ, അങ്ങ് ഇനിയും ഇനിയും പറഞ്ഞു തന്നാലും....

അർജ്ജുനാ, അറിയുക എന്നതുമാത്രമേ വസ്തുലോകത്തിൽനിന്നും ആത്മലോകത്തിലേക്ക് ഉയരാനുള്ള മാർഗ്ഗമായുള്ളൂ. അതോടെ നീ അമൃത്യ നായിത്തീരും. അതുകൊണ്ട് അറിവാകുന്ന എന്നെയാണ് നീ ശരണം പ്രാപി ക്കേണ്ടത്. വിമൂഢന്മാർ ഘടത്തിൽ കാണുന്ന ആകാശം ഘടാകാശ മാണെന്നും ഘടാകാശം പൊട്ടിയാൽ മഹാകാശവുമായി ചേരുന്നുവെന്നും കരുതുന്നു. ഇത് വെറും തോന്നൽ മാത്രമാണ്. ഘടാകാശം എന്നൊന്നു തന്നെ ഇവിടെയില്ല. ഇവിടെ മഹാകാശം മാത്രമേയുള്ളൂ.

കുന്തീപുത്രാ, നരനായ നീ നേതൃത്വഗുണമുള്ളവനാണ്. നേതൃത്വ ഗുണമുള്ള നീ നാരായണനായാണ് തീരേണ്ടത്. മർത്യനായ നീ അമൃത്യ നായിത്തീരുക.

യാതൊരാളുടെ മനസ്സാണോ വ്യവസ്ഥീകരിക്കപ്പെട്ടത് ആ മനസ്സിനെ പെട്ടെന്നു മാറ്റുവാൻ എളുപ്പമല്ല. അയാൾ അതിന് നിരന്തരം പരിശ്രമിച്ചു കൊണ്ടിരിക്കണം. അഭ്യാസേന കഴിയാത്തതായി യാതൊന്നുമില്ല. നമ്മുടെ സുഖദുഃഖാദികൾ മുഴുവൻ ഇവിടെത്തന്നെ കഴിച്ചുകൂട്ടണം. അതിനായി വേറെ ലോകങ്ങൾ യാതൊന്നുമില്ല. സ്വർഗ്ഗവും നരകവും നമ്മൾ

തന്നെയാണ് സൃഷ്ടിക്കുന്നത്. ജാഗ്രതവസ്ഥാ, സ്വപ്നാവസ്ഥാ, സുഷുപ്തി ഇതാണ് നമ്മുടെ മൂന്നു ലോകങ്ങളായ ഭൂമി, സ്വർഗ്ഗം, പാതാളം,

അർജ്ജുനാ, ഭൂമിയുടെ ഓജസ്സ് നമുക്കായി നിറച്ചുവെച്ചിരിക്കുന്നത് ഔഷധികളുടെ ഫലമൂലാദികളിലാണ്. ആ ഓജസ്സാണ് തേജസ്സായി മാറുന്നത്. അല്ലാതെ യാതൊരു പക്ഷിമൃഗാദികളുടെ മാംസരുധിരത്തിലും ഭൂമി അതിന്റെ ഓജസ്സ് നമുക്കായി കരുതിവെച്ചിട്ടില്ല. നാം കഴിക്കുന്ന അന്നമാണ് മനസ്സായി പരിണമിക്കുന്നത്. ആ മനസ്സിലാണ് വിചാരങ്ങൾ ഉരുവം കൊള്ളുന്നത്. വിചാരങ്ങളാണ് വാക്കുകളായി പരിണമിക്കുന്നത്. വാക്കുകളാണ് നമ്മുടെ പ്രവൃത്തി. പ്രവൃത്തി തന്നെയാണ് നമ്മുടെ സംസ്കാരം. അതുകൊണ്ട് വാക്കിൽ മനസ്സും മനസ്സിൽ വാക്കും ഉണ്ടായിരിക്കണം.

അർജ്ജുനാ, മരണസമയത്ത് നമുക്ക് ആദ്യം നഷ്ടപ്പെടുന്നത് വാക്കാണെന്നറിയുക.

വാക്ക് മനസ്സിൽ വിലയം പ്രാപിക്കുന്നു.

മനസ്സ് പ്രാണനിൽ വിലയം പ്രാപിക്കുന്നു.

പ്രാണൻ ബോധത്തിൽ വിലയം പ്രാപിക്കുന്നു.

ബോധം പോയി ആത്മാവിൽ വിലയം പ്രാപിക്കുന്നു.

അർജ്ജുനാ, ദംഭം, ദർപ്പം, അതിമാനം, ക്രോധം, പാരുഷ്യം, അജ്ഞാനം എന്നിവ ആസുരികമായ സമ്പത്തോടുകൂടി പിറന്നവന്റെ ലക്ഷണങ്ങളാണ്. ഇതിന്റെ ഉത്തമോദാഹരണമാണ് ദുര്യോധനാദികൾ.

ധർമ്മനിരാസമാണ് ദംഭം

വിദ്യാധനം, ബന്ധുക്കൾ ഇവയിലുണ്ടാകുന്ന അഹങ്കാരമാണ് ദർപ്പം.

താൻ അത്യന്തം പൂജ്യനാണെന്നുള്ള മതിപ്പിൽ നിന്നുണ്ടാവുന്നതാണ് അഹങ്കാരം.

ഇതു തന്നെയാണ് അതിമാനവും.

കോപത്തെയാണ് ക്രോധം എന്നു പറയുന്നത്.

പരുഷവചനമാണ് പാരുഷ്യം.

കർത്തവ്യങ്ങളെ തെറ്റിക്കുന്നതാണ് അജ്ഞാനം.

അർജ്ജുനാ, ആത്മാവിനെ നശിപ്പിക്കുന്ന മൂന്ന് വസ്തുക്കളാണ് കാമവും, ക്രോധവും, ലോഭവും. സർവ്വസ്വനാശകങ്ങളായ അവയെ ഉത്കർഷകാംക്ഷികളായവർ ഉപേക്ഷിക്കേണ്ടതുണ്ട്. അതോടെ ശ്രേയസ്കരമായ മാർഗ്ഗങ്ങൾ കൈക്കൊണ്ട് മുക്തനായിത്തീരും. ഇത് ശാസ്ത്രവിധിയാണ്. അതുകൊണ്ട് കാര്യാകാര്യങ്ങളെ നിർണ്ണയിക്കുന്ന കർമ്മവിഷയത്തിൽ അർജ്ജുനാ, നിനക്ക് ശാസ്ത്രമായിരിക്കട്ടെ പ്രമാണം.

ശ്രദ്ധ ആവേശിച്ച നീ എന്നിൽ അതീവ സ്നേഹമുള്ളവനാണെന്ന് ഞാനറിയുന്നു. സ്നേഹത്തിൽ നിന്നാണ് ശ്രദ്ധയുണ്ടാവുന്നത്. ശ്രദ്ധയിൽ

നിന്ന് അന്വേഷണവും, അന്വേഷണത്തിൽനിന്ന് ജ്ഞാനപ്രാപ്തിയുമുണ്ടാവുന്നു.

ബാലനായ നചികേതസ്സിൽ ആവേശിച്ച ശ്രദ്ധയും അതുതന്നെയായിരുന്നു അർജ്ജുനാ. അതുതന്നെയാണ് നിന്നിലും ആവേശിച്ചത്. അതോടെ നീ നിരഹങ്കാരിയും നിഷ്കാമകർമ്മനും നിർഭയഭക്തനുമായിത്തീർന്നു. പ്രകൃതിയും നീയും ഒന്നായി.

കാറ്റുപോലെ,

നിലാവുപോലെ,

പ്രകാശം പോലെ,

ആയിത്തീർന്നു.

പുല്ലും, പൂക്കളും, ലതകളും, വൃക്ഷങ്ങളും, പാമ്പും, പക്ഷികളും, പൂമ്പാറ്റകളും, പുഴുക്കളും, പട്ടിയും പന്നിയും ഒന്നും നിന്നിൽ ഒരല സോരവും സൃഷ്ടിച്ചില്ല. നീ അവരിലും അവരായി നിലകൊണ്ടു.

എല്ലാറ്റിലുമുള്ള ജീവാത്മാവ് ഒന്നാണെന്ന ആ മഹാസത്യം ഗ്രഹിച്ച ബാലനും നിഷ്കളങ്കനുമായ നചികേതസ്സിനെപ്പോലെ ജ്ഞാനമുക്തനായിത്തീർന്നിരിക്കുന്നു ധനഞ്ജയാ നീ. മൃത്യുവിനെപ്പോലും ജയിച്ചിരിക്കുന്നു. ഞാൻ ശരീരമല്ലെന്നും അതിനപ്പുറത്തുള്ള അനന്തവും അജ്ഞാതവും അവർണ്ണനീയവും അവ്യക്തവും അപരിമേയവുമായ ആ ആത്മബോധ സ്വരൂപനാണെന്ന് അറിഞ്ഞിരിക്കുന്നു. ഇനി നിന്നിലേക്ക് വന്നുചേർന്നിട്ടുള്ള യുദ്ധമെന്ന ഘോരകർമ്മവുമായി നീ ഇഴുകിച്ചേരുക. ആ കർമ്മം ഒരു തരത്തിലുള്ള പാടുകളും നിന്നിൽ വീഴ്ത്തുകയില്ല. ആകാശത്തിലൂടെ പറക്കുന്ന പറവകൾ ആകാശത്തിൽ എന്തെങ്കിലും പാടുകൾ വീഴ്ത്തുന്നുണ്ടോ?

നിന്നിലിപ്പോൾ കർമ്മം ചെയ്യാനുള്ള സ്നേഹം, ശ്രദ്ധ, സമർപ്പണം എന്നിവയെല്ലം ഉൾച്ചേർന്നിരിക്കുന്നതിനാൽ വിജയം സുനിശ്ചിതമാണ് ധനഞ്ജയാ. ഈ കാണുന്ന ശത്രുക്കളെല്ലാം മുമ്പേതന്നെ കൊല്ലപ്പെട്ടവരാണ്. നീ അതിൽ ഒരു നിമിത്തം മാത്രമേ ആയിത്തീരുന്നുള്ളൂ. നീയില്ലെങ്കിലും അവർ മരിക്കും. ജനിച്ചവർക്ക് മരണം നിശ്ചയമല്ലേ? ദ്രോണർ ധനുർവേദാചാര്യനും, ദിവ്യാസ്ത്രസമ്പന്നനും, ഗദായുദ്ധം വാൾപ്രയോഗം തോരണം പ്രാസം ശക്തി കൂട്ടപ്പട എന്നിവയിൽ നിന്റെ ഗുരുവുമാണ്. ഭീഷ്മർ സ്വച്ഛന്ദമൃത്യുവും പരശുരാമനാൽ പോലും തോല്പിക്കപ്പെടാത്ത വീരനും ധനുർവ്വേദം, വേദം, ഗദ, ചർമ്മം, അഗ്നിയുദ്ധം, ഗജശിക്ഷ, നീതിവിദ്യ എന്നിവ പഠിച്ച വീരനുമാണ്. ജയദ്രഥന്റെ പിതാവ് തന്റെ പുത്രന്റെ ശിരസ്സ് ഭൂമിയിൽ പതിച്ചാൽ അത് ഭൂമിയിൽ പതിപ്പിക്കുന്നവന്റെ ശിരസ്സ് ഭൂമിയിൽ പതിക്കണം എന്ന സങ്കല്പത്തോടെ തപസ്സു ചെയ്യുന്നുണ്ട്. കർണ്ണന് ഇന്ദ്രൻ നൽകിയ അമോഘമായ ഒരു ശക്തിയുണ്ട്. എന്നാൽ ഈ

വീരന്മാരെല്ലാം എന്നാൽ കൊല്ലപ്പെട്ടുകഴിഞ്ഞവരാണ്. നീ ഒരു നിമിത്തം മാത്രമായി നിന്ന് അവരെ യുദ്ധം ചെയ്ത് ജയിക്കുകയേ വേണ്ടൂ. നീ യുദ്ധം ചെയ്താലും അർജ്ജുനാ... യുദ്ധത്തിൽ നീ തീർച്ചയായും നിന്റെ ശത്രുക്കളെ ജയിക്കും.

അല്ലയോ മാധവാ, അങ്ങ് എന്റെ ശരീരമാകുന്ന രഥത്തിൽ ബുദ്ധസ്ഥാനീയനായ സാരഥിയായി നിന്ന്, ഈ സംസാരസാഗരത്തിൽ, ഞാൻ യാതൊന്നറിഞ്ഞാൽ സർവ്വവുമറിയുന്നവനായിത്തീരുന്നോ, അതായ മൃത്യു എന്നതിനെ ഉപദേശിച്ചുതന്ന് എന്നെ അമൃതനാക്കിത്തീർത്തിരിക്കുന്നു. പറയൂ സാരഥേ. ഇനി അങ്ങാണ് കല്പിക്കേണ്ടത്; അർജ്ജുനൻ ആർക്കൊക്കെയെതിരെ യുദ്ധം ചെയ്യണമെന്ന്?

ഒരു ചെറുപുഞ്ചിരിയോടു കൂടി മാധവൻ തേർത്തടത്തിലിരിക്കുന്ന ഗാണ്ഡീവവും അമ്പൊടുങ്ങാത്ത ആവനാഴിയുമെടുത്ത് അർജ്ജുനന്റെ കൈയിൽ കൊടുത്തു.

ഉദ്ധരേദാത്മനാത്മാനം
നാത്മാനമവസാദയേത്.....

മൃത്യുപ്രോക്തം

അശബ്ദമസ്പർശമരൂപമവ്യയം
തഥാരസസം നിത്യമഗന്ധവച്ചയത്
അനാദ്യനന്തം മഹതഃപരം ധ്രുവം
നീചായ്യ തന്മൃത്യു മൂഖാത് പ്രമുച്യതേ

യമധർമ്മൻ നചികേതസ്സിനോടു പറഞ്ഞു: ഹേ നചികേതസ്സേ, യാതൊന്നാണോ ശബ്ദസ്പർശ രൂപരസഗന്ധാദികളൊന്നുമില്ലാത്തതും നാശമില്ലാത്തതും നിത്യവും ആദിയില്ലാത്തതും അന്തമില്ലാത്തതും പരമമായിട്ടുള്ളതും ആകുന്നുവോ അതിനെ അറിഞ്ഞിട്ട് മരണത്തിന്റെ വായിൽ നിന്ന് നിത്യമുക്തനായിത്തീർന്നാലും.

അപ്രകാരം മാത്രമേ നശിച്ചുപോകുന്ന ഈ ശരീരത്തിന് മൃത്യുമുക്തനാവാൻ കഴിയൂ. നശിച്ചുപോകുന്ന ഈ ശരീരം ഞാനല്ലെന്ന് അറിയുക. ഞാനെന്ന അഹംബോധം മാത്രമേ ഇപ്പോഴും എപ്പോഴും നമ്മോടു കൂടെയുള്ളൂ. എല്ലാറ്റിനും സാക്ഷിയായി, മാറ്റമില്ലാതെ നിൽക്കുന്ന അഹംബോധം.

ഹേ, നചികേതസ്സേ, നിനക്ക് പിച്ചവെച്ചു നടക്കുന്നൊരു ബാല്യാവസ്ഥ ഉണ്ടായിരുന്നു. എന്നാൽ ഇപ്പോൾ ആ പിച്ചവെച്ചുനടക്കുന്ന ബാല്യാവസ്ഥ നിന്നോട് വിടപറഞ്ഞുപോയി. നീ ആ പിച്ചവെച്ചുനടക്കുന്ന ബാല്യാവസ്ഥ യായിരുന്നുവെങ്കിൽ ആ ബാല്യാവസ്ഥ പോകുന്നതോടുകൂടി നീയും

പോകേണ്ടതായിരുന്നു. അപ്പോൾ പൊയ്പ്പോയ ആ പിച്ചവെച്ചുനടന്നിരുന്ന ബാല്യാവസ്ഥ നീയല്ലായിരുന്നു. നീ എല്ലാറ്റിനും സാക്ഷി മാത്രമാണ്. മാറ്റമില്ലാതെ നിന്നിൽ നിൽക്കുന്ന ഒരു നീയുണ്ടെന്ന് നീ അറിഞ്ഞില്ല എന്ന് പറയുമ്പോൾ തന്നെ അറിഞ്ഞില്ല എന്നുള്ള അറിവില്ലായ്മയേയും അറിഞ്ഞ അറിവിന്റെ ദൃഷ്ടാവായ സാക്ഷിയാണ് നീയെന്നറിയുക.

നചികേതസ്സേ, ശരീരമാണ് താൻ എന്ന ബോധമാകുന്നു എല്ലാ ദുഃഖത്തിനും അടിസ്ഥാനം. ശരീരമനോബുദ്ധിയുപാധികളെ ഉപേക്ഷിച്ച്, ഈ ദേഹങ്ങളെയെല്ലാം പ്രവർത്തിപ്പിച്ചുകൊണ്ടിരിക്കുന്ന നിത്യനും അരൂപനും സർവ്വവ്യാപിയുമായ ആത്മാവാണ് താൻ എന്ന ബോധം ദൃഢമാക്കിയിട്ടുള്ള വിവേകിയായ ഒരുവന് ഒരിക്കലും ശോകമോഹങ്ങൾക്ക് ഇടവരികയില്ല. അയാൾ മൃത്യുവിനെ ജയിച്ചവനാണ്. മൃത്യുവിൽ നിന്ന് രക്ഷപ്പെടാനുള്ള ഏക മാർഗ്ഗവും മൃത്യുവിനെ അറിയുക എന്നതു മാത്രമാണ്. മൃത്യുവിനെ അറിയുന്നതോടെ മൃത്യുവിനെ ജയിക്കുകയായി.

സംസാരസാഗരത്തിൽ ഏറ്റവും വലിയ ദുഃഖം മൃത്യുദുഃഖവും ഏറ്റവും വലിയ ഭയം മൃത്യുഭയവുമാണ്. ഇതിനെ മറികടക്കാൻ ജ്ഞാനംകൊണ്ടു മാത്രമേ സാധിക്കുകയുള്ളൂ. അതുകൊണ്ടുതന്നെ ജ്ഞാനി എന്നും മൃത്യുവിന് ഉപരിയായിവർത്തിക്കുന്നവനാകുന്നു.

ജ്ഞാനിയുടെ രഥം അറിവിന്റെ വഴിയാണ്.

ജ്ഞാനിയുടെ ശരീരമാകുന്ന രഥത്തിന്റെ സാരഥി അറിവാണ്.

ജ്ഞാനിയുടെ ശരീരമാകുന്ന രഥത്തിന്റെ മനസ്സാകുന്ന കടിഞ്ഞാൺ പിടിച്ചിരിക്കുന്നതും അറിവാണ്.

ആ അറിവു തന്നെയാണ് പഞ്ചേന്ദ്രിയങ്ങളാകുന്ന കുതിരകളെ നിയന്ത്രിക്കുന്നതും, ഇന്ദ്രിയങ്ങൾക്ക് മേയാനുള്ള വിഷയങ്ങളെ തിരഞ്ഞെടുക്കുന്നതും.

അങ്ങനെയുള്ള ജ്ഞാനിയുടെ ശരീരമാകുന്ന രഥം മൃത്യുവിനെ അതിവർത്തിച്ച് ഈ ലോകത്തിൽ നിലനിൽക്കും.

നചികേതസ്സ് ധ്യാനനിരതനായി.

ജനനമരണങ്ങൾക്ക് അതീതനായ മൃത്യുദേവന്റെ ആത്മാവിനെ വണങ്ങി.

യാതൊന്നാണോ ഉണ്ടായി, വളർന്ന് പരിണമിച്ച് നിലനിന്ന്, ക്ഷയിച്ച്, നശിച്ചുപോകുന്നത് അത് താനല്ല.

താൻ അതിനെല്ലാം ഉപരിയാണ്.

അവ്യയനും അവ്യക്തനുമാണ്.

അചലനും അനന്തനുമാണ്.

എല്ലാം തന്നിലാണ്.

താൻ അതിലല്ല.

നചികേതസ്സ് ഏറ്റവും വിനയാന്വിതനായി.

ഹേ, മൃത്യുദേവാ, ഞാൻ അങ്ങേക്ക് സർവ്വം സമർപ്പിക്കുന്നു. അങ്ങേക്ക് മാത്രമാണ് സർവ്വം സമർപ്പിക്കേണ്ടത്. സമർപ്പിച്ചില്ലെങ്കിലും അങ്ങ് എടുത്തുകൊണ്ടുപോകുമെന്നിരിക്കെ, സമർപ്പിക്കുന്നതിലെ ചാരിതാർത്ഥ്യം എത്ര ആഹ്ലാദകരമാണ്. താൻ തന്നെത്തന്നെ മൃത്യുവിന് സമർപ്പിക്കുക.

മൃത്യുദേവൻ ബാലനായ നചികേതസ്സിനെ അതീവ സന്തോഷത്തോടുകൂടി ആശ്ലേഷിച്ചു.

ഹേ, വാജശ്രവസ്സിന്റെ പുത്രനായ നചികേതസ്സേ, നീ എന്നെ ജയിച്ചിരിക്കുന്നു. യാതൊന്നിനെ ജയിച്ചാൽ സർവ്വം വിജയിയാകുന്നോ അതിനെ നീ ജയിച്ചിരിക്കുന്നു. മൃത്യു ഇനിമേൽ നിന്റെ അടിമയാണ്. യജമാനൻ നീയാണ് നചികേതസ്സേ.

നചികേതസ്സ് യമധർമ്മരെ സാഷ്ടാംഗം നമസ്കരിച്ചു.

ഓം തത് സത്.

ധർമ്മക്ഷേത്രേ കുരുക്ഷേത്രേ

മാധവാ, എനിക്കു ബോദ്ധ്യമായി.
ഒരു വഴിയും ഇവിടെ അവസാനിക്കുകയല്ലെന്ന്.
വഴികളെല്ലാം അനന്തമായി
എന്റെ മുമ്പിൽ കിടക്കുകയാണെന്ന്.
തെളിവാർന്ന് ഒരു നേർരേഖ പോലെ
നേർക്കുനേരായ വഴികൾ...

സഞ്ജയൻ പറഞ്ഞു: ഹേ കുരുപ്രവരനായ ധൃതരാഷ്ട്ര മഹാരാജാവേ, അർജ്ജുനൻ യുദ്ധഭൂമിയിലെ തന്റെ തേർത്തടത്തിൽ വെച്ച ഗാണ്ഡീവവും അമ്പൊടുങ്ങാത്ത ആവനാഴിയും വീണ്ടും കൈയിലെടുത്തിരിക്കുന്നു. മാധവൻ തേരിൽ പൂട്ടിയ വെള്ളക്കുതിരകളുടെ കടിഞ്ഞാണുകൾ മുറുക്കി ചമ്മട്ടി കൈയിലെടുത്ത് ആകാശത്തിൽ ചുഴറ്റിത്തുടങ്ങി. ഇതു കണ്ട് മഹാരഥന്മാരായ പാണ്ഡവപക്ഷം ആർത്തുവിളിക്കുകയാണ്. പടയ്ക്കു മുമ്പിൽ നിൽക്കുന്ന വില്ലാളികളും വീരന്മാരും ശംഖ്, ഭേരികൾ, പേശികൾ,ക്രകചം, കൊമ്പ് എന്നിവയെല്ലാമെടുത്ത് ഉഗ്രമായ വാദ്യഘോഷങ്ങൾ മുഴക്കാൻ തുടങ്ങിയിരിക്കുന്നു. കാലാളുകൾ ആർക്കുകയാണ്. ശബ്ദം ഉയർന്നുയർന്നുവരുന്നു. യുദ്ധം കാണുവാനായി ദേവന്മാരും, ഗന്ധർവ്വന്മാരും പിതൃക്കളും സിദ്ധന്മാരും ചാരണന്മാരും ആകാശത്ത്

അണിനിരന്നിരിക്കുന്നു. ജനങ്ങളുടെ പക്ഷം ചേർന്നുള്ള കൂക്കി വിളികളും വായ്ത്താരികളും യുദ്ധഭൂമിയെ പ്രകമ്പനം കൊള്ളിച്ചുകൊണ്ടിരിക്കുകയാണ്.

രാജാവേ, ഇനി ഏതു നിമിഷവും യുദ്ധം തുടങ്ങുമെന്ന് ഉറപ്പായി. അത് അങ്ങയോട് എങ്ങനെയാണ് വർണ്ണിക്കേണ്ടതെന്ന് എനിക്കറിഞ്ഞുകൂടാ.

അമ്പുകൾ കൊണ്ട് ആകാശം നിറയും.

വാളുകൾ കൊണ്ട് രാജാക്കന്മാർ എതിരാളികളുടെ തലകൾ ഒന്നൊന്നായി അരിഞ്ഞുവീഴ്ത്തും.

കൊല്ലപ്പെട്ട പടയാളികളുടേയും കരിതുരഗാദികളുടേയും ചുടുരക്തം നദി പോലെ ഒഴുകാൻ തുടങ്ങും.

യക്ഷികൾ ചോരകുടിച്ചാർക്കും.

പിശാചുക്കൾ കൂട്ടമിട്ടാർത്ത് പച്ചമാംസം കടിച്ചു കീറും.

ഭൂമിദേവി ഭാരം കുറയുന്നതോർത്ത് സന്തോഷവതിയാവും.

പേടിച്ചരണ്ട നാരികൾ നാരായണനാമം ജപിക്കും.

മഴ പെയ്യുന്നതു പോലെ ശരനികരം കാണപ്പെടും.

ആകാശം കാണാനാവാത്ത വിധം പൊടിയും പുകയും നിറയും.

സംഘർഷഭരിതമായ ഈ സമയത്ത് യുധിഷ്ഠിരമഹാരാജാവ് ഇരുസൈന്യങ്ങളേയും കണ്ണിമ ചിമ്മാതെ മാറിമാറി നോക്കി. കൊടുങ്കാറ്റിലുലഞ്ഞ കടലുപോലെ സൈനികരെല്ലാം അങ്കക്കലി മൂത്ത് അക്ഷമരായി പരസ്പരം കോർത്തു വലിക്കാനുള്ള കല്പനകൾ കാത്തു നിൽക്കുകയാണ്.

പെട്ടെന്ന് യുധിഷ്ഠിരമഹാരാജാവ് ആരോടുമൊന്നും ഉരിയാടാതെ തേരിൽനിന്നും താഴെയിറങ്ങി തന്റെ പടച്ചട്ടയും വില്ലും ഊരി താഴെ വെച്ച് തൊഴുകൈകളോടെ കാൽനടയായി കൗരവസൈന്യാധിപനായ ഭീഷ്മരുടെ അരികിലേക്ക് നടന്നു.

ജ്യേഷ്ഠന്റെ ഈ പുറപ്പാടു കണ്ട് അന്തം വിട്ട ഭീമാർജ്ജുനന്മാരും നകുലസഹദേവന്മാരും മറ്റു പാണ്ഡവസൈന്യത്തിലെ രാജാക്കന്മാരും തങ്ങളുടെ തേരുകളിൽനിന്നു താഴെയിറങ്ങി.

എന്താണിത്?!

ധർമ്മപുത്രരുടെ അസ്ഥാനത്തുള്ള കൃപ കാണിക്കാനായിരിക്കുമോ?!

യുദ്ധം വേണ്ടെന്നു വെച്ച്, അടിമകളെപ്പോലെ കീഴടങ്ങി, ജീവിതാവസാനം വരെ കാട്ടിൽ തന്നെ കഴിച്ചുകൂട്ടിക്കൊള്ളാമെന്നു സമ്മതിച്ച്..

ഭ്രാതാക്കളെല്ലാം പരസ്പരം മന്ത്രിച്ചു.

അവർ ധൃതിയിൽ ജ്യേഷ്ഠന്റെ പിന്നാലെ ചെന്നു.

അർജ്ജുനൻ ചോദിച്ചു: ജ്യേഷ്ഠാ, അങ്ങയുടെ ഉദ്ദേശ്യം എന്താണ്? ഞങ്ങളെയൊക്കെ വിട്ട് ഭവാൻ ഒറ്റയ്ക്ക് നിരായുധനും കാൽനടയുമായി ശത്രുസേനയിലേക്ക് ചെല്ലുകയാണോ? അല്ലാതെ കിഴക്കോട്ടേക്കുള്ള ഈ യാത്രയുടെ അർത്ഥമെന്താണ്?

യുധിഷ്ഠിരൻ ഒന്നും മിണ്ടിയില്ല.

അർജ്ജുനൻ വീണ്ടും ചോദിച്ചു: രാജാവേ, അങ്ങ് എന്താണ് ഒന്നും മിണ്ടാത്തത്? ഈ സഹോദരങ്ങളോട് ഒരു വാക്കുപോലും ഉരിയാടാതെ അങ്ങ് എങ്ങോട്ടാണ് ഈ പോകുന്നത്? മരിക്കാൻ മാത്രം തയ്യാറായി നിൽക്കുന്ന ഈ കുരുക്കളെ കണ്ട് വിളറിയിട്ടാണോ അങ്ങ് കിഴക്കു ഭാഗത്തേക്ക് ചുവടുകൾ വെക്കുന്നത്?

അപ്പോഴും യുധിഷ്ഠിരൻ ഒന്നും മിണ്ടിയില്ല.

മറ്റു പാണ്ഡവന്മാരും ഇതേ ചോദ്യങ്ങൾ തന്നെ ആവർത്തിച്ചു.

ഇതെല്ലാം കേട്ട് പ്രാജ്ഞാനായ മാധവൻ തേരിൽനിന്നും താഴെയിറങ്ങി ഒരു നേർത്ത പുഞ്ചിരി തൂകിക്കൊണ്ട് എല്ലാവരോടുമായി പറഞ്ഞു.

നിങ്ങൾ എന്തറിയുന്നു? ഭീഷ്മൻ, ദ്രോണൻ, കൃപൻ, ശല്യൻ എന്നീ ഗുരുജനങ്ങളെ സമ്മതിപ്പിച്ചേ ധർമ്മരാജാവ് ശത്രുക്കളുമായി യുദ്ധം ചെയ്യുകയുള്ളൂ. അവരെ സമ്മതിപ്പിച്ചുതന്നെ അവരോട് ഏല്ക്കും. ഗുരുജനങ്ങളെ സമ്മതിപ്പിക്കാതെ അവരുമായി പോരാടിയാൽ പൂജ്യരായ അവരുടെ ശാപം പറ്റുമെന്ന് രാജാവിനറിയാം. വേണ്ടപോലെ ആ പൂജ്യന്മാരെ സമ്മതിപ്പിച്ചു യുദ്ധം ചെയ്യുകയാണെങ്കിൽ പോരിൽ തീർച്ചയായും വിജയം ഉണ്ടാകുമെന്നും രാജാവിനറിയാം.

മാധവന്റെ അമൃതഭാഷണം കേട്ട് ഭ്രാതാക്കളെല്ലാം യുധിഷ്ഠിരനു പുറകിലായി കിഴക്കോട്ടു നടന്നു.

ഇതെല്ലാം കണ്ട് കൗരവസേനയിൽനിന്നും ആർത്തുപൊങ്ങിയ ആർപ്പുവിളികൾക്കും, കൂക്കുവിളികൾക്കും, അടക്കംപറച്ചിലുകൾക്കും യാതൊരതിരുമില്ലായിരുന്നു. അവരുടെ ശബ്ദങ്ങൾ ഒരാരവമായി ആകാശത്തിൽ മുഴങ്ങി.

'യുധിഷ്ഠിരൻ കുലപാംസകൻ തന്നെ. രാജാവ് പേടിച്ചുവിറച്ച് പിതാമഹന്റെ അടുത്തേക്ക് വരുന്നതുകണ്ടോ?'

'ധർമ്മരാജാവ് അനുജന്മാരോടുകൂടിയാണ് സേനാപതിയുടെ അടുത്തേക്ക് ശരണം പ്രാപിക്കാൻ വരുന്നത്!'

'ഭീമാർജ്ജുനന്മാരും നകുലസഹദേവന്മാരും തുണയുള്ളപ്പോഴും ഈ പാവം രാജാവ് പേടിച്ചു പോയല്ലോ!?'

'ലോകത്തിൽ കേൾവികേട്ട ക്ഷത്രിയവംശത്തിൽ ജനിച്ചവനല്ല ഈ അധമൻ ! അല്പസത്ത്വനാണ്! പേടിത്തൊണ്ടൻ! അല്ലെങ്കിൽ ഈ സമയത്ത് ഇങ്ങനെ ഭയപ്പെട്ട് പുറപ്പെടുമോ?'

ഇതെല്ലാം കേട്ട് ദുര്യോധനാദികൾ ഹർഷപുളകിതരായി ഉത്തരീയങ്ങൾ വീശി താന്താങ്ങളുടെ തേരുകളിൽ ഞെളിഞ്ഞിരുന്നു.

സഞ്ജയൻ തുടർന്നു: ധൃതരാഷ്ട്രരാജാവേ, ഭവാന്റെ സൈന്യം ഇപ്രകാരം പാണ്ഡവന്മാരെ നിന്ദിച്ചു സംസാരിച്ചുകൊണ്ടിരിക്കേ യുധിഷ്ഠിരനും സഹോദരന്മാരും ഭീഷ്മരുടെ അരികിലെത്തി. ഇതു കണ്ടതോടുകൂടി കുരുക്കൾ അദ്ഭുതാദരങ്ങളാലെ അന്തം വിട്ട് ഇനിയെന്ത് സംഭവിക്കുമെന്നുള്ള ആകാംക്ഷയോടെ ഇരു കൂട്ടരേയും മാറിമാറി നോക്കി അന്ധത ബാധിച്ചവരെപ്പോലെ നില്പായി.

സൈന്യങ്ങൾ നിശ്ചലസ്തബ്ധരായി ഇമവെട്ടാതെ ഇപ്രകാരം നോക്കിനിൽക്കേ, ശരങ്ങളുടെ ശക്തി ചിന്നുന്ന ശത്രുപ്പടയെ കടന്ന് ധർമ്മരാജാവ് മന്ദം മന്ദം നടന്ന് തൊഴുകൈകളോടെ പിതാമഹന്റെ മുമ്പിൽ ഭ്രാതാക്കളോടു കൂടെ അടുത്തു ചെന്നു നിന്ന് അദ്ദേഹത്തെ സാഷ്ടാംഗം നമസ്കരിച്ചു. ശേഷം നന്നേ താഴ്മയോടുകൂടി യുധിഷ്ഠിരൻ പറഞ്ഞു: അല്ലയോ ദുർദ്ധർഷാ, ഞങ്ങൾ അങ്ങയോട് എതിർക്കുവാൻ പോവുകയാണ്. താതാ! അങ്ങ് അനുവാദം തന്നാലും! ആശിസ്സുകൾ നൽകി അനുഗ്രഹിച്ചാലും!

ഇതു കേട്ട് ഹർഷത്തോടുകൂടി ഭീഷ്മൻ പറഞ്ഞു. ധർമ്മരാജാവേ, ഈ സന്ദർഭത്തിൽ നീ ഇപ്രകാരം വന്നല്ലോ! നീ ഇവിടെ ഇപ്പോൾ ഇപ്രകാരം എന്റെ സമീപത്തു വന്നില്ലായിരുന്നെങ്കിൽ യുദ്ധത്തിൽ തോറ്റുപോകട്ടെയെന്ന് ശപിച്ചേനേ! ഉണ്ണീ, ഈ വയസ്സന് സന്തോഷമായി. ഈ വയസ്സൻ നിന്നിൽ അതീവ പ്രസന്നനാണ്. നീ യുദ്ധം ചെയ്യുക! യുദ്ധത്തിൽ ശത്രുക്കളെ വെല്ലുക! നിന്റെ എല്ലാ അഭീഷ്ടങ്ങളും യുദ്ധത്തിൽ സാധിക്കുമാറാകട്ടെ. ഈ വയസ്സൻ എന്തു വരമാണ് ഉണ്ണീ നിനക്കു തരേണ്ടത്? നീ എന്തു വിചാരിക്കുന്നു, അതു നീ എന്നിൽനിന്നും വരിച്ചുകൊള്ളുക. നിനക്ക് ഒരിക്കലും തോൽവി പറ്റുന്നതല്ല. പുരുഷൻ അർത്ഥത്തിനു ദാസനാണ്. അർത്ഥം ആർക്കും ദാസനല്ല. ഉണ്ണീ, ഞാൻ ഈ പറയുന്നത് സത്യമാണ്. ഞാൻ ദുര്യോധനന്റെ അന്നമാണ് ഭുജിച്ചത്. അതുകൊണ്ട് ഞാൻ അവനോട് കൂറുള്ളവനായി. അന്നം എപ്പോഴും പരിശുദ്ധവും ഹൃദ്യവും ആയിരിക്കണം. എന്നാൽ മാത്രമേ ധർമ്മം പറയാനും പ്രവർത്തിക്കാനും ആവൂ. എന്നെ കൗരവന്മാർ അർത്ഥത്തിൽ ബന്ധിച്ചിരിക്കുന്നു. അതുകൊണ്ട് പൗരുഷം നഷ്ടപ്പെട്ടവനായ ഞാൻ കല്മഷം കൂടാതെ നിന്നോടു പറയുന്നു; ഹേ, കൗന്തേയാ, ഞാനും അർത്ഥത്തിന്റെ ഭൃത്യനാണ്. ഉണ്ണീ യുദ്ധം ഒഴികെ മറ്റെന്താണ് നീ എന്നിൽനിന്നു ആഗ്രഹിക്കുന്നത്? പറഞ്ഞുകൊള്ളുക?

ഇതു കേട്ട് പ്രസന്നചിത്തനായ യുധിഷ്ഠിരൻ പറഞ്ഞു: "മഹാബാഹോ, ഭവാൻ നിത്യവും എന്റെ ഹിതത്തിനുവേണ്ടി മന്ത്രിക്കുക! എന്റെ വിജയത്തിനു വേണ്ടി ആശംസിക്കുക. ദുര്യോധനനു വേണ്ടി യുദ്ധം ചെയ്തുകൊള്ളുക. എനിക്കു അങ്ങയുടെ ആശീർവാദവും അനുഗ്രഹവും മാത്രം മതി. ഇതാണ് എനിക്ക് അങ്ങ് നൽകേണ്ട വരം."

ഭീഷ്മർ പറഞ്ഞു: "ഉണ്ണീ, ദുര്യോധനനു വേണ്ടി ഞാൻ പൊരുതാം. നിന്റെ വിജയത്തിനുവേണ്ടി എപ്പോഴും ആശംസിക്കുകയും ചെയ്യാം. ഇനിയും നിനക്കുവേണ്ടി ഞാൻ എന്തു ചെയ്യണമെന്നാണ് നീ ആഗ്രഹിക്കുന്നതെങ്കിൽ അതുകൂടി തുറന്നു പറയൂ. നിന്നിൽ സംപ്രീതനായ ഞാൻ അതും ചെയ്യാൻ ഒരുക്കമാണ്. മരിക്കുന്നതിന് വേണ്ടി മാത്രമാണ് ഞാൻ നിങ്ങളോട് പോരിന് മുതിരുന്നത്. കുരുവംശം ഭൂമുഖത്തുനിന്ന് നശിക്കാൻ പോവുകയാണ്."

യുധിഷ്ഠിരൻ പറഞ്ഞു: "അപരാജിതനായ ഭവാനെ എങ്ങനെ പോരിൽ ജയിക്കേണ്ടു എന്നു ചിന്തിച്ചിട്ട് ഒരു പിടിയും കിട്ടുന്നില്ല. അതിനുള്ള മാർഗ്ഗം കൂടി ഉപദേശിച്ചാലും."

ഭീഷ്മർ പറഞ്ഞു: "ഉണ്ണീ, എന്നോടു യുദ്ധം ചെയ്തു ജയിക്കുവാൻ പ്രാപ്തനായ ഒരു പുരുഷനേയും ഞാൻ കാണുന്നില്ല. എനിക്ക് മരിക്കുവാനുള്ള സമയവും ആയിട്ടില്ല. അതുകൊണ്ട് ഇനിയും നീ എന്റെ അടുത്ത് വന്നുകൊള്ളുക. അപ്പോൾ ഞാൻ പറഞ്ഞുതരുന്നുണ്ട്."

സഞ്ജയൻ പറഞ്ഞു: ധൃതരാഷ്ട്രമഹാരാജാവേ, പിതാമഹൻ ഇപ്രകാരം പറഞ്ഞപ്പോൾ യുധിഷ്ഠിരൻ ശിരസ്സു കുനിച്ച് അദ്ദേഹത്തിന്റെ കല്പനയേറ്റ് അദ്ദേഹത്തെ അഭിവാദ്യം ചെയ്തു. അവിടെനിന്നും യുധിഷ്ഠിരൻ ദ്രോണരുടെ രഥത്തിനടുത്തേക്കു പോയി. അദ്ദേഹത്തെ നമസ്കരിച്ച് വലം വെച്ച് യുധിഷ്ഠിരൻ പറഞ്ഞു:

"ആചാര്യാ, അങ്ങ് ഞങ്ങളുടെ ധനുർവ്വേദത്തിന്റെ ഗുരുവാണ്. ഞാൻ യദൃച്ഛയാ വന്നുചേർന്ന ഈ യുദ്ധത്തിൽ യാതൊരു കല്മഷവും കൂടാതെ പൊരുതുവാൻ പോവുകയാണ്. ഹേ ബ്രാഹ്മണാ, അങ്ങ് എന്നെ അതിന് അനുവദിക്കണം. സർവ്വ ശത്രുക്കളേയും ജയിക്കുവാൻ അനുഗ്രഹിക്കണം."

ദ്രോണർ പറഞ്ഞു: "യുദ്ധത്തിന് ഒരുങ്ങുന്ന നീ എന്റെ അടുക്കൽ ഇപ്രകാരം വന്നില്ലായിരുന്നെങ്കിൽ നീ തോറ്റുപോകുമാറ് ഞാൻ നിന്നെ ശപിക്കുമായിരുന്നു. പ്രിയ യുധിഷ്ഠിരാ, ഞാൻ സന്തുഷ്ടനായിരിക്കുന്നു. പൂജിതനായിരിക്കുന്നു. ധർമ്മദേവന്റെ പുത്രനായ നീ പോരാടുക. നീ ഈ ധർമ്മയുദ്ധത്തിൽ വിജയിക്കട്ടെ. ഇനിയും നീ എന്തെങ്കിലും ആഗ്രഹിക്കുന്നുണ്ടെങ്കിൽ ചോദിക്കാൻ മറക്കണ്ടാ. യുദ്ധം ഒഴിച്ച് മറ്റ് എന്താണെങ്കിലും പറയുക? പുരുഷൻ അർത്ഥത്തിന്റെ ദാസനാണ്. അർത്ഥം ആർക്കും ദാസനല്ല. എന്നെ കൗരവന്മാർ അർത്ഥത്തിൽ ബന്ധിച്ചിരിക്കുന്നു. ഞാൻ എന്റെ പൗരുഷം വിട്ട് നിന്നോട് പറയുകയാണ്. രാജാവേ, നീ യുദ്ധം കൂടാതെ

വേറെ എന്തെങ്കിലും എന്നിൽനിന്നും ആഗ്രഹിക്കുന്നുണ്ടെങ്കിൽ നിശ്ശങ്കനായി പറഞ്ഞാലും. ഞാൻ കുരുക്കൾക്കുവേണ്ടി യുദ്ധം ചെയ്യുകയും നിന്റെ വിജയത്തിനുവേണ്ടി അനുഗ്രഹിക്കുകയും ചെയ്യാം."

യുധിഷ്ഠിരൻ പറഞ്ഞു: "ഗുരോ, അങ്ങ് കൗരവനുവേണ്ടി യുദ്ധം ചെയ്യുക. എനിക്ക് വിജയം ആശംസിക്കുകയും ചെയ്യുക. ഞാൻ ഇതാണ് അങ്ങയിൽ നിന്ന് ആശിക്കുന്ന വരം. അതുപോലെ ഹേ, ദ്വിജശ്രേഷ്ഠാ, ഈ ലോകത്തിൽ ആരാലും തോല്പിക്കപ്പെടുവാൻ കഴിയാത്ത ഭവാനെ ഞാൻ എങ്ങനെയാണ് ജയിക്കേണ്ടത്? ഉപദേശിച്ചാലും!"

ദ്രോണർ പറഞ്ഞു: "ഹേ രാജാവേ, ഞാൻ പോരിൽ പൊരുതുന്ന കാലത്തോളം നിനക്കു ജയം കിട്ടില്ല. അതിനാൽ എത്രയും വേഗം എന്നെ കൊല്ലാൻ ശ്രമിക്കുക."

ഇതുകേട്ട് ആശ്ചര്യനിരതനായ യുധിഷ്ഠിരൻ തെല്ലുനേരം മൗനം പൂണ്ടു. ഇതുകണ്ട് ദ്രോണർ വീണ്ടും പറഞ്ഞു:

"രാജാവേ, പോരിൽ ഞാൻ അപ്രിയം കേട്ടാൽ ശസ്ത്രം താഴെ വെക്കും. വിശ്വാസമുള്ള ഒരാൾ പറഞ്ഞാൽ ഞാൻ അതു വിശ്വസിക്കും. ഞാൻ ഈ പറഞ്ഞത് സൂര്യനോളം പഴക്കമുള്ള സത്യമാണ്."

സഞ്ജയൻ പറഞ്ഞു: മഹാരാജൻ, യുധിഷ്ഠിരൻ പിന്നെ പോയത് കൃപാചാര്യന്റെ അരികിലേക്കാണ്. കൃപാചാര്യരെ കുമ്പിട്ട് വണങ്ങി യുധിഷ്ഠിരൻ ഉണർത്തിച്ചു.

"ഗുരോ, അങ്ങ് സമ്മതിച്ചാലും. ഞാൻ കല്മഷം വിട്ട് യുദ്ധം ചെയ്യുവാൻ പോവുകയാണ്. അനഘാശയാ, അങ്ങയുടെ അനുഗ്രഹത്താൽ ഞാൻ ശത്രുക്കളെ ജയിക്കുമാറാകണം."

കൃപാചാര്യർ പറഞ്ഞു: "യുദ്ധത്തിനൊരുങ്ങിയ നീ ഇപ്രകാരം എന്റെ അരികിലേക്ക് വന്നില്ലായിരുന്നെങ്കിൽ ഞാൻ നിന്റെ തോൽവിക്കായി ശപിക്കുമായിരുന്നു. ഞാൻ അതീവപ്രീതനായിരിക്കുന്നു. രാജാവേ, കൗരവന്മാർ എന്നെ അർത്ഥത്താൽ ബന്ധിതനാക്കിയിരിക്കുകയാണ്. അതുകൊണ്ട് ഞാൻ അവർക്കുവേണ്ടി യുദ്ധം ചെയ്യാൻ തീരുമാനിച്ചു. അപ്രകാരം പൗരുഷം കെട്ടവനായിത്തീർന്ന ഞാൻ നിത്യവും നിന്റെ വിജയത്തിനായി പ്രാർത്ഥിക്കുന്നതാണ്. ഈ പറഞ്ഞത് സത്യമാണ് യുധിഷ്ഠിരാ."

സഞ്ജയൻ പറഞ്ഞു: മഹാരാജാവേ, യുധിഷ്ഠിരൻ പിന്നെ പോയത് ശല്യരുടെ അരികിലേക്കാണ്. അദ്ദേഹം ശല്യരെ ശിരസ്സാനമിച്ച് അദ്ദേഹത്തോട് ഉണർത്തിച്ചു.

"അല്ലയോ ദുർദ്ധർഷാ, ആകല്മഷമായി യുദ്ധം ചെയ്യുവാൻ അങ്ങ് സമ്മതം നൽകിയാലും. അങ്ങയുടെ അനുജ്ഞയോടുകൂടി ശത്രുക്കളെ ജയിക്കുവാൻ അങ്ങ് അനുഗ്രഹിച്ചാലും."

ശല്യർ പറഞ്ഞു: "ഇപ്പോൾ നീ എന്റെ അരികിലേക്കു വന്നില്ലായിരുന്നുവെങ്കിൽ ഞാൻ നിന്നെ യുദ്ധത്തിൽ തോറ്റുപോകട്ടെയെന്ന് ശപിച്ചേനെ. നീ മഹാശയനാണ്. വേണ്ടസമയത്ത് ഉചിതമായത് നിന്നിൽ വിളങ്ങി. ഞാൻ നിന്നിൽ തൃപ്തനായിരിക്കുന്നു. ഞാൻ പൂജിതനായിരിക്കുന്നു. ഹേ, രാജാവേ, നീ ഇച്ഛിച്ചത് എന്തോ അത് നിനക്കു കൈവരുന്നതാണ്. ഞാൻ നിനക്കു സമ്മതം തരുന്നു. യുദ്ധം ചെയ്തു കൊള്ളുക. നിനക്കു ജയം സിദ്ധിക്കും. നിങ്ങൾ ഭൂമിപന്മാരായിത്തീരട്ടെ."

സഞ്ജയൻ പറഞ്ഞു: ഹേ, ധൃതരാഷ്ട്രമന്നവാ, അപ്രകാരമൊക്കെ ഉണർത്തിച്ചും അനുഗ്രഹാശിസ്സുകൾ ഏറ്റു വാങ്ങിയതിനു ശേഷവും കുരുസൈന്യത്തിന്റെ മുമ്പിൽ നിന്ന് യുധിഷ്ഠിര രാജാവിനോടൊപ്പം ഭ്രാതാക്കളെല്ലാവരും സ്വന്തം സൈന്യവ്യൂഹത്തിനടുത്തേക്ക് നടന്നകന്നു. മാധവൻ മാത്രം കർണ്ണനടുത്തേക്ക് നടന്ന് വളരെ ഗൂഢമായി പറയുന്നതു കേട്ടു.

കർണ്ണാ ഇനിയും സമയമുണ്ട് ആലോചിക്കാൻ...

പക്ഷേ, കർണ്ണൻ അധികമൊന്നും മറുപടി പറഞ്ഞില്ല. 'ഇല്ല മാധവാ...' എന്നു മാത്രം പറയുന്നതു കേട്ടു. മാധവനങ്ങനെ കർണ്ണനോടു ഗൂഢമായി എന്തെങ്കിലും പറയുന്നുണ്ടെങ്കിൽ അതിന്റെ പൊരുൾ വേറെയായിരിക്കണം. പക്ഷേ, ദുര്യോധനോടുള്ള അന്ധമായ ദാസ്യത്വം മൂലം കർണ്ണനത് തിരിച്ചറിയാനായില്ലെന്നുള്ളതാണ് സത്യം രാജാവേ.

അങ്ങയുടെ സൈന്യാധിപന്മാരുടെ മനസ്സും ശരീരവും രണ്ടും രണ്ട് സ്ഥലത്താണല്ലോ മഹാരാജൻ? യുദ്ധം ഇവിടേയും വിജയം അവിടേയും.

മനസ്സിന്റെ നിയന്ത്രണത്തിലല്ലാത്ത ശരീരമാകുന്ന രഥത്തിലെ പഞ്ചേന്ദ്രിയങ്ങളാകുന്ന കുതിരകൾ അവയ്ക്കിഷ്ടമുള്ളിടത്തൊക്കെ മേഞ്ഞു നടക്കില്ലേ?

കടിഞ്ഞാണാകുന്ന മനസ്സ് നഷ്ടപ്പെട്ടാൽ പിന്നെ എങ്ങനെയാണ് കുതിരകളെ നിയന്ത്രിക്കുക രാജാവേ?

മനസ്സ് ഏതൊന്നിലാണോ സമർപ്പിക്കേണ്ടത് അതായ മാധവനും അവരുടെ പക്ഷത്തല്ലേ?

"ഹേ മഹാരാജാവേ, എന്തൊരു അന്ധതയാണിത്? അങ്ങയുടെ അന്ധത കുരുവംശത്തിന് ഒട്ടാകെ ഒരു മാറാരോഗം പോലെ പടർന്നുപിടിച്ചിരിക്കുകയാണോ?"

കൃഷ്ണപക്ഷത്തിലെ ദക്ഷിണായനകാലമാണിതെന്നുപോലും അങ്ങേക്ക് ഓർമ്മയില്ലേ?

വല്ലാത്ത അന്ധത തന്നെ!

കുരുവംശത്തിന് ഒന്നടങ്കം അന്ധത ബാധിച്ചിരിക്കുന്നു!

മൃത്യുവിനേക്കാൾ ഭയാനകമായ അന്ധത!

സർവ്വനാശത്തിന്റെ യുദ്ധാന്ധത!

"മഹാരാജാവേ, അങ്ങേക്ക് വൈശ്യസ്ത്രീയിൽ ഉണ്ടായ ജാരസന്തതിയായ യുയുത്സു പോലും അവസാനമാണെങ്കിലും ഇത് തിരിച്ചറിഞ്ഞല്ലോ?! ഇതാ ആ വീരൻ അങ്ങയുടെ സൈന്യത്തെ വിട്ട് യുധിഷ്ഠിരനോടൊപ്പം പാണ്ഡവപക്ഷത്തേക്ക് കുതിച്ചുപായുന്നു. പാണ്ഡവരവനെ വാദ്യഘോഷങ്ങളോടെ സ്വീകരിക്കുകയാണ്."

ഇതാ മഹാരാജൻ പാണ്ഡവപക്ഷത്തെ പുരുഷർഷഭന്മാർ എല്ലാവരും അവരവരുടെ രഥങ്ങളിൽ കയറിത്തുടങ്ങി.

സൈന്യങ്ങൾ വ്യൂഹം കൂട്ടുന്നു. പെരുമ്പറകൾ നൂറും ആയിരവും ഒന്നിച്ചു മുഴങ്ങിത്തുടങ്ങിയിരിക്കുന്നു.

യോദ്ധാക്കൾ സിംഹനാദങ്ങൾ പൊഴിച്ച് ആയുധങ്ങൾ ആകാശത്തിൽ ചുഴറ്റുകയാണ്.

പുരുഷവ്യാഘ്രന്മാരായ പാർത്ഥന്മാരെ കണ്ട് പടയാളികൾ ഹർഷാരവങ്ങൾ മുഴക്കുന്നു.

അതാ, വേദവ്യാസപുത്രനായ ധൃതരാഷ്ട്രമഹാരാജാവേ, ഭൂമി വൃക്ഷസമൂഹത്തോടുകൂടി കുലുങ്ങിത്തുടങ്ങി. പുഴകളൊക്കെ കലങ്ങിമറിയുന്നു. അപ്രകാരം തന്നെ സമുദ്രങ്ങളും കലങ്ങിമറിയുന്നു. മലകൾ തകർന്നു വീഴുന്നു. കാറ്റ് വീശാതെ നിശ്ചലമാകുന്നു. സൂര്യൻ മങ്ങിയിരിക്കുന്നു. അഗ്നി ജ്വലിക്കാതെയാവുന്നു. ഭൂസുരന്മാർക്ക് വേദമന്ത്രങ്ങളൊന്നും ഓർമ്മയിൽപോലും വരുന്നതേയില്ല. ഭൂമിയിലുള്ള സകലമാന ജീവജാലങ്ങളും അലമുറയിട്ട് കരഞ്ഞുതുടങ്ങി.

ഹേ, ഹസ്തിനപുരത്തിന്റെ അധിപനായ കുരുമന്നവാ, മാധവൻ സാരഥിയായ അർജ്ജുനന്റെ വെള്ളക്കുതിരകളെ പൂട്ടിയ രഥം അതാ, അഗ്നിശംഖം മുഴക്കിക്കൊണ്ട് കുരുക്ഷേത്രഭൂമിയിലെ കിഴക്കുവശം ലക്ഷ്യമാക്കി കുതിച്ചുതുടങ്ങി.

മഹാഭാരതയുദ്ധം ആരംഭിക്കുകയാണ്... ■